AF519045

ഗ്രീൻ ബുക്സ്

മഞ്ഞിലെ പക്ഷി

മാനസി

ജനനവും ആദ്യകാലവിദ്യാഭ്യാസവും
തൃശ്ശൂർ ജില്ലയിലെ തിരുവില്വാമലയിൽ.
'മഞ്ഞിലെ പക്ഷി' എന്ന കൃതിക്ക്
1993ൽ ചെറുകഥയ്ക്കുള്ള കേരള സാഹിത്യ
അക്കാദമി അവാർഡ് ലഭിച്ചിട്ടുണ്ട്.
കൃതികൾ: മാനസിയുടെ കഥകൾ,
ഇടിവാളിന്റെ തേങ്ങൽ.
സ്ത്രീ പ്രശ്നങ്ങളിലധിഷ്ഠിതമായ
നിരവധി ലേഖനങ്ങൾ പ്രസിദ്ധീകരിച്ചിട്ടുണ്ട്.
'സ്ത്രീപുരുഷതുലനം' എന്ന കൃതിക്ക്
ദാമോദരൻ കാളിയത്ത് അവാർഡ് ലഭിച്ചിട്ടുണ്ട്.
അനേകവർഷത്തെ മുംബൈവാസത്തിനുശേഷം
ഇപ്പോൾ തിരുവില്വാമലയിൽ സ്ഥിരതാമസം.

കഥ

മഞ്ഞിലെ പക്ഷി

മാനസി

ഗ്രീൻബുക്സ്

green books private limited
gb building, civil lane road, ayyanthole,
thrissur- 680 003, kerala, ph: +91 487-2381066, 2381039
website: www.greenbooksindia.com
e-mail: info@greenbooksindia.com

branches:
thrissur 0487-2422515
thiruvananthapuram 0471-2335301
calicut 0495 4854662

malayalam
manjile pakshi
story
by
manasi

green books edition february 2023

cover design : vipindas

printed in india
manipal technologies ltd

isbn : 978-93-95878-45-6

₹ 180.00
GBPL/1281/2023

ഉള്ളടക്കം

ആമുഖം

ധാരാളം വായിക്കണം. പക്ഷേ പെൺകുട്ടി ആയതുകൊണ്ട് എഴുതേണ്ട ആവശ്യമൊന്നുമില്ല എന്ന കൽപ്പന കേട്ടു വളർന്ന ഒരു കുട്ടിക്കാലത്തിൽ നിന്ന്, ഇനി എഴുതുകയാണെങ്കിൽ തന്നെ ബാലാമണിയമ്മയെ പോലെ എഴുതണം, മാധവിക്കുട്ടിയെ പോലെ ഒരിക്കലും എഴുതരുത് എന്ന കൽപ്പനയിലേക്ക് എത്തിനിന്ന ഒരു കാലഘട്ടത്തിനിടയിലാണ് 'മഞ്ഞിലെ പക്ഷി' എന്ന ഈ പുസ്തകത്തിലെ മിക്ക കഥകളും ഞാൻ എഴുതിയിട്ടുള്ളത്. പെൺകുട്ടികൾ എഴുതിയാൽ, അവർ ഒരിക്കലും പുറത്തു പറയാൻ അരുതാത്ത, എന്നാൽ വീട്ടിൽ അനുഭവിക്കുന്ന പല പെരുമാറ്റരീതികളും വിവേചനങ്ങളും മറ്റ് തറവാട്ട് രഹസ്യങ്ങളും പുറത്താകുമോ എന്ന പേടി കൊണ്ടായിരിക്കണം പലപ്പോഴും പെൺകുട്ടികളുടെ എഴുത്തിനെ കുടുംബങ്ങളിൽ പ്രോത്സാഹിപ്പിക്കാതിരുന്നത്. കുടുംബം ഒരു വലിയ മറയാണ്. ചെയ്യേണ്ടതും ചെയ്യരുതാത്തതുമായ കാര്യങ്ങളുടെ ഒരു വലിയ പട്ടിക തന്നെ ആ മറയ്ക്കു പിന്നിൽ അലിഖിതമായി നിലനിൽക്കുന്നുണ്ട്. ചെയ്യരുതാത്തവയിൽ പ്രധാനമായ ഒന്ന് 'കുല'സ്ത്രീ 'ഉറക്കെ' സംസാരിക്കരുത് എന്നതായിരുന്നു. അട്ടം കേൾക്കാത്ത ചിരിയും അടക്കിപ്പിടിച്ച മനസ്സും അടങ്ങിയൊതുങ്ങിയുള്ള 'നടത്ത'യും സ്വാംശീകരിച്ചുകൊണ്ടാണ് ഏതു പെണ്ണും കുലസ്ത്രീ ആകേണ്ടത്. സർവ്വംസഹയായ ഭൂമിയെ പോലെ ആയാൽ അതിനേക്കാൾ ഒരുപടി മീതെയുള്ള 'ശീലാവതി' ആകും! പുരുഷൻ നിർവചിക്കുന്ന ശീലാവതി!

ആണായാലും പെണ്ണായാലും ചെയ്യരുത് എന്നതിനേക്കാൾ അവിടെ കൂടുതൽ പ്രധാനം അവ പുറത്ത് അറിയരുത് എന്നതായിരുന്നു. അജണ്ടകൾ രൂപപ്പെടാൻ

പ്രായമാവാത്തതുകൊണ്ടാവണം, അല്ലെങ്കിൽ ഉറക്കെ പ്രതിഷേധിക്കാൻ വേറെ വഴികൾ കാണാത്തതുകൊണ്ടാകണം പുറത്തേക്ക് തെറിച്ചു വീണ അസത്യങ്ങൾക്കു മുന്നിൽ ആളിക്കത്താൻ ആകാതെ പുകയുന്ന കൊള്ളിപോലെ, മനസ്സ് കനലാവാൻ തുടങ്ങിയത്.

തിളയ്ക്കുന്ന വെള്ളത്തിൽ നിന്ന് തുളുമ്പി തെറിക്കുന്ന തുള്ളികൾ പോലെ കഥകൾ പിറന്നത് അപ്രതീക്ഷിതമായിട്ടായിരുന്നു. ധിക്കരിക്കാൻ ധൈര്യമില്ലാതെ, സ്വയം അവജ്ഞ തോന്നിയ മനസ്സിന്റെ പിടച്ചിലുകൾ മാത്രമായിരുന്നോ അവ എന്ന് തിരിഞ്ഞുനോക്കുമ്പോൾ സംശയം തോന്നിയിട്ടുണ്ട്. ദാഹിക്കുമ്പോൾ വെള്ളം കുടിക്കുന്നത് പോലെയുള്ള ഒരു ക്രിയ മാത്രമായിട്ടാണ് എനിക്ക് എന്റെ കഥയെഴുത്തിനെപ്പറ്റി തോന്നാറുള്ളത്. സഹികെടുമ്പോൾ ചെയ്തു പോകുന്ന, ബോധപൂർവ്വമല്ലാത്ത ഒരു പ്രതികരണം. കാരണം, ഒരു കഥാകൃത്ത് ആവാൻ ആഗ്രഹിച്ച ആളല്ല ഞാൻ.

ആദ്യത്തെ കഥ പ്രസിദ്ധീകരിച്ചു വന്നപ്പോൾ അതിനു ശിക്ഷയായി കിട്ടിയ അടി കൊള്ളുമ്പോഴും ഇനി എഴുതില്ലെന്ന വാഗ്ദാനം എന്നിൽ നിന്ന് ആവശ്യപ്പെടുമ്പോഴും അനുസരണക്കേട് കാട്ടുകയല്ലായിരുന്നു എന്ന് ഞാൻ ശഠിച്ചിരുന്നു.

എന്തുകൊണ്ടാണ് മുതിർന്നവർ സത്യം പറയാത്തത് എന്ന് ഞാൻ ചോദിച്ചുകൊണ്ടിരുന്നു. സ്വന്തം സ്വാർത്ഥ താത്പര്യങ്ങളിലൂന്നിയ അജണ്ടകളെ കാത്തു രക്ഷിക്കാൻ അസത്യങ്ങൾ, ഒരുപാട് അസത്യങ്ങൾ മാത്രം പുറത്തുവിടുന്ന ഒരു വ്യവസ്ഥിതിയെ പിന്നെ ഞാൻ എങ്ങനെയാണ് നേരിടേണ്ടത് നോക്കി എന്നും.

കുലസ്ത്രീയായതുകൊണ്ടാവണം, എന്റെ മറ്റു പല ചോദ്യങ്ങൾക്കും എന്ന പോലെ അമ്മ അന്നും മൗനം പാലിച്ചു. അതിനാൽ എന്നെ പൂട്ടിയിട്ട മുറിയുടെ ജനൽപ്പടിയിലെ പൂഴിയിൽ ഒരു യുദ്ധകാഹളം പോലെ ഞാൻ എഴുതി. എഴുതും, എഴുതും, ഇനിയുമെഴുതും.

എന്റെ യാത്ര തുടങ്ങിയത് അവിടെ നിന്നാണ്...

മാനസി

മാനസിയുടെ കഥകൾ

കെ.വി. സുമംഗല

ഒരു ആഗ്രഹംപോലെയാണ് ജീവിതം മുന്നിൽ വന്നു നില്ക്കുന്നത്. എടുത്തുപയോഗിക്കാൻ അർഹതയില്ലാത്ത ഒരായുധംപോലെ. അത് തന്റേതാണെന്ന് ആരെയും ബോധ്യപ്പെടാനാവാത്തതിന്റെ നിസ്സഹായതയാണ് അവളെ വീണ്ടും വീണ്ടും നിരായുധയാക്കുന്നത്. വീണു കിട്ടിയ റോളുകളിൽ മുൻകൂട്ടി നിശ്ചയിച്ചുറപ്പിച്ചപോലെ തിമിർത്താടുമ്പോൾ ഒരു നീക്കുപോക്കിനെക്കുറിച്ച് അവൾ ബോധവതിയാകുന്നു, വ്യാകുലപ്പെടുന്നു. ചില ഇടംമാറ്റങ്ങൾ തനിക്കനിവാര്യമാണെന്ന തോന്നലിൽ അവൾ എന്തിനൊക്കെയോ ആർത്തിപൂണ്ട് ഒരുമ്പെടുന്നു. കളങ്ങളിൽ കാലുകൾ മാറിമാറി വെയ്ക്കാനല്ലാതെ ഒരു ചുവടുമാറ്റം തനി പ്രാപ്യമാണെന്ന് തിരിച്ചറിവിൽ പഴയ കളത്തിലേക്കു തന്നെ ചുവടു മാറുന്നു. പെൺസത്തയുടെ കടലിരമ്പങ്ങൾ മുഴങ്ങുന്ന കഥകളാണ് 'മഞ്ഞിലെ പക്ഷി'യിലൂടെ മാനസി തീർത്തുവെയ്ക്കുന്നത്.

സൗകര്യങ്ങളുള്ള ഒരു വീട്ടിലെ കിടപ്പുമുറിയിൽ തന്റെ മൂന്ന് കുഞ്ഞുങ്ങളുമായി ഉച്ചയുറക്കത്തിന് തയ്യാറാകുന്ന അവളുടെ സ്വപ്നത്തിലേക്കാണ് മഞ്ഞിലെ പക്ഷിയെത്തുന്നത്. നീണ്ട കാലുകളും വലിയ കൊക്കുമുള്ള വരണ്ട് ദാഹാർത്തയായ ഒരു പക്ഷിയായിരുന്നു അത്. അതിന്റെ ചാരനിറത്തിന് തന്റെ സഹോദരൻ മൂലം ഗർഭിണിയായിത്തീർന്ന് അടുക്കളയുടെ തുലാത്തിൽ തൂങ്ങിമരിച്ച വേലക്കാരിയുടെ മുഖമാണെന്ന് അവൾ ഓർമ്മിക്കുന്നു.

ഇമേജറികളുടെ ഇത്തരം സൗമ്യമായ നടുക്കങ്ങളിലൂടെയാണ് മാനസിയുടെ കഥകൾ പുരോഗമിക്കുന്നത്.

നേർത്ത ഒറ്റവര ദിശയിലൂടെ, ഒരു കരയിലുമണയാത്ത മഞ്ഞിലൂടെ, തീക്കട്ടപോലുള്ള കണ്ണുകൾകൊണ്ട് പക്ഷി എന്തിനെയോ അന്വേഷിച്ചുകൊണ്ടിരുന്നു. അവസാനം ഒരു തിരിക്കുറ്റിയിൽ സദാ കറങ്ങിക്കൊണ്ടിരുന്ന കരി പിടിച്ചു ഞെളുങ്ങിയ അലുമിനിയം പാത്രത്തിൽ ഇത്തിരി വെള്ളം കണ്ടെത്തിയ പക്ഷി എത്ര ശ്രമിച്ചിട്ടും കാലും കൊക്കും അതിനടുത്തെത്തിക്കാൻ കഴിയാതെ വന്നപ്പോഴാണ് അവളെ കണ്ടത്. ശബ്ദമില്ലാതെ തന്നെ നോക്കി ചിരിച്ച ആ പക്ഷിക്ക് തന്റെ മുഖം തന്നെയാണെന്ന് അവളപ്പോൾ തിരിച്ചറിയുന്നു.

വീടും ഭർത്താവും കുട്ടികളും വേലക്കാരിയുമൊക്കെയായി ആധുനിക സമൃദ്ധിയിൽ കഴിയുന്ന ഒരു സ്ത്രീയുടെ സ്വപ്നത്തിലേക്ക് കടന്നുവരുന്ന മഞ്ഞിലെ പക്ഷി ഒരതിക്രമം തന്നെയാണ്. ആ അതിക്രമത്തെ കീഴ്പ്പെടുത്താനും സംതൃപ്തമാക്കാനുമാണ് അവൾ ഉറങ്ങിക്കിടക്കുന്ന അരുമയായ മക്കളെ വേലക്കാരിയെ ഏല്പിച്ച്, തിരിച്ചെത്തുന്ന ഭർത്താവിനെ അവഗണിച്ച് പുറത്തുപോകുന്നത്. കര കാണാത്ത മഞ്ഞുദേശത്തിലെന്നപോലെ എങ്ങോട്ടുപോകണം എന്ന അമ്പരപ്പ് മാത്രമായിരുന്നു അവൾക്കൊപ്പമുണ്ടായിരുന്നത്.

വഴിയരികിലെ വലിയ കെട്ടിടത്തിൽ ഏഴാംനിലയിൽ താമസിക്കുന്ന ദേഹത്ത് വെളുത്ത പാടുകൾ വന്നതുകൊണ്ട് ഭർത്താവുപേക്ഷിച്ച വലിയ ചുവന്ന പൊട്ടുതൊടുന്ന സുശീലയെ കാണാൻ ശ്രമിച്ച് പാതിവഴിയിൽ അവൾ മടങ്ങിപ്പോരുന്നു. മഞ്ഞിലെ പക്ഷിയുടെ ചാരനിറത്തെക്കുറിച്ചുള്ള അവളുടെ ആശങ്ക പങ്കുവെയ്ക്കാനൊരു മുഖം അവൾ ഓർമ്മയിൽ പരതിക്കൊണ്ടിരുന്നു.

വഴിയിൽ കണ്ട ആൾക്കൂട്ടത്തിലേക്കിറങ്ങിച്ചെല്ലാൻ, അവരുടെ വിഷമങ്ങൾ ഏറ്റെടുത്ത് പരിഹരിക്കാൻ അവളാഗ്രഹിച്ചു. ഒടുവിൽ പൂട്ടിയിട്ട സ്വന്തം വിട്ടിലെ ഇരുട്ടിലെത്തി വേലക്കാരിയോടൊപ്പം പാർക്കിൽപോയ മക്കളും ജോലിക്കുപോയ ഭർത്താവും തിരിച്ചെത്തിയപ്പോഴും അവരെ അഭിമുഖീകരിക്കാതെ സ്വന്തം മനസ്സിന്റെ നരച്ച ദാഹത്തിലേക്ക് മുഖം പൂഴ്ത്തിയൊടുങ്ങുന്നതിന്റെ അടങ്ങാത്ത നിസ്സഹയതയാണ് അവളുടേതുപോലെ ഓരോ സ്ത്രീയുടെ

സ്വപ്നത്തിലും ആവർത്തിക്കപ്പെടുന്നത്. സ്വന്തം ഇടത്തിന്റെ സ്വാവകാശത്തിനുവേണ്ടിയുള്ള പെൺത്വരയെ മാനസി കണ്ടെടുത്ത് ആവിഷ്കരിക്കുന്നത് ഇങ്ങനെ.

ഇടുങ്ങിയ സ്ത്രൈണാനുഭവങ്ങളിൽനിന്നുള്ള സത്യസന്ധമായ വാതിൽ തുറക്കലുകളാണ് മാനസിയുടെ കഥകൾ. ഇടനാഴികളിലെ ചതുരക്കളങ്ങൾ കവച്ചുവെയ്ക്കുന്നതിന്റെ സാഹസികത തിരിച്ചുപിടിക്കുമ്പോഴാണ് അസംഗമായ അനുരാഗം കഥകളിൽ കടന്നുവരുന്നത്. പുളയ്ക്കുന്ന കടലിന്റെ തീരത്തുവെച്ചാണ് 'ചതുരങ്ങൾ' എന്ന കഥയിലെ സരസ്വതി സന്തോഷത്തിന്റെ നിറമെന്താണെന്ന് കാമുകനോട് ചോദിച്ചത്. രഘു നല്കിയ ഉത്തരം കേട്ടപ്പോൾ ഈ ലോകത്തെ ഉള്ളം കൈയിലെടുക്കാമെന്ന് അവൾക്ക് തോന്നി. നിതാന്തമായ കടലിന്റെ, ത്രസിച്ചുനില്ക്കുന്ന ആകാശത്തിന്റെ കീഴിൽനിന്ന് ഒരു മുത്തുച്ചിപ്പിയിലേക്ക് പോരുന്നതുപോലെയാണ് അവൾ ഭർത്താവിലേക്ക് മടങ്ങുന്നത്. ഇത്തരം സത്വരമായ വിരുദ്ധതകൾ വളരെ ആശാസ്യമായിതന്നെ രചനകളിൽ ഉള്ളടക്കം ചെയ്യുന്ന ക്രാഫ്റ്റിനെ മാനസിയുടെ കഥകൾ വിദഗ്ധമായി കയ്യടക്കുന്നു.

മുൻവിധികളില്ലാത്ത വിചാരമാതൃകകളും സ്വന്തം തൃഷ്ണകളിൽ പോലും കഥാപാത്രങ്ങൾ കയ്യാളുന്ന തന്റെ രീതികളും എഴുത്തുകാരിയുടെ കഠിനമായ സ്ത്രീപക്ഷ അഭിലാഷങ്ങളുടെ പ്രതിനിധാനങ്ങളായി കഥകളിൽ നിറയുന്നു. അതുകൊണ്ടാണ് വീട് നഷ്ടപ്പെടുത്തുന്ന, സ്വപ്നങ്ങളും തൻചിന്തകളും നഷ്ടപ്പെടുത്തുന്ന വിവാഹം എന്ന സ്ത്രീബന്ധനത്തെ കണ്ണുകൾ തന്നിലേക്ക് തിരിച്ചുവരുന്ന വഴികളിലെല്ലാം ഇരുട്ട് മാത്രം വെളിവാകുന്ന സുമിത്രയുടെ കഥയിലൂടെ (ചില നക്ഷത്രങ്ങൾ മാത്രം) മാനസി ചിത്രീകരിക്കുന്നത്.

ലാലാജിയുടെയും വീണയുടെയും കഥ പറയുന്നതിലൂടെ 'ദേവീമാഹാത്മ്യം' എന്ന കഥയും ഇത് സാധ്യമാക്കുന്നുണ്ട്. നിയതമായ നിയമങ്ങളുള്ള സ്ഥാപനത്തിന്റെയുള്ളിൽ അടച്ചിട്ട വിഗ്രഹങ്ങളായി അവശേഷിക്കുമ്പോൾ പകരം കൊടുക്കുന്നത് മനുഷ്യചിഹ്നമായി ഉണ്ടായിരുന്ന മനസ്സും ചിറകുകളുമാണെന്ന് ഈ കഥ ബോധ്യപ്പെടുത്തുന്നു. തേഞ്ഞുപോയ സ്വന്തം കാലടികളുടെ നോക്കിയിരിപ്പിൽ

അടഞ്ഞുപോകുന്ന പുറത്തേക്കുള്ള വഴിമുഖങ്ങളിൽ ഇവരുടെ കഥ തുടരുന്നു.

ലിംഗപരമായ വ്യക്തിത്വത്തിനായി സാഹിത്യസ്ത്രീ വാദിച്ച ഘട്ടമായിരുന്നു കഴിഞ്ഞ ദശകങ്ങളുടേത്. എന്നാൽ ഈ വാദം സ്വത്വപരമായ നിലനില്പിന്റെ കേവലമായ തിരിച്ചറിവിനുവേണ്ടി മാത്രമായിരുന്നില്ല, മറിച്ച് സാഹിത്യത്തിൽ നിലനിന്നിരുന്ന സ്ത്രീസംബന്ധിയായ നിർമിതികൾക്ക് അനിവാര്യമായ പ്രതിനിർമിതികൾക്കുവേണ്ടി കൂടിയായിരുന്നു. അധികാരബന്ധിതമായ സാമൂഹിക നിർമിതിയിൽ പുരുഷൻ കയ്യാളുന്ന ഭൂപ്രദേശങ്ങളിലൊന്നും ഇടമില്ലാത്ത വെറും മിത്തുകളായി തുടരുന്ന സ്ത്രീബിംബങ്ങളിൽനിന്നുള്ള മോക്ഷമായിരുന്നു ഈ അന്വേഷണം ലക്ഷ്യമാക്കിയിരുന്നത്. താൻ എഴുതിയതിൽ തനിക്കു ജീവിക്കാനുള്ള അവകാശം തേടൽ കൂടിയായിരുന്നു അത്.

സ്ത്രീയെ സ്വകാര്യസ്വത്താക്കി നിർത്തുന്നത് പുരുഷാധിഷ്ഠിതമായ സാമ്പത്തികവ്യവസ്ഥയുടെ ആവശ്യംകൂടിയാണ്. ചാരിത്ര്യം കാക്കുന്ന ശരീരവും ഗൃഹവും ആഹാരവുമൊരുക്കുന്നതിനുള്ള മിടുക്കും മാത്രംകൊണ്ട് പൂർത്തിയാക്കുന്ന പെൺബിംബത്തിൽ നിന്നാണ് സ്ത്രീസത്തയെ വിഷയമാക്കുന്ന കഥകളൊരുക്കുകയെന്ന അസാമാന്യ ദൗത്യത്തെ എഴുത്തുകാരികൾ ഏറ്റെടുക്കുന്നത്.

ഗാർഹിക മൂലയിൽ മാത്രം ഇടം കിട്ടിയിരുന്നവൾ അടുക്കളയിലെ മഞ്ഞളിനും മുളകിനും ഇടയിൽ ഒളിപ്പിച്ചുവെച്ച കുറ്റിപ്പെൻസിലുകൾ അതിന് ആയുധമാക്കി. ഇവിടെ സ്ത്രീ വഹിക്കുന്ന ബഹുരൂപങ്ങളുടെ ഏതെന്നനുമാനിക്കാനാകാത്ത സ്വകാര്യാവസ്ഥയാണ് ചലനാത്മകമാകുന്നത്. മാനസികവും വൈകാരികവുമായ പ്രകമ്പനങ്ങളിലൂടെയാണ് ലളിതാംബിക അന്തർജനം അത് സാധിച്ചത്. അതിനു മുമ്പ് കെ. സരസ്വതിയമ്മ ലിംഗപരമായ അസമത്വങ്ങളെ അതിജീവിക്കുന്ന സ്വത്വാന്വേഷണങ്ങൾ കഥകൾക്ക് വിഷയങ്ങളാക്കിയിരുന്നു. ആദ്യം സ്ത്രീയായി, പിന്നീട് എഴുത്തുകാരിയാകുക എന്ന ദൗത്യത്തെ നേരിടുമ്പോൾ അനുഭവിക്കേണ്ടിവന്ന സംഘർഷങ്ങളിൽ ആത്മഹത്യയെന്ന കഥയൊരുക്കി സ്വയംഹത്യ ചെയ്ത കഥാകാരിയാണ് രാജലക്ഷ്മി. ജീവിതത്തിലുള്ള ആഗ്രഹം തന്നെയാണ് സങ്കീർണമായ മനസ്സുമായി ജീവിച്ച കഥാകാരിക്ക്

മരണത്തിലുമുള്ള ആഗ്രഹം ജനിപ്പിച്ചത്. പരാജിതരുടെ അപരാജിതമനസ്സുകൾ വായിച്ചെടുക്കുന്ന സ്ത്രീപക്ഷ കഥകളിൽ ഗ്രാമീണതലത്തിൽനിന്ന് സമൂഹത്തിന്റെ മധ്യ ശ്രേണിവരെ എത്തുന്ന സ്ത്രൈണവീക്ഷണങ്ങളെ കെ. സരസ്വതിയമ്മയിലും രാജലക്ഷ്മിയിലുമൊക്കെ ദർശിക്കാവുന്നതാണ്. എഴുത്തുകാരി നേരിടുന്ന ഇടങ്ങളൊക്കെ കഥയുടെ ബോധ്യമായി മാറുന്ന ചിന്തയുടെ കണ്ണാടിക്ഷണങ്ങളാണ് പിന്നീടുവന്ന ഗ്രേസിയുടെയും ചന്ദ്രമതിയുടെയും കഥകൾ, സാമൂഹികനിയന്ത്രണങ്ങളെ ബാലിശമായ നിഷ്കളങ്കതയോടെ നേരിടുന്നതിന്റെ കൗതുകം ധാർമിക ചരിത്രത്തിന് ഒരു മാറ്റിയെഴുത്ത് നേടിക്കൊടുക്കുന്നതിന്റെ ധീരതയാണ് കമല സുരയ്യയുടെ വിസ്ഫോടനങ്ങൾ മലയാള ചെറുകഥയ്ക്ക് നൽകിയത്.

'പക്ഷിയുടെ മണം' പോലെ നിസ്സഹായമായ സ്ത്രൈണ വ്യഥകളുടെ ദുരന്തപൂർണമായ മുഖങ്ങൾക്ക് ഇത്രയും ആത്യന്തികമായി കഥകളിൽ ഇനിയൊരു ജന്മമെടുക്കാനാവില്ലെന്നുതന്നെ പറയാം. പ്രണയത്തിന്റെ അവാച്യമായ പ്രകാശനങ്ങളിൽ അവർ കാണിച്ച സത്യസന്ധത കാമാവേശമെന്ന് മുദ്രകുത്തി മുള്ളാണികൾ എറിയുന്നതിന് സമൂഹം തയ്യാറായി. അവർ തുറന്ന് കാണിച്ച കുടുംബമെന്ന സ്ഥാപനത്തിന്റെ പൊള്ളത്തരത്തിൽ അങ്കലാപ്പിലായ അധികാരശ്രേണിയുടെ വക്താക്കൾക്ക് തീർത്തും അസഹനീയമായിരുന്നു ഇത്തരം വിഗ്രഹഭഞ്ജനങ്ങൾ.

എന്നാൽ മലയാളചെറുകഥയിൽ പെൺബോധങ്ങളുടെ ക്രിയാത്മകമായ അടയാളങ്ങൾ ചേർത്തുവെയ്ക്കുകയാണ് പി. വത്സല ചെയ്തത്. വിരസതയുടെ വിശാലതകളിൽ അവർ മെനെഞ്ഞെടുത്ത പെൺജീവിതങ്ങളുടെ സ്ഫുടതയും അഗാധതയും മറ്റൊരു കഥാകൃത്തിനും ഒരുക്കിയെടുക്കാനാവാത്തതാണ്. സ്വന്തം സ്ഥാനത്തിന്റെ തിരിച്ചറിവ് പ്രതിഭാവങ്ങളുടെ മൂർത്തതലത്തോളം എത്തിക്കുന്നതിന് വത്സലയുടെ വ്യക്തിത്വങ്ങൾക്കാവുന്നു. വിവരിക്കാനാവാതെ ഉള്ളിൽ നിറഞ്ഞാടുന്ന വ്യഥാഭാരങ്ങളാണ് വത്സലയുടെ കഥകൾ ലഘൂകരിച്ചെടുക്കുന്നത്. പ്രകൃതിയുടെ വിസ്തൃതമായ കാൻവാസുകളെ ഭാഷയിലൊതുക്കിക്കൊണ്ട് ചിറകുകൾ മുറിക്കപ്പെട്ടവരുടെ ആകാശങ്ങളെക്കുറിച്ച് അവർ കഥകളെഴുതി.

പുരുഷസമൂഹത്തിൽ ഭാഷയുടെ നൈരന്തര്യത്തിന് നേരിടേണ്ടി വരുന്ന ലിംഗപരമായ പരിമിതികളെ ഒരു സംവാദത്തോളം ഉയർത്തിയ കഥാകൃത്താണ് സാറാ ജോസഫ്. അതുവരെയുള്ളതെല്ലാം തുടച്ചുനീക്കി ചൂടുള്ള നാവുകൊണ്ട് കഥ പറഞ്ഞുതുടങ്ങി ഈ കഥാകാരി. വ്യക്തി, സമൂഹം, സ്ഥാപനങ്ങൾ, സദാചാരം എന്നിവയുടെയെല്ലാം മുൻ നിശ്ചയിക്കപ്പെട്ട റോളുകളിലേക്ക് തലയുയർത്തുന്ന വിവക്ഷകളുമായി അവർ കഥകളെഴുതി. അപഹരിക്കപ്പെടുന്ന അമ്മത്വത്തെ സാമ്പ്രദായികരൂപങ്ങളെ നിരാകരിച്ചുകൊണ്ടാണ് 'ചാവുനിലം', 'ബലിദാനം' തുടങ്ങിയ കഥകൾ പൂരിപ്പിച്ചെടുക്കുന്നത്. സ്വന്തം ഇടം തേടുന്ന ഭാവഗാഢതയെ പെൺജന്മത്തിന്റെ പ്രതിസന്ധികളുമായി ഉരുക്കിച്ചേർക്കുമ്പോൾ സങ്കല്പമെന്നോ യാഥാർത്ഥ്യമെന്നോ തിരിച്ചറിയാനാവാത്ത അനുഭവതീവ്രത കഥകൾക്ക് ആർജിതമായി. ആഖ്യാനത്തിന്റെ നേരിൽതന്നെ പെൺസത്തയുടെ തീവ്രധ്വനികളിലൂടെ ലിംഗഭേദമില്ലാത്ത ഒരു വ്യവസ്ഥിതിയുടെ വാഗ്ദത്തഭൂവിലേക്കാണ് ഈ കഥകൾ പ്രവേശിക്കുന്നത്.

ഇതൊന്നും കഥയുടെ ചരിത്രമല്ല. ചരിത്രം മെനയുന്നവർ ചിലപ്പോഴെങ്കിലും കോറിയിടുകയും അതിലേറെ അലസമായി മറിച്ചുമാറ്റുകയും ചെയ്യുന്ന ഇത്തരം ഏടുകളുടെ കൂട്ടത്തിൽ മാനസിയുമുണ്ട്. കഥകൾക്കുവേണ്ട ഉൾശേഖരങ്ങളിൽ എന്നും പിൻവരിയിലേക്ക് തള്ളപ്പെടേണ്ടി വരുന്നവരുടെ, നിരവധി റോളുകൾ കൈകാര്യം ചെയ്ത് ഒടുവിൽ തനിക്കായി ബാക്കിയാകുന്ന ഇത്തിരി സമയത്തിൽ മാത്രം മുറ്റത്തിനറ്റത്തെ കൈതവേലിയിലേക്ക് കണ്ണുപായിക്കുന്നവരുടെ സഹയാത്രിക.

ഭൂമിയുടെ ഉറവയിൽനിന്ന് കലപ്പതട്ടി പുറത്തുവന്ന് അഗ്നിപരീക്ഷകൾക്കൊടുവിൽ ഭൂമി പിളർത്തി അകത്തേക്കാനയിക്കപ്പെട്ടത് ഏത് സ്ത്രീയുടെ കഥയല്ലെന്ന് ചോദിക്കാൻ കെല്പുള്ള പ്രതിരോധങ്ങളുമായി കഥ പണിഞ്ഞവർക്കിടയിലെ ബോധവഴിയിൽ ഉറച്ചുനില്ക്കുകയാണ് ഈ കഥാകാരി. എല്ലാ ഗതിവേഗങ്ങൾക്ക് പിന്നിലും താനാണെന്ന് കരുതുന്ന പുരുഷൻ ഭൂമിയുടെ മാറുപിളർത്തുന്ന കൊടുംവേദന നല്കുന്നതോടെ ഉയർത്തിപ്പിടിക്കുന്ന അധികാരബോധത്തിനെയാണ് സ്ത്രീപ്രകൃതി എന്നും

നേരിടേണ്ടി വരുന്നത്. സ്ത്രീയുടെ മരണം പ്രകൃതിയുടെ മരണമാണെന്ന് പ്രമുഖ സ്ത്രീപക്ഷ എഴുത്തുകാരിയായ കരോളിൻ മർച്ചന്റ് പ്രഖ്യാപിക്കുമ്പോൾ സ്വന്തം ചോരയിലും കോശത്തിലും അവൾ പ്രാപിക്കുന്ന ദുരവസ്ഥകളിലൂടെ പൂർത്തിയാക്കുന്ന ജീവിതത്തിന്റെ ചാക്രികഗതിയെക്കൂടി അത് ഉള്ളടക്കം ചെയ്യുന്നു.

സഹവർത്തിത്വത്തിന്റെ ഭ്രമണപഥങ്ങൾ തേടുന്ന ഇതേ ഭൂമിയുടെ ഗർഭത്തിൽ മാനസിയുടെയും കഥകൾ പിറക്കുന്നു. പാലക്കാടൻ ഗ്രാമീണതയും മുംബൈയിലെ നാഗരികതയും പങ്കുവെച്ച ജീവിതഭാഷയാണ് മാനസിയുടെ കഥയെഴുത്തിന്റേത്. ഇടുങ്ങിയ ഉള്ളറകളുള്ള നാട്ടിൻ പുറവീടുകളും അകത്തേക്കുമാത്രം തുറക്കുന്ന വാതിലുകളുള്ള പട്ടണഫ്ളാറ്റുകളും കഥയ്ക്കുള്ളിലെ വീർപ്പുമുട്ടുന്ന സ്ഥലരാശികളായി മാറുന്നു. പുരുഷാധിപത്യമൂല്യങ്ങളുള്ള പൊതുധാരയിലെ അനുഭവപൂർണമായ യാഥാർഥ്യങ്ങളെ ഉള്ളിലേക്കോ പുറത്തേക്കോ ബഹിർഗമിപ്പിക്കേണ്ടതെന്ന സന്ദേഹത്തിന്റെ ശ്വാസവായുവിനെ ആയുധമാക്കിക്കൊണ്ട് സ്ത്രൈണതയെ കഥയിൽ പൊതിയുകയാണ് മാനസി.

ഏത് ആവിഷ്കാരത്തിനും അനിവാര്യമായ സംഘർഷങ്ങളിലേക്ക് സ്വയം അവരോധിക്കുന്ന സ്ത്രീത്വത്തിന്റെ മുറുക്കവും കൂർമതയും അങ്ങനെ കഥകളിൽ കാഴ്ചകളാകുന്നു. പുരുഷനോ സമൂഹമോ നിർമ്മിക്കുന്ന കളത്തിന്റെ അതിരുകളിൽ തളം കെട്ടിനില്ക്കാനാവാതെ ചെളി തെറിപ്പിക്കുന്ന അനിയന്ത്രിതങ്ങളുടെ ഭൂമികയിലേക്ക് കാലെടുത്ത് വെയ്ക്കുകയാണവൾ. അനിശ്ചിതത്വവും അരക്ഷിതത്വവും നിറഞ്ഞ സ്വയംനിർമിതികളെ സ്നേഹിക്കാനാണ് മാനസിയുടെ സ്ത്രീകഥാപാത്രങ്ങൾ ഒരുമ്പെടുന്നത്.

സ്വന്തം ചിന്തയുടെയും ശരീരത്തിന്റെയും ചലനത്തിന് മറ്റൊരാളെ ആശ്രയിക്കേണ്ടിവരുന്നതിന്റെ വീർപ്പുമുട്ടലുകളെ അതിജീവിക്കുന്നതിനുള്ള ബോധപൂർവമായ ശ്രമങ്ങളാണ് 'മഞ്ഞിലെ പക്ഷി' എന്ന സമാഹാരത്തിലെ മിക്ക കഥകളും. പ്രണയവും ദാമ്പത്യവുമെല്ലാം അവൾക്ക് നല്കുന്ന സാമൂഹ്യബോധ്യങ്ങളുമായി അനുരഞ്ജനത്തിലെത്താൻ കഴിയാത്തതിന്റെ സംഘർഷങ്ങൾ കഥാപാത്രങ്ങളുടെ സ്വത്വത്തെ നിർണയിക്കുന്നു. അഷിതയുടെയും ഗീതാഹരണ്യന്റെയും ശോഭാവാര്യരുടെയുമെല്ലാം

കഥകൾ കടന്നുപോകുന്നത് ഇത്തരം ഇഷ്ടമില്ലാത്ത ഒത്തുതീർപ്പുകളുടെ സംഘർഷങ്ങളിലൂടെയാണ്. അതവതരിപ്പിക്കുന്ന വഴികൾ നല്കുന്ന സ്വന്തമെന്ന് പറയാവുന്ന മേൽവിലാസങ്ങൾ ഓരോ എഴുത്തുകാരിയുടെയും ശക്തിദൗർബല്യങ്ങൾ നിർണയിക്കുന്നു. ലിംഗപരമായ വിവേചനങ്ങളിലൊതുക്കി ചരിത്രത്തിന്റെ പുറംവഴിയിലൊതുക്കേണ്ട ശ്രമങ്ങളല്ല ഇവയൊന്നുംതന്നെ എന്ന തിരിച്ചറിവിനെ കൂടി മാനസിയുടെ കഥകൾ ചേർത്തുപിടിക്കുന്നു. ധാർമികതയോ ധാർഷ്ട്യമോ എന്ന് പുരുഷനൈതികയുടെ അടിസ്ഥാനത്തിൽ തിട്ടപ്പെടുത്തേണ്ടതില്ല എന്ന തീർപ്പോടെ സ്വന്തം സമയസ്ഥലങ്ങളിൽ നിന്നുകൊണ്ട് വ്യവസ്ഥിതിയോട് പ്രതികരിക്കുകയും പൊരുതുകയും ചെയ്യുന്ന മാനസിക്ക് മലയാള കഥാചരിത്രം വേണ്ടത്ര വെളിച്ചം നല്കിയിട്ടില്ല എന്നതും വിട്ടു കളയാനാവാത്ത യാഥാർഥ്യമാണ്.

സ്വാഭാവികതയ്ക്കെതിരായ ബാലിശമായ ചെറുത്തുനില്പ്, നിത്യതയ്ക്കെതിരായുള്ള പിടച്ചിൽ, ആഞ്ഞുവീശി ഒരു വെള്ളപ്പുതപ്പുപോലെ മൂടുന്ന ഭീതി... ഇതിനെല്ലാം കാരണം കണ്ടുപിടിക്കാൻ ശ്രമിക്കുകയാണ് 'കലങ്ങുന്ന പ്രതിബിംബങ്ങൾ' എന്ന അതിസാഹസികമായ കഥ. കുത്തിമുറിവേല്പിക്കുന്ന ഏകതാനതയെ മറികടക്കാൻ അവൾ സ്വീകരിക്കുന്ന ഓരോ വഴികളും അസ്വാഭാവികതയുടേതാണ്, ധിക്കാരത്തിന്റേതാണ്. ഈ തണുപ്പ് അവളെ ആകെ പൊള്ളിക്കുകയാണ്. അതിൽനിന്ന് രക്ഷപ്പെടാൻ ദിനംപ്രതി വലുതാവുന്ന ചോർച്ചയിൽ നിന്നെന്നപോലെ ഇറ്റുവീഴുന്ന എന്തോ ഒന്നിനെ അവൾക്ക് കീഴടക്കേണ്ടതുണ്ട്. ഇത്തരമൊരു കലമ്പൽ ചില സമയങ്ങളിലെങ്കിലും സ്വാഭാവികം എന്നു തോന്നിപ്പിക്കുന്ന സ്ത്രീനിമിഷങ്ങളുടെ സമാനതയാണ് കലങ്ങുന്ന പ്രതിബിംബങ്ങൾ പങ്കുവെയ്ക്കുന്നത്.

സ്ത്രീചിന്തകളുടെ കഠിനമായ പക്ഷപാതങ്ങൾ സംവേദനാത്മകമായ സഞ്ചാരമാകുമ്പോൾ വൈയക്തിക ജീവിതത്തിൽ അവൾ കയ്യാളുന്ന ആത്മതലങ്ങൾക്ക് പരിവർത്തനമാവുകയാണ് തുടർന്നുമുള്ള കഥകൾ. ഈ പക്ഷപാതങ്ങളുടെ സ്വയം സഞ്ചാരങ്ങളിൽനിന്ന് അകന്നുനില്ക്കാനാകാത്ത വ്യക്തിനിഷ്ഠകളാണ് രചനകളിൽ മാനസി വെളിവാക്കുന്നത്. പുരുഷനായ ഒരെഴുത്തുകാരനും

പ്രാപ്യമല്ലാത്ത രചനാലോകമായി മാനസിയുടെ കഥകൾ മാറാൻ കാരണവും ഇതായിരിക്കാം.

സ്വയം ബലിയർപ്പിക്കുന്ന കഥാപാത്രങ്ങൾപോലും നോവുക മാത്രം ചെയ്യിക്കുന്ന പ്രഹരങ്ങളെ സ്ത്രൈണത യുടെ വെല്ലുവിളികളാക്കി മനസ്സിൽ വിളക്കിച്ചേർക്കുന്നത് ഈ അപ്രാപ്യതയുടെ നേട്ടം തന്നെയാണ്. സ്ത്രീയുടെ അതാര്യമായ മറുലോകങ്ങളെ പുരുഷമൂല്യാധിഷ്ഠിതമായ സമൂഹത്തിനുമുന്നിൽ നിലനിറുത്തുന്നതിനുള്ള പ്രബോ ധനപരമായ ഇടപെടലുകളാണ് ഇത്തരം ആവിഷ്കാര ങ്ങൾ. സാമൂഹികവ്യവഹാരത്തിന്റെ പുറംവഴികളിൽ നിന്ന് അവളെ വീണ്ടെടുത്തുകൊണ്ടാണ് മാനസി ഈ ദൗത്യം തുടരുന്നത്. പുരുഷൻ കയ്യാളുന്ന വിശേഷലോകത്തിലേക്ക് എറിഞ്ഞുതകർക്കുന്ന അഹംനാട്യങ്ങളുമായി അവൾ കുതിച്ചുയരുന്നതിന് മാനസിയുടെ കഥകൾ സാക്ഷ്യങ്ങളാ കുന്നത് ഇതുകൊണ്ടൊക്കെതന്നെയാണ്.

അതേസമയം അനുഭവങ്ങളുടെ അഭാവമല്ല, അനുഭവ ങ്ങൾതന്നെ എഴുത്തായി മാറുന്നതാണ് സ്ത്രീ എഴുത്തിന്റെ പ്രത്യേകതയെന്ന് അടുത്ത കാലത്ത് അന്തരിച്ച (27 മാർച്ച് 2012) പ്രശസ്ത അമേരിക്കൻ കവിയും സാമൂഹ്യനിരീ ക്ഷകയും ഫെമിനിസ്റ്റുമായ ആൻഡ്രിയാന റിച്ച് നിരീക്ഷി ക്കുന്നത് മാനസിയെ സംബന്ധിച്ചിടത്തോളം പ്രസക്ത മാണ്. ഒരു വ്യവസ്ഥ അടിച്ചേല്പിക്കുമ്പോൾ സ്ത്രീയെന്നോ പുരുഷനെന്നോ ഉള്ള വ്യത്യസ്തതയില്ല. അതിൽ സ്ത്രീ യുടെ ഭാഗത്തുനിന്നുള്ള കാഴ്ചപ്പാടുകൾ സ്വാഭാവിക മായും കൂടുതൽ അനായാസേന കഥാകാരിയുടെ ആവി ഷ്കാരങ്ങളാകുന്നു. ചെറിയ ചെറിയ ആഗ്രഹങ്ങൾ, സ്വപ്ന ങ്ങൾ, ആഹ്ലാദങ്ങൾ എല്ലാം പൊഴിഞ്ഞുപോകുന്നത് കാണുന്നതുപോലെതന്നെ ഗുപ്തമായ രാഷ്ട്രീയ അധിനി വേശങ്ങളെയും അത് സൃഷ്ടിക്കുന്ന ആന്തരിക വൈഷമ്യ ങ്ങളെയും അരിച്ചെടുത്ത് ആവിഷ്കരിക്കുകകൂടി ചെയ്യുന്നുണ്ട് കഥാകൃത്ത്. സ്വന്തമായി ആർക്കും ഒന്നിനും ഇടം തികയാ ത്തവരുടെ ലോകത്ത് വിഭ്രാന്തികളിലും നഷ്ടബോധത്തിലും ജനിക്കുന്ന നാഗരിക കഥകളിൽ ഇത് കൂടുതൽ സ്പഷ്ട മാണ്. ഇത്തരത്തിൽ അന്യവത്കരണത്തിന്റെ നാഗരിക ചരിത്രത്തിന് അവകാശപ്പെടാവുന്ന ഒരു കഥയാണ്

'കുരങ്ങന്മാർ'. വളരെ ശ്രദ്ധാപൂർവമാണ് ഈ കഥ വിടർന്നു വളരുന്നത്. ഒരു ദൃക്സാക്ഷിയായി നിന്നുകൊണ്ട് സ്ഥല സമയങ്ങളുടെ പതുക്കെ പതുക്കെയുള്ള വികാസത്തെ ഇണക്കിച്ചേർക്കുകയാണ് കഥാകൃത്ത് ചെയ്യുന്നത്.

കാലിൽ അരിച്ചുകയറുന്ന ഒരെറുമ്പിനെപോലും സ്നേഹിക്കാൻ തോന്നുന്ന നേർത്ത തണുപ്പുള്ള സുഖ കരമായ ഒരു പ്രഭാതത്തിൽ നിന്നാണ് 'കുരങ്ങന്മാർ' എന്ന കഥ തുടങ്ങുന്നത്. ചായയും പത്രവുമായി ബാൽക്കണി യിൽ ഇരിക്കുന്ന കഥാകൃത്തിന്റെ കാഴ്ചയിൽ എത്തിപ്പെട്ട ആ അതിഥിയുടെ സൂചിമുനപോലെ കൂർപ്പിച്ചു നിർത്തിയ ചാരനിറമുള്ള കണ്ണുകൾ അതീവശാന്തങ്ങളായിരുന്നു. പിഞ്ചുകുഞ്ഞിന് മുലയൂട്ടിക്കൊണ്ട് കടല ചപ്പിക്കൊണ്ടി രുന്ന അതിന്റെ മുഖം മഴ തിമിർത്ത് പെയ്തുതീർന്നിടത്ത് പെട്ടെന്നുദിച്ച വെയിൽപോലെ പ്രസന്നമായിരുന്നു. അകത്തും പുറത്തും പ്രകടമായ ഈ ശാന്തതയിൽനിന്ന് മനുഷ്യന്റെ ക്രൗര്യം ഉണർത്തിയെടുക്കുന്ന മൃഗീയതയി ലേക്കാണ് കഥ നീളുന്നത്.

മകനെ വിളിച്ചുണർത്തി കാണിച്ചുകൊടുത്ത കാഴ്ച യിലേക്ക് അടുത്ത ഫ്ളാറ്റുകളിലെ കുട്ടികളും പിന്നെ മുതിർന്നവരും എത്തിച്ചേരുന്നതോടെ മനുഷ്യനെന്ന വർഗം തലപ്പൊക്കുന്നു. പ്രഭാതം പതുക്കെ ചൂടാവാൻ തുടങ്ങി യതോടെ ആൾക്കൂട്ടത്തിന്റെ ശബ്ദത്തിന്റെ മുഴക്കവും കൂടിക്കൂടിവന്നു. ഒരു വിമാനത്തിന്റെ ഇരമ്പൽപോലെ അത് അസഹ്യമായി മാറുന്നതിനൊപ്പം കുരങ്ങന്റെ ശാന്ത തയും നഷ്ടപ്പെട്ടുകൊണ്ടിരുന്നത് കൃത്യമായ ഇമേജറികളി ലൂടെയാണ് കഥയിൽ നിർണയിക്കപ്പെടുന്നത്. എല്ലാവരുടെ മേൽക്കൂടിയും ഒരു നിശ്വാസത്തിന്റെ ചൂടോടെ കടന്നു പോകുന്ന കണ്ണുകളുമായി അങ്ങോട്ടുമിങ്ങോട്ടും നടക്കുന്ന കുരങ്ങനിൽനിന്ന് ചോരവാർന്നൊലിച്ച മുഖത്തോടെ കണ്ണുകളിൽ സൗമ്യതയില്ലാത്ത അസ്വാസ്ഥ്യങ്ങളിലേ ക്കാണ് വെയിൽ മൂക്കുന്നതോടെ കഥ കയറിപ്പോകുന്നത്. വെറുതെ, ഒരു ന്യായീകരണവുമില്ലാതെ കുരങ്ങനുമേൽ വന്നു വീണുകൊണ്ടിരുന്ന കല്ലുകൾ മനുഷ്യന്റെ മൃഗീയ തയുടെ അവകാശങ്ങളായിരുന്നു. യാചനാപൂർണമായ അതിന്റെ കണ്ണുകൾ മനസ്സിൽ രണ്ടു വലിയ തുളകളുണ്ടാ ക്കുന്നതായിരുന്നു. മാറിൽ അള്ളിപ്പിടിച്ചിരുന്ന കുഞ്ഞ്

കൈവിട്ടുപോകുന്നതോടെ പരസ്പരം ആക്രോശിക്കുന്ന മൃഗവും മനുഷ്യനും ഒന്നാകുന്ന ആൾക്കൂട്ടത്തിന്റെ മനശ്ശാസ്ത്രം കഥയെ പൂർത്തീകരിക്കുന്നു. കുരങ്ങന്റെയും കുഞ്ഞിന്റെയും മരണത്തോടെ ജീവിക്കാനുള്ള അവകാശം മനുഷ്യരെന്ന് അഭിമാനിക്കുന്ന ഇവർക്കു മാത്രമാണെന്ന് സ്ഥാപിക്കുമ്പോൾ ആധുനികരുടേതെന്ന് പറയുന്ന സംസ്കാരത്തിന്റെ പാടയെയാണ് കഥാകൃത്ത് കീറിക്കളയുന്നത്.

പാലക്കാടൻ ഫ്യൂഡൽ സംസ്കാരത്തിന്റെ പശ്ചാത്തലത്തിൽ ജനച്ചുവളർന്ന കഥാകൃത്തിനെ സംബന്ധിച്ചിടത്തോളം ആധിപത്യത്തിന്റെയും അടിമത്തത്തിന്റെയും ജീവിതവഴികൾ അപരിചിതങ്ങളല്ല. മനുഷ്യത്വരഹിതമായ അധികാരനീതിയുടെ ക്രൗര്യമുനകളും അതേറ്റുപിടയുന്ന നിസ്സഹായജന്മങ്ങളും മാനസിയുടെ പല കഥകളുടെയും പ്രമേയങ്ങളാണ്. 'മതിലുകൾ' എന്ന കഥയും ഈ ശ്രേണിയിൽപെടുന്നു.

ജാതിമേൽക്കോയ്മയുടെ ധാർഷ്ട്യം നിറഞ്ഞ ഇഷ്ടാനിഷ്ടങ്ങൾ നിശ്ചയിക്കുന്ന സാമൂഹികനൈതികതയിൽ അടിയാളജന്മങ്ങളുടെ ജീവനും ജീവിതത്തിനും വിലയില്ലെന്ന് കല്പിക്കുന്ന അധികാരവ്യവസ്ഥയുടെ ഹിപ്പോക്രസിയെയാണ് 'മതിലുകൾ' പൊളിച്ചുമാറ്റുന്നത്. ക്ഷുഭിതയൗവനങ്ങൾപോലും വളർന്ന് അവരുടെ ഊഴമെത്തുമ്പോൾ ദയാശൂന്യമായ ഇതേ അധികാരവ്യവസ്ഥയുടെ അടുത്ത കണ്ണിയായി സ്വയം സ്ഥാനം ഏറ്റെടുക്കുന്നു. വിപ്ലവത്തിന്റെ അവസാനതുടിപ്പുപോലും ഭരണഗർവിന് വഴിമാറ്റിക്കൊണ്ട് അധികാരപാരമ്പര്യത്തിന്റെ രുചിയേറ്റെടുക്കുന്ന രഘു എന്ന കഥാപാത്രത്തിലൂടെ ഇത് തീർച്ചപ്പെടുത്തുന്നുണ്ട് മാനസി.

'മങ്ങുന്ന വെയിൽ' എന്ന കഥ ഇതിന്റെ മറ്റൊരു ആഖ്യാനമാണ്. ഗ്രാമ്യമായ നിഷ്കളങ്കതയോടെ തങ്ങളുടെ മേൽ വന്നുവീഴുന്ന ചാട്ടവാറുകൾ തലകുനിച്ചുകൊണ്ട് നേരിടുന്ന കീഴ്ജാതി ജന്മങ്ങളെ വലിഞ്ഞുകീറുന്ന മുറുക്കത്തോടെ മങ്ങുന്ന വെയിൽ പകർത്തിത്തരുന്നു. അമ്മയ്ക്ക് മാത്രം കാണാവുന്ന കണ്ണുകളോടെ മകനെ സ്പർശിക്കുന്ന അപൂർവമുഹൂർത്തങ്ങൾ അതിഭംഗിയായിട്ടാണ് ഈ കഥ

ചിത്രീകരിക്കുന്നത്. നഗരത്തിന്റെ അമിതസംസ്കാരത്തിൽ ജീവിക്കുമ്പോഴും പ്രാകൃതനീതിയെ നിരാകരിക്കാൻ തയ്യാറാകാത്ത പൊയ്മുഖമാണ് പാട്ടീൽ എന്ന കഥാപാത്രം പ്രതിനിധീകരിക്കുന്നത്. സ്വന്തം ബാല്യത്തിലെ ഓർമ്മകൾ ചേർത്തിണക്കിക്കൊണ്ട് ഗ്രാമമായാലും നഗരമായാലും അധികാരരൂപങ്ങളുടെ നിഷ്ഠുരനീതികൾക്ക് എവിടെയും സമാനമായ ഗൂഢലക്ഷ്യങ്ങളാണെന്ന് മാനസി സമർത്ഥിക്കുന്നു.

ഇടങ്ങളുടെ അഭാവമാണ് നാഗരികതയുടെ ഏറ്റവും വലിയ വെല്ലുവിളി. സ്വന്തമായി ആർക്കും ഒന്നിനും ഇടം തികയാത്തിടത്ത് അകപ്പെട്ടുപോകുന്നതിന്റെ വിഭ്രാന്തിയും നഷ്ടബോധവും മറികടക്കാനുള്ള വ്യഗ്രത അതുകൊണ്ടു തന്നെ മഹാനഗരത്തിന്റെ കഥാകാരിക്ക് അന്യമാകുന്നില്ല. ഒരുപക്ഷേ ആനന്ദിനെയും എം. മുകുന്ദനെയും ഒഴിച്ചു നിറുത്തിയാൽ മഹാനഗരങ്ങളുടെ ആത്മകഥകൾ പറയുന്നതിന് അക്കാലത്തെ പ്രവാസി എഴുത്തുകാരൊന്നും അത്രയേറെ ശ്രമങ്ങൾ നടത്തിയിട്ടില്ല.

പ്രവാസലോകത്തിലിരുന്ന് സ്വദേശത്തിന്റെ കഥകളെഴുതിയിരുന്നവരുടെ ഇടയിലിരുന്നുകൊണ്ട് മാനസി നഷ്ടപ്പെട്ടുപോയ വിശാലതകളെ നാഗരികതയുടെ ഇടുക്കുകളിൽ തിരയുകയായിരുന്നു. ഒറ്റമുറി ഫ്ളാറ്റിന്റെ ബാൽക്കണിയുടെ കൈവരിയിൽ ചട്ടികൾ വെയ്ക്കുന്നതിനായി റിംഗുകൾ ചേർത്തുപിടിപ്പിച്ച് അതിൽ ചെടികൾ വളർത്തുന്ന നഗരവാസി നഷ്ടപ്പെട്ടുപോയ ഒരു പൂവിനെയും മരത്തെയും കാടിനെയുമാണ് തിരിച്ചുപിടിക്കാൻ ശ്രമിക്കുന്നത്. അനുഭവത്തിന്റെ പരിശീലനങ്ങളിൽ തനിക്കു കിട്ടിയ കാഴ്ചപ്പാടുകളെ അതേ അന്തരീക്ഷത്തിന്റെ നെരിപ്പോടിൽ വെച്ചുതന്നെ ഒരു മുത്തുച്ചിപ്പിയാക്കി പുറത്തെടുക്കുന്ന കലകൂടിയാണത്.

പരിഷ്കൃതജീവിതത്തിന്റെ അരാജകത്വത്തിൽ അനുഭവിക്കുന്ന ഏകാന്തതയുടെ വന്യതയിലേക്ക് സ്വയം അയഞ്ഞുപോകുന്നതിന്റെ സൗന്ദര്യാത്മകതയെ കഥകൾ അങ്ങനെ സ്വന്തമാക്കുന്നു. അതോടൊപ്പം ഈ അന്യവല്കരണം നഗരത്തിന്റെ മാത്രം സ്വഭാവമല്ലെന്ന് പറയാനുള്ള ധൈര്യമാണ് മാനസി കാണിക്കുന്നത്. നാട്യങ്ങളില്ലാത്ത ഗ്രാമം എന്നത് വിശ്വസിക്കാനാകാത്തവിധം

പരിണമിച്ചുകഴിഞ്ഞു. ആധിപത്യ ഘടനകളിലും സാമൂഹ്യ സ്വരൂപങ്ങളിലും മാറിമാറിവന്നുകൊണ്ടിരിക്കുന്ന സംസ്കാരത്തിന്റെ രാഷ്ട്രീയത്തെ കണ്ടില്ലെന്നു നടിക്കാൻ കഥകളുടെ ആശയങ്ങൾക്കാവുന്നില്ല. 'മങ്ങുന്ന വെയിലും കുരങ്ങന്മാരും കലങ്ങുന്ന പ്രതിബിംബങ്ങളു'മെല്ലാം ഇത്തരം മാറ്റങ്ങളുടെ നിർമാണവൃത്താന്തങ്ങളാണ്. മഴയുടെ കണ്ണാടിക്കഷ്ണങ്ങളിലേക്ക് മനശ്ശാസ്ത്രപരമായ അതാര്യതലങ്ങൾ ആരോപിച്ചുകൊണ്ടാണ് പുരുഷൻ കീഴ്പ്പെടുത്തുന്ന സ്ത്രീയെന്ന പ്രകൃതിയെ മഴയെന്ന കഥയിൽ കാഴ്ചവെയ്ക്കുന്നത്. സ്ത്രൈണതയ്ക്ക് സ്ത്രീ മാത്രമല്ല അവകാശി എന്നിരിക്കെ സ്ത്രീയെന്ന പദവിയിൽ മാത്രം കുരുക്കിയിടേണ്ട സംവേദനക്ഷമതയല്ല മാനസി ഈ കഥാസമാഹാരത്തിൽ നിവർത്തിവെയ്ക്കുന്നത്. ■

വേര്

പാതയിൽ നിരന്നുനിന്നിരുന്ന മെലിഞ്ഞ വിളക്കുകാലുകൾക്കു മുകളിൽ തിളങ്ങുന്ന കിരീടങ്ങളെ അടുക്കളയിലെ വീതിയിൽ ചാരി നോക്കി നിന്നപ്പോൾ അവൾ വീണ്ടും അമ്മമ്മയെക്കുറിച്ചാണ് ഓർത്തത്. നൂറ് ഉറുപ്പിക ദിവസ വാടകയുള്ള ആശുപത്രി മുറിയിൽ നാലു ഡോക്ടർമാരുടെ നടുക്ക് കിടന്ന് അമ്മമ്മ മരിച്ചു. ചൈതന്യമുള്ള ജഡത്തിന് ചുറ്റുമിരുന്ന് ചുമതല തീർക്കുകയാണെന്നതുപോലെ കരഞ്ഞുതീർക്കുന്ന ജീവശ്ശവങ്ങളെ നോക്കിനിന്നപ്പോൾ തമാശ തോന്നി. അല്ലെങ്കിലും ഇന്നലെ കരച്ചിൽ ഒരു അപരിചിത വസ്തുവെപ്പോലെ ആയിരുന്നു. അങ്ങനെയാണ് ആശുപത്രിവരാന്തയിൽ അവസാനം ഒറ്റയ്ക്ക് അടിഞ്ഞത്.

വരാന്തയിൽ കുറച്ചകലെ മുത്തശ്ശൻ തലകുനിച്ചിരുന്നു. മുഖം പൊക്കി മുത്തശ്ശൻ നോക്കിയപ്പോൾ അലസതയുടെ ഏറ്റവും തെളിഞ്ഞ നിസ്സംഗതയോടെ ഒന്നു ചിരിക്കാനാണ് തോന്നിയത്. അങ്ങനെതന്നെ ചെയ്യുകയും ചെയ്തു. അമ്മയെ ആശ്വസിപ്പിക്കുന്ന ബന്ധുജനങ്ങളുടെ മുഴങ്ങുന്ന ശബ്ദത്തിന്റെ പശ്ചാത്തലത്തിൽ മുത്തശ്ശന്റെ അന്തംവിട്ട മുഖം ഒരു കാഴ്ചയായിരുന്നു.

വളരെ ദിവസത്തിനുശേഷം സംതൃപ്തി ഒരു നിമിഷത്തേക്കെങ്കിലും അറിഞ്ഞത് മറന്നിട്ടില്ല. വരാന്തയുടെ ആളൊഴിഞ്ഞ മൂലയിൽ വന്ന് മിഴിച്ചിരുന്നതിന് അച്ഛൻ എന്തൊക്കെയോ പറഞ്ഞു. എഴുന്നേൽക്കാൻ ഉത്സാഹം തോന്നിയില്ല. കൈപിടിച്ചു വലിച്ചു അച്ഛൻ. തണുത്തുറഞ്ഞിരുന്നു കൈ എന്നു തോന്നുന്നു. പരിഭ്രാന്തിയോടെയാണ് അച്ഛൻ കൈവിട്ടത്. അകത്തേക്ക് കടക്കുമ്പോൾ അമ്മമ്മയുടെ മുഖം മൂടിത്തന്നെ ഇട്ടിരുന്നു. വടിവൊത്ത മൂക്കിന്റെ അറ്റം ഉയർന്നു കാണാം. ശവം പുറത്തേക്കെടുക്കുമ്പോൾ മുത്തശ്ശൻ വാവിട്ടു കരഞ്ഞു. ''എന്റെ കാർത്തു പോയി. എന്റെ വലതുകൈ പോയി.''

തേങ്ങലുകൾക്കിടയിൽ കുലുങ്ങുന്ന ആ ശരീരത്തെ നോക്കി നിൽക്കുകയായിരുന്നു താൻ. മുത്തശ്ശന്റെ കണ്ണുകൾ തന്റെ മുഖത്തു

തട്ടിയപ്പോൾ ഇമയടയ്ക്കാതെ താൻ അവയിലേക്ക് തന്നെ നോക്കി നിന്നു. മറന്നുപോയ പണിയുടെ തുടർച്ച ചുമതലാബോധത്തോടെ ഏറ്റെടുക്കുന്നതുപോലെ, ധൈര്യമില്ലാതെ വേയ്ക്കുന്ന കണ്ണുകൾ താഴ്ത്തി, പിന്നെ വീണ്ടും മുത്തശ്ശൻ വിലപിക്കാൻ തുടങ്ങിയപ്പോൾ അമ്മമ്മ ചിരിച്ചിരിക്കണം. അല്ലെങ്കിൽ താൻ ചിരിച്ചു. ചുണ്ടിൽ അപ്പോൾ വന്ന ആ കോടിയ ചിരി ഇനി മായ്ക്കേണ്ടതില്ലെന്നു തോന്നുന്നു. അതു തിരിച്ചുനിർത്താൻ പറ്റിയ കാര്യങ്ങൾക്ക് ജീവിതത്തിൽ ക്ഷാമം ഉണ്ടാവാനിടയില്ല.

തിരണ്ട ദിവസം ഇരുട്ടകത്തെ അണിഞ്ഞ മാവിനുമുകളിൽ വെള്ളയും കരിമ്പടവും ഇട്ടിരിക്കുമ്പോൾ, നീണ്ട സ്വർണമാല അമ്മായി കഴുത്തിൽ ഇട്ടു തരുമ്പോഴായിരുന്നു അമ്മമ്മ പറഞ്ഞത്. ''നീ ദുഃഖിക്കാൻ തുടങ്ങുകയാണ്.''

വെറ്റിലയിൽ ചുണ്ണാമ്പ് തേയ്ക്കുകയായിരുന്ന അവരുടെ ചിരിക്കുന്ന മുഖം മുത്തശ്ശന്റെ ശബ്ദം അകത്തളത്തിൽ കേട്ടതും മുറുകി. മുണ്ടിന്റെ കോന്തലയിൽ വിരൽ തുടച്ച് ധൃതിയിൽ നടന്നുപോയി. മിന്നൽപോലെ പാളുന്ന മുത്തശ്ശന്റെ കല്പനയുടെ സ്വരം. ഇടയ്ക്കുള്ള നിശ്ശബ്ദതകളിലൂടെ സമയംപോലും ഒഴുകാതെ നിന്നു.

വെളുത്ത കാലടികളിൽ പടർന്ന നീലഞരമ്പുകളും തേഞ്ഞ കുതിയിൽ വിള്ളലുകൾ വരച്ച കറുത്ത വരകളും എന്നും വിരോധാഭാസംപോലെ തോന്നിയിരുന്നു. തീയുടെ പുകകൊണ്ട് തുടുത്ത മുഖവും വെള്ളം നിറഞ്ഞ കണ്ണുകളുമായി മുത്തശ്ശന്റെ മുറിയിലേക്കും അവിടന്നിങ്ങോട്ടും ഇടവിടാതെ ഓടുന്നത് കാണുമ്പോൾ, തലയിൽ തേയ്ക്കാനുള്ള താളിയും നെറ്റിയിൽ തൊടാനുള്ള മുക്കുറ്റിയും അരച്ചത് കൈയിലേന്തിയ വേലക്കാരത്തിയുടെ കൂടെ കസവുപുടവയുടുത്ത് കുളത്തിലക്ക് നടക്കാറുള്ള തറവാട്ടിലെ ഓമനയായിരുന്ന അവരെക്കുറിച്ച് നാണിയമ്മ പറഞ്ഞതാണ് ഓർമ്മ വരാറ്.

മുത്തശ്ശന്റെ ആജ്ഞകൾ പേറിവരുമ്പോൾ ഇടവഴിയിൽ ഒന്നു നിൽക്കും. പരുത്ത മേൽമുണ്ടിന്റെ അറ്റം ചുരുട്ടിച്ചുരുട്ടി കണ്ണുകൾ തുടയ്ക്കും. ബാക്കിയാവുന്ന കലങ്ങിയ കണ്ണുകളിൽ പുഞ്ചിരിയായിരിക്കും. നീണ്ട വീട്ടിക്കട്ടിലിൽ മലർന്നുകിടന്നിരുന്ന മുത്തശ്ശന്റെ കാൽക്കൽ ഇരുന്ന് കാൽ തടവുന്ന അവരുടെ രൂപമാണ് മായാതെ നിൽക്കുന്ന മറ്റൊരോർമ്മ. ഒരിക്കൽ കാലിൽ തലോടുമ്പോൾ കാലിലുണ്ടായിരുന്ന ചെറിയ മുറിവിൽ സ്വർണവളയുടെ വക്കുകൊണ്ട് വേദനിച്ചതിന് മുത്തശ്ശൻ കിടന്നിടത്തുകിടന്ന് ചവിട്ടിയപ്പോൾ താനുമുണ്ടായിരുന്നു ആ മുറിയിൽ. കട്ടിലിന്റെ ചാരിൽ തല ചെന്നിടിച്ചു. നിവർന്നിരുന്ന് ഭാവഭേദമൊന്നും കൂടാതെ വീണ്ടും കാൽ തടവാൻ തുടങ്ങിയപ്പോൾ മുത്തശ്ശന് സഹിച്ചിരിക്കില്ല. കൈ വലിച്ച് വളയൂരാൻ

ശ്രമിച്ചു. കൈ പിന്നോട്ടൊന്ന് വലിക്കുകപോലും ചെയ്യാതെയാണ് അമ്മമ്മ പറഞ്ഞത്, ''അമ്മ തന്ന വളയാണ്.''

ഊരിയ വള ജനലിലൂടെ തൊടിയിലെത്തിയിട്ടും കാൽതടവൽ തുടർന്നുകൊണ്ടിരുന്നു. പത്തുപതിനൊന്നുവയസ്സേ അന്ന് തനിക്ക് ഉണ്ടായിരുന്നുള്ളൂ. വൈകുന്നേരം തൊടിയിൽ നിന്നും ആ വള തപ്പി യെടുത്ത് അമ്മമ്മ കിഴക്കെ അലമാരിയിൽ വെച്ചു. അതു മാത്രമല്ല എല്ലാ വളകളും. അമ്മമ്മയുടെ ഒഴിഞ്ഞ കൈത്തണ്ടയിൽ പിടിച്ച് കുളത്തിലേക്ക് നടക്കുമ്പോഴായിരുന്നു ചോദിച്ചത്, ''അമ്മമ്മയ്ക്കിഷ്ട മാണോ മുത്തശ്ശനെ?''

അവർ ചിരിച്ചു. നെറുകയിൽ തലോടി. ''നീയും പെണ്ണല്ലേ?'' എന്നു ചോദിച്ചു.

അന്നൊന്നും മനസ്സിലായില്ല. അളന്നാൽ തീരാത്ത നെല്ലുള്ള പത്തായത്തിനു പുറത്ത് ഉച്ചയ്ക്ക് ചോറുവെയ്ക്കാൻ കാര്യസ്ഥൻ അളന്നുതരുന്ന നെല്ലിനുവേണ്ടി മുഷിഞ്ഞിരിക്കാറുള്ള അമ്മമ്മ കര യുന്നത് ഒരിക്കലേ കണ്ടിട്ടുള്ളൂ. അമ്മാവന് വസൂരിയായിരുന്നു. മാരിയമ്മൻ കോവിലിലേക്ക് വഴിപാടിന്, അമ്മമ്മ പ്രാർത്ഥിച്ച പട്ടു മായി പോയിരുന്ന നീലിപ്പെണ്ണിനെ മുത്തശ്ശൻ വഴിയിൽ വെച്ചാണ് കണ്ടതത്രെ. പട്ട് തുണ്ടംതുണ്ടമായി കീറി. തൊടിയിലേക്ക് വലി ച്ചെറിഞ്ഞ ആ പട്ടുകഷണങ്ങൾ വീണത് അമ്മമ്മയുടെ കണ്ണിലാ ണെന്നാണ് അവരുടെ കണ്ണുകൾ കണ്ടപ്പോൾ തോന്നിയത്. മയങ്ങി ക്കിടന്നിരുന്ന അമ്മാവന്റെ കട്ടിലിന്റെ കാൽക്കലിരുന്ന് തേങ്ങിക്കരഞ്ഞ രൂപം അവരാണെന്ന് ഇന്നുപോലും വിശ്വസിക്കാൻ തോന്നുന്നില്ല. നിരീശ്വരവാദിയായിരുന്നത്രേ മുത്തശ്ശൻ.

ഏഴാമത്തെ ദിവസം അമ്മാവൻ മരിച്ചപ്പോൾ അമ്മമ്മ കരഞ്ഞി ല്ലെന്നത് ഇപ്പോഴും നല്ല ഓർമ്മയുണ്ട്. മുത്തശ്ശന്റെ ദിനചര്യകൾക്കു പോലും അന്ന് അവർ മാറ്റം വരുത്തിയില്ല. പണിത് തളരുന്ന ശരീരം അവർ സ്വന്തം രഹസ്യമായി സൂക്ഷിച്ചു. സന്ധ്യയ്ക്ക് മരത്തൂണിൽ ചാരി ഇരുന്ന് തന്നെ മടിയിൽ കിടത്തി തലമുടിയിൽ തലോടി ത്തരുമ്പോൾ അവർ എത്രയോ അകലെയാണെന്ന് എപ്പോഴും തോന്നി യിട്ടുണ്ട്.

വെളുത്ത, വിലകുറഞ്ഞ മുണ്ടും മല്ലിന്റെ ബ്ലൗസും ഈർക്കിൽ ക്കര വേഷ്ടിയും മാത്രം ധരിക്കുന്ന അവരോട് നിറമുള്ള വസ്ത്ര ങ്ങളുടെ കാര്യം പറഞ്ഞത് ഇതുപോലൊരു സന്ധ്യയ്ക്കായിരുന്നു. മൂന്നുദിവസം കഴിഞ്ഞാൽ 'കീറിപ്പോകുന്ന തുണിയിലെന്തിനാ പണം ഇടണ്' എന്നാണ് മുത്തശ്ശൻ ചോദിച്ചത്. അത് പറഞ്ഞു കഴിഞ്ഞ് ചിരിച്ച ചിരിയുടെ അർത്ഥം മനസ്സിലാക്കാൻ തക്കവിധം

വളർന്നിരുന്നു അന്ന്. ആ ചോദ്യം മറ്റു പലതിനേയുംപോലെ പിന്നീടിതുവരെ ചോദിച്ചിട്ടില്ല, അവരുടെ ചിരി അസഹനീയമായിരുന്നു. കയറിലൂടെ നടക്കുന്ന സർക്കസ്സുകാരുടെ സമനില തെറ്റാതിരിക്കുന്നതിനുള്ള കുടപോലെയായിരുന്നു അത്.

തന്റെ കല്യാണത്തിന്റെ തലേദിവസം രാത്രി അമ്മമ്മയുടെ മടിയിൽ കിടന്നാണ് ഉറങ്ങിയത്.

''ആശിക്കാൻ തോന്നാതിരുന്നാൽ പകുതി ജയിച്ചു.'' അവർ പറഞ്ഞു. ''ആശിച്ചത് വേണ്ടെന്നുവെക്കാൻ കഴിഞ്ഞാൽ മുഴുവനും ജയിച്ചു, കാരണം അറിയോ മണിക്കുട്ടിക്ക്?''

''ഇല്ല.''

''നമുക്ക്, പെണ്ണുങ്ങൾക്ക് ആശിക്കാം എന്ന് ആരാ പറഞ്ഞിരിക്കണത്?''

ഒന്നും മിണ്ടിയില്ല. തടവൽ നിർത്തിയിരുന്ന വിരലുകൾ വീണ്ടും ചലിക്കാൻ തുടങ്ങി.

''പരിഭ്രമിക്കാനൊന്നും പറഞ്ഞതല്ല. അങ്ങനെ ആരും പറഞ്ഞിട്ടില്ല ഇതുവരെ.'' അവർ തന്നോടെന്നപോലെയാണ് ചിരിച്ചത്. ''കുട്ടൻ പോയപ്പോ കൂടെ പൂവ്വായിരുന്നൂന്ന് എന്നിട്ടും ആശിച്ചു.''

ക്ഷയരോഗിയായ അമ്മമ്മയെ അധികം സംസാരിക്കാൻ അനുവദിക്കരുതെന്ന് അമ്മ പ്രത്യേകം പറയുന്നതാണ്. മുഖത്തുനോക്കി പക്ഷേ പറഞ്ഞില്ല.

''കുട്ടി നാളെ പൂവും, അതോണ്ട് പറയേ. അമ്മമ്മ മരിച്ചാൽ കുട്ടി വരണം.''

തഴമ്പുറച്ച കൈകളിൽ താനന്ന് മുറിക്കിപ്പിടിച്ചു. നേർത്ത സ്വർണച്ചെയിനിൽ കോർത്തിട്ട അമ്മമ്മയുടെ താലി നിലാവിന്റെ മങ്ങിയ വെളിച്ചത്തിൽ തലയ്ക്കുമീതെ തൂങ്ങിക്കിടന്നു. ഒരു മുത്തുമാലയ്ക്കുവേണ്ടിയുള്ള ആഗ്രഹം പറഞ്ഞപ്പോൾ മുത്തശ്ശൻ കാർക്കിച്ചുതുപ്പിയത്രെ. ആ അധികപ്രസംഗം മറക്കാൻ മുത്തശ്ശന് ഒരുപാട് കാലത്തേക്ക് സാധിച്ചില്ല.

ഇങ്ങോട്ട് കിട്ടുന്ന അധിക്ഷേപങ്ങൾക്കല്ലാതെ പരാതികൾക്ക് അവകാശമില്ലാതിരുന്ന അവരുടെ ലോകത്ത് അവരൊരു വിജയമായിരുന്നു എന്ന് ഇപ്പോഴും തോന്നുന്നു. രക്തം ഛർദിച്ച ആദ്യത്തെ ദിവസം അമ്മമ്മ, തന്നെയാണ് വിളിച്ചത്. നീളൻ കോലായിലെ തണുത്ത നിലത്ത് അന്ന് എത്രനേരം ഇരുന്നെന്ന് ഓർമ്മയില്ല. ഛർദ്ദിച്ചതിന്റെ ക്ഷീണവുമായി തന്റെ തോളത്ത് തല ചായ്ച് ഉറങ്ങുകയായിരുന്നു അവർ. ആ ഉറക്കത്തിൽ നിന്നും അവരൊരിക്കലും ഉണരാതിരിക്കണേ എന്നവിടെയിരുന്ന് പ്രാർത്ഥിച്ചിട്ടുണ്ട്. പാൽക്കഞ്ഞിയുടെ

നേരം തെറ്റിയതിന് ഭൂമി കുലുക്കിക്കൊണ്ടാണ് മുത്തശ്ശൻ കടന്നു വന്നത്. അമ്മമ്മ ഉണർന്നിരുന്നില്ല. അന്ന് എന്തെന്നില്ലാത്ത ധൈര്യത്തോടെ താൻ ശബ്ദമുണ്ടാക്കരുതെന്ന് ആംഗ്യം കാട്ടി. പുളിഞ്ഞ പുരികങ്ങൾ അതേപടി നിന്നു മുത്തശ്ശന്റെ.

''ഉം... എന്താ നാടകം?''

മുഴങ്ങുന്ന ശബ്ദം. വേറെങ്ങും അഭയമില്ലാത്ത നിസ്സഹായരായ അടിമകളാണ് തങ്ങളെന്ന ബോധം പുകപോലെ കണ്ണുകൾ മൂടി. അമ്മമ്മയുടെ തല സ്വന്തം ചുമലിൽ ഒന്നുകൂടി അമർത്തിവെച്ചതപ്പോഴാണ്. അമ്മമ്മ ഞെട്ടി. മുത്തശ്ശന്റെ മുഖം കണ്ടതും ചാടി എഴുന്നേറ്റു. മുണ്ട് തട്ടിക്കുടഞ്ഞ് തന്റെ കൈപിടിച്ചുവലിച്ചു.

''വരൂ.''

ഏതുനേരവും മുത്തശ്ശന്റെ ചവിട്ട് പ്രതീക്ഷിച്ചിരുന്നു എന്നു തോന്നിയിരുന്നു ആ മുഖം കണ്ടാൽ. ആ നിമിഷം, തന്റെ ഉള്ളിൽ വെറുപ്പ് കഴുകിക്കളയാനാകാത്തവിധം കറപിടിച്ച ആ നിമിഷം, ഇപ്പോഴും അതേ തെളിമയോടെയുണ്ട്.

അന്ന് പാൽക്കഞ്ഞിയുടെ പാത്രം മടക്കിക്കൊണ്ടു പോരുമ്പോഴും അവർ കിതച്ചിരുന്നു. നേരം വൈകിയതിന്റെ പേരിലായിരിക്കണം, പാത്രം നിറഞ്ഞുതന്നെയിരുന്നു. അത് കൊട്ടത്തളത്തിലേയ്ക്ക് ഒഴിച്ചുകളഞ്ഞ് അടുത്തു നിൽക്കുകയായിരുന്ന തന്റെ ചുമലിൽ പിടിച്ചു. എന്നിട്ട് പതുക്കെ ചിരിച്ചു. ''വയ്യാതായിത്തുടങ്ങീന്നാ തോന്നണ്.'' അവരുടെ സ്വരത്തിന് കുറ്റബോധമായിരുന്നു കൂടുതൽ. തന്റെ മുഖത്തെ വെറുപ്പും ദേഷ്യവും സങ്കടവുമൊക്കെ അപ്പോഴാണ് അവർ കണ്ടത്.

''ഇതിന്റെ ഒന്നും ഒരാവശ്യവും നമ്മുടെ ജീവിതത്തിൽ എവിടേയും വരില്ല. നല്ലതു ചെയ്തതിന്റെ പ്രതിഫലവുമല്ല സന്തോഷം. മണിക്കുട്ടിക്ക് തിരിയ്ണുണ്ടോ?''

അമ്മമ്മ അടുക്കളയിൽ തലതിരിഞ്ഞുവീഴുന്നതുവരെ ആ വീട്ടിലെ യജമാനത്തിയായിരുന്നു അവർ എന്നാരും ഓർമ്മിച്ചില്ല. മുത്തശ്ശന്റെ മൊരച്ച കൈ അമ്മമ്മയുടെ നെറ്റിയിൽ ഔദ്ധത്യത്തോടെ വീണപ്പോൾ അതവിടെ നിന്ന് തട്ടിക്കളയണമെന്നു മാത്രമായിരുന്നു ആശ. അവസാനം ആ കൈ തന്റെ കൈകൊണ്ട് തൊടാനുള്ള വെറുപ്പുകൊണ്ട് തിരിച്ചുപോന്നു.

ഏട്ടന്റെ വിളി ഒരത്യാഹിതംപോലെ കാതിൽ വന്നു വീണപ്പോൾ ഞെട്ടി. വീതനയുടെ പുറത്ത് കരിക്കട്ടകൊണ്ട് വരച്ച രൂപങ്ങൾ കുഴഞ്ഞുമറിഞ്ഞുകിടന്നു. അടുപ്പിലെ തീ കെട്ടിരിക്കുന്നു. കുറേ നേരമായി വിളിച്ചിരിക്കണം. മുത്തശ്ശന്റെ പാൽക്കഞ്ഞിയുടെ സമയം

കഴിഞ്ഞിട്ട് ഏറെ നേരമായി. ഇനി, ഇപ്പോൾ പാൽക്കഞ്ഞിയും കൊണ്ടു ചെന്നാൽ മുത്തശ്ശൻ ജ്വലിക്കുന്ന കണ്ണുകൊണ്ടൊന്നു നോക്കും. അപ്പോളൊന്ന് ചിരിക്കണം. അവളോർത്തു.

''കേട്ടില്ലെ നിയ്യ്?'' ഏട്ടൻ.

എത്രത്തോളം സാവധാനത്തിൽ തനിക്ക് പുറംതിരിയുവാൻ കഴിയുമോ അത്രത്തോളം പതുക്കെയാണ് തിരിഞ്ഞത്. ഏട്ടന്റെ കണ്ണുകൾക്ക് തീയിന്റെതന്നെ നിറം.

''മുത്തശ്ശൻ വിളിക്കാൻ തുടങ്ങിയിട്ട് നേരെത്രയായി?''

''ഉം...'' അവൾ പറഞ്ഞു. ''അടുപ്പിലെ തീകെട്ടു. കൊളുത്തട്ടെ.''

തന്റെ അലസത വല്ലാതെ ദേഷ്യം പിടിപ്പിച്ചു ഏട്ടനെ. മുടിയിൽ പിടിച്ചാണ് വലിച്ചത്. ''എന്താ... എന്താ... നിയ്യ് കരുതീത്.''

''ഏട്ടനറിയണോ അത്? പറയാം. ആദ്യം മുടി വിടൂ.''

കൈയിൽ നിന്നും ഏട്ടൻ വലിച്ചെറിഞ്ഞു മുടി. പുകയുന്ന നോട്ടം. എന്തോ തനിക്ക് ചിരിയാണ് വന്നത്. പുരുഷന്റെ അധികാരത്തിനും ഒരു പരിധിയുണ്ടല്ലോ എന്ന് കരുതിയിട്ടാവണം.

''തീ പിടിക്കട്ടെ. അതിനിങ്ങനെ ഭൂമി കുലുക്കുന്നതെന്തിനാ മുത്തശ്ശൻ? പേടിക്കാൻ അമ്മമ്മയില്ല.''

മുത്തശ്ശന്റെ വിളി പൊടുന്നനെ നിന്നിരുന്നു. പല്ലു കൂട്ടിക്കടിച്ചു. കഞ്ഞിയുടെ ചുവട്ടിൽ ആളിക്കത്തുന്ന തീയിനോടും തോന്നി ദേഷ്യം. അപ്പോൾ മുത്തശ്ശൻ വീണ്ടും വിളിതുടങ്ങി. ശബ്ദം തീരെ നേർത്തിരുന്നു. വീതനയുടെ തിണ്ടിൽ കൈ അമർത്തി നിന്ന് ആ വിളികളൊക്കെ കേട്ടു. ഇരുണ്ട ഇടനാഴിയിലൂടെ ചൂടാറ്റിയ കഞ്ഞിയുമായി വൈകിയ നേരത്ത് കടന്നുപോകുമ്പോൾ സംതൃപ്തി മനസ്സിൽ ഒരു നിശാഗന്ധിയെപ്പോലെ നിന്നു. താൻ തട്ടിമറിച്ചിട്ട ദിനചര്യ ശ്വാസംമുട്ടിക്കുന്ന മുത്തശ്ശൻ ഒരുപക്ഷേ തന്റെ ജീവിതത്തിന്റെ തന്നെ സാധൂകരണമാണ്.

കട്ടിലിന്റെ അടുത്തിരുന്ന സ്റ്റൂളിൽ പാൽക്കഞ്ഞി വെച്ച് അതേപടി തിരിഞ്ഞു പോകാൻ തുടങ്ങിയപ്പോഴാണ് കേട്ടത്.

''ഒന്നുപിടിക്ക്വോ കുട്ടീ എന്നെ?'' മുത്തശ്ശന്റെ വിളി വല്ലാതെ ചിലമ്പിച്ചിരുന്നു.

ഒരു നിമിഷം തിരിഞ്ഞുനിന്നു. മുത്തശ്ശന്റെ ചെന്നിയിലൂടെ ഒലിച്ചിറങ്ങിയ കണ്ണീരിന്റെ പാട്, തന്റെ മുഖം കണ്ടതും വേഗം തുടച്ചു മുത്തശ്ശൻ.

''ഒരുപാട് വിളിച്ചു എല്ലാവരേം.'' മുത്തശ്ശൻ പറഞ്ഞു. ''എണീക്കാനാവ്ണില്ല ഒറ്റയ്ക്ക്.''

മുത്തശ്ശന്റെ വാക്കുകളിൽ പറ്റിപ്പിടിച്ചുനിന്ന കണ്ണീരിന്റെ കണങ്ങളിൽ നോക്കിനിൽക്കുമ്പോഴാണ് അമ്മമ്മയുടെ മുഖം പെട്ടെന്ന് കണ്ണിൽപെട്ടത്. തനിക്കപരിചിതമായ വിധത്തിലാണ് അമ്മമ്മ ചിരിച്ചത്. ചിരിക്ക് ഒരു പൊന്നുസൂചിയുടെ മൂർച്ചയായിരുന്നു. അത് വല്ലാതെ വേദനിപ്പിക്കുകയും ചെയ്തു.

എഴുന്നേല്ക്കുന്നതിനിടയിൽ മുത്തശ്ശൻ തേങ്ങിക്കരയാൻ തുടങ്ങിയത് അപ്രതീക്ഷിതമായിട്ടാണ്.

''അവര് പോയി.'' മുത്തശ്ശൻ. ''അവള് പോയിലോ കുട്ടി.''

അമ്മമ്മയുടെ കൈയിലെ വള ഒറ്റവലിക്ക് ഊരി പുറത്തേക്ക് വലിച്ചെറിഞ്ഞ പ്രതാപിയായ മുത്തശ്ശൻ.

മുത്തശ്ശൻ കിടന്ന കിടപ്പിൽ മൂത്രമൊഴിച്ചുണ്ടായിരുന്ന നനവാണ് കിടക്കയിലാകെ. ഒരു കുറ്റവാളിയെപ്പോലെ നനഞ്ഞ മുണ്ട് മുത്തശ്ശൻ മുറുക്കിപ്പിടിച്ചിരുന്നു. ചിരിക്കണോ എന്ന് ഒരു നിമിഷം ഓർത്തു. അതിനുമുകളിൽ പക്ഷേ ഒരു തീത്തുള്ളിപോലെ അമ്മമ്മയുടെ മുഖം ഇറ്റിയതപ്പോഴാണ്. വിറയ്ക്കുന്ന മൗനം. വീണമരത്തിൽ ഓടിക്കേറാൻ ആർക്കാ വയ്യാത്തത്? ചുറ്റുമുള്ളവരോടുള്ള മുത്തശ്ശന്റെ ആജ്ഞകളുടെ ഔദ്ധത്യത്തിൽ സഹികെട്ട് ''ഛീ'' എന്നുപറയും പോലെയാണ് അമ്മമ്മ പറഞ്ഞത്.

''പറഞ്ഞാൽ മനസ്സിലാവ്ണില്ല.'' അമ്മമ്മ കുളക്കടവിലിരിക്കെ ആകെ പതഞ്ഞു: ''മനസ്സിലാവണേയില്ല. അതാ സങ്കടം. തിരിയ്ണ്ണ്ടോ മണിക്കുട്ടിക്ക്?''

ചൂടുവെയ്ക്കുംപോലെയുള്ള ചോദ്യം. പിടഞ്ഞത് പലതും കീഴ്മേൽ മറിച്ചാണ്.

''ശ്ശി വിളിച്ചു.'' തലയുയർത്താതെ, മുത്തശ്ശൻ നനഞ്ഞ വിരിപ്പിലേക്കു ജാള്യതയോടെ നോക്കി. ''ആരും വന്നില്ല.''

കല്പിക്കാൻ മാത്രമറിയാമായിരുന്ന മുത്തശ്ശന്റെ വാക്കുകൾ എവിടെയൊക്കെയോ ചെന്നു തട്ടി. കൊത്തുവേല ചെയ്ത വീട്ടിമേലാപ്പിൽ, വെള്ളിപ്പിടിവെച്ച വാതിലിൽ, തുപ്പാൻ കാൽക്കൽ വച്ചിരുന്ന ഓട്ടുകോളാമ്പിയിൽ, പിന്നെ ഒടുക്കമൊടുക്കം എന്റെ മനസ്സിൽ. അവിടെനിന്ന് അതെങ്ങോട്ടും പോയില്ല.

''ഒന്നു നീക്കിയിരുത്തട്ടെ.'' നനഞ്ഞ വിരിപ്പ് ചുരുട്ടി താഴേക്കിട്ട് തിരിഞ്ഞതും മുത്തശ്ശൻ ഒരു നിമിഷം കൈയിൽ പിടിച്ചു. കണ്ണുകൾ താഴത്താണ്. ''വിരിപ്പു മാറ്റട്ടെ.'' ഞാൻ പറഞ്ഞു: ''എന്നിട്ട് കിടന്നോളൂ.''

ഈറൻ തോർത്തെടുത്ത് മുത്തശ്ശന്റെ മുഖം തുടപ്പിച്ച് കഞ്ഞി ഒഴിഞ്ഞ കിണ്ണവുമായി മുറിക്ക് പുറത്തു കടക്കുമ്പോൾ, ആ വെള്ളിക്കിണ്ണത്തിൽ കണ്ട സ്വന്തം മുഖം ഞാനൊന്നുകൂടി നോക്കി.

■

കുരങ്ങന്മാർ

നേർത്ത തണുപ്പുള്ള, സുഖകരമായ ഒരു രാവിലെ എന്റെ വീടിന്റെ ബാൽക്കണിയിൽ അന്നത്തെ പ്രഭാതപത്രവും ഒരു കപ്പു ചായയുമായി ഞാനിരിക്കുകയായിരുന്നു. കണ്ണെത്തുന്നിടം വരെയുള്ള തെളിഞ്ഞ ആകാശവും പച്ചച്ച കുന്നിൻപുറത്തുനിന്ന് ഏന്തിവന്ന കാറ്റിന്റെ കുളിരും താഴെയുള്ള വീടുകളിലെവിടെനിന്നോ വരുന്ന സംഗീതത്തിന്റെ തലോടുന്ന അലകളും കാരണം ലോകത്തെ ആകെ ഒന്നു കൈയിലെടുത്ത് കവിളത്തൊരു ഉമ്മ കൊടുക്കാൻ പാകത്തിലായിരുന്നു മനസ്സ്.

നീട്ടിവെച്ചിരുന്ന കാലിലൂടെ കയറി തുടങ്ങിയിരുന്ന ഒരു ചെറിയ ഉറുമ്പിനെ വരെ, കാൽ ശ്രദ്ധാപൂർവം അനക്കാതെ വച്ച്, ഞാൻ സ്നേഹിക്കാൻ തുടങ്ങിയിരുന്നു. ഇന്നലെ ഓഫീസ്ജോലി കഴിഞ്ഞു വന്ന് രാത്രി ആ വിയർപ്പോടും നാറ്റത്തോടുംകൂടി, കുറച്ചു ശുദ്ധവായുവിനുവേണ്ടി പുറത്ത് കാൽനീട്ടി ഇരിക്കുമ്പോഴാണ് ഈ ഉറുമ്പ് എന്റെ കാലിൽ കയറിയിരുന്നതെങ്കിൽ ഒറ്റയടിക്ക് ഞാനതിനെ ഒരു പുനർജന്മംപോലും സാധ്യമല്ലാത്തവിധം ചതച്ചുകളഞ്ഞേനേ. അങ്ങനെ ആലോചിച്ചിരിക്കേ എനിക്കു തമാശ തോന്നി, പലപ്പോഴും ചാവലിൽനിന്ന് രക്ഷപ്പെടാൻ വേണ്ടി കൊല്ലുന്ന നമ്മളെക്കുറിച്ചോർത്ത് സഹതാപവും. അതെത്ര ചെറുതായ അർഥത്തിലാണെങ്കിലും.

ചായ കുടിച്ചു കഴിഞ്ഞ് കപ്പ് യഥാസ്ഥാനത്തു വെയ്ക്കാൻ നോക്കിയപ്പോഴാണ് ബാൽക്കണിയിൽ വന്നിരുന്ന പുതിയ അതിഥിയെ കണ്ടത്. ഒരു കുരങ്ങൻ. അത് എന്റെ കസേരയിൽ നിന്നകലെ, ബാൽക്കണിയുടെ റെയിലിങ്ങിൽ പിടിച്ചാണ് ഇരുന്നിരുന്നത്. പുറത്തു താഴോട്ടു നീണ്ടുകിടക്കുന്ന വാൽ. ഇരുന്ന ഇരുപ്പിൽ ഇരുന്ന് അല്പം പരിഭ്രമിച്ചമട്ടിൽ നാലുപാടും നോക്കി. കുറേനേരം എന്റെ മുഖത്തേക്ക്. ഒരു രണ്ടു മിനിറ്റുനേരം ഞങ്ങൾ ഇമവെട്ടാതെ മുഖത്തോടുമുഖം നോക്കിയിരുന്നു. പിന്നെ, കുരങ്ങന്റെ നോട്ടത്തിന്റെ പ്രത്യേകത കൊണ്ടുതന്നെയാവണം, ഞാൻ വേഗം തലതിരിച്ചു.

എന്റെ നേരെ ഒരു സൂചിമുന പോലെ കൂർപ്പിച്ചുനിർത്തിയ ചാരനിറമുള്ള കണ്ണുകൾ അതീവശാന്തമായിരുന്നു. നമ്മളെ അശാന്തരാക്കുംവിധം എന്നുവരെ പറയട്ടെ. ശ്വസിക്കുമ്പോൾ ഇളകുന്ന വയറിന്റെ അടിവശവും വീർത്ത പാലുകെട്ടിയ മുലകളും റെയിലിങ്ങിൽ പറ്റിച്ചേർന്നിരുന്ന സൗമ്യമായ കാലുകളും ആകെക്കൂടിയുള്ള ആ ഇരിപ്പുറയ്ക്കായ്മയും ഞാൻ കസേരയിൽതന്നെ ഇരുന്ന് ശ്രദ്ധിക്കുന്നുണ്ടായിരുന്നു. ഇതെല്ലാംകൂടി, എന്തുകൊണ്ടാണെന്നറിഞ്ഞുകൂടാ, എന്നിലുണ്ടാക്കിയത് നേർത്ത ഒരു കുറ്റബോധമാണ്. പാലുനിറഞ്ഞ മുലകളും വയറിന്റെ ദ്രുതഗതിയിലുള്ള മിടിപ്പും മുഖത്തെ മരവിപ്പിനോടടുക്കുന്ന ശാന്തതയും തന്നെ ആയിരിക്കണം കാരണമെന്നു തോന്നുന്നു.

ഏതായാലും പുറത്തു മഴ പെയ്യുമ്പോൾ, വീട്ടിനകത്തെ നിലത്തു പടരുന്ന ഓതൻപോലെ, അതെന്റെ മനസ്സിൽ പരക്കാൻ തുടങ്ങി. പേപ്പർ മടക്കിവച്ച് അതിനെ എന്റെ അടുത്തേക്ക് പതുക്കെ വിളിച്ചു. എന്നെ പൂർണമായും അവഗണിച്ച് അത് അവിടെത്തന്നെ ഇരുന്നതേയുള്ളൂ. അതിന്റെ മുഖത്തെ ശാന്തത, പക്ഷേ പോക്കുവെയിലുപോലെ മായാൻ തുടങ്ങി.

റെയിലിങ്ങിൽ തന്നെ രണ്ടുമൂന്നു തവണ തിരിഞ്ഞും മറിഞ്ഞും അത് ഇരുന്നു. അതിന് വിശക്കുന്നുണ്ടാവുമോ എന്ന് ആലോചിച്ചു. അരയ്ക്ക് കയറിട്ടുകൊണ്ടു നടക്കുന്ന കുരങ്ങന്മാർക്ക് ഞാൻ പലപ്പോഴും കടലമണികൾ എറിഞ്ഞുകൊടുക്കാറുണ്ട്. അകത്തുപോയി കുറെ വറുത്തകടല എടുത്തുകൊണ്ടുവന്ന് ഒരു കടലാസിൽ അതിന് കാണാവുന്നിടത്തുവെച്ച് അകത്തേക്കുതന്നെ മാറി നിന്നു.

കുറച്ചുനേരം കഴിഞ്ഞ് ജനലിലൂടെ നോക്കുമ്പോഴും കുരങ്ങൻ അതേപടി കടലയെയും അവഗണിച്ചിരിപ്പുതന്നെയാണ്. പെട്ടെന്ന്, അത് ബാൽക്കണിയുടെ ചുവട്ടിലേക്ക് എടുത്തുചാടി. ഓടി ബാൽക്കണിയിൽ വന്നുനോക്കിയപ്പോൾ ഒരു പിഞ്ചു കുരങ്ങൻകുട്ടിയെയും മാറത്തടുക്കി അത് വീണ്ടും എന്റെ ബാൽക്കണിക്കുനേരെ കയറുകയായിരുന്നു. ചാടി വന്നിരുന്നത് ഞാൻ വെച്ച കടലയ്ക്കരികിലാണ്. കുട്ടി, വീർത്ത മുലകൾ ധൃതിയിൽ ചപ്പിത്തുടങ്ങിയപ്പോൾ നാലുപാടും കണ്ണോടിച്ച് കുരങ്ങൻ വറുത്ത കടല തിന്നാൻ തുടങ്ങി. അതിന്റെ മുഖം മഴ തിമിർത്തു പെയ്തുതീർന്നിടത്ത് പെട്ടെന്നുദിച്ച വെയിൽപോലെ പ്രസന്നമായിരുന്നു.

എനിക്ക് സന്തോഷമായി എന്നു പറയാതെ വയ്യ. വ്യക്തമായി ബന്ധിക്കാവുന്ന ഒരു കാരണവും ഇല്ലെങ്കിലും പൊടുന്നനെ വൃത്തിയായ നിലത്തെപ്പോലെ മനസ്സ് മിന്നാൻ തുടങ്ങി. കുരങ്ങന്റെ മുഴുവൻ

ശ്രദ്ധയും കടല തിന്നുന്നതിലായിരുന്നു. ഒരു നിമിഷം അതിനെപ്പിടിച്ച് കൂട്ടിലിട്ടു വളർത്തിയാലോ എന്ന് ആലോചിച്ചു; ഉടനെതന്നെ, ഞാനാണ് ആ കുരങ്ങനെങ്കിലോ എന്നും. വെറുതെ നിൽക്കുന്നിടത്തു നിന്ന് തിരിഞ്ഞുനോക്കുമ്പോൾ പടം വിടർത്തി തന്നെ മൂടി നിൽക്കുന്ന ഒരു സർപ്പത്തെ കണ്ടതുപോലെ ആ ചിന്ത എന്നെ ഞെട്ടിച്ചു. പിന്നെ, ആലോചിച്ചതത്രയും മറക്കുകയാണെന്ന ഭാവേന, ശക്തിയായി തല മാന്തി, കുറെ കൂടി വറുത്ത കടല എടുത്തുകൊണ്ടു വരാൻ അകത്തേക്കുപോയി.

കടലയുമായി തിരിച്ചുവരുമ്പോൾ കുരങ്ങൻ കെട്ടിടത്തിന്റെ പുറത്തെ മതിലിൽ കുട്ടിക്ക് മുല കൊടുത്തിരിക്കുകയായിരുന്നു. കടല ബാൽക്കണിയിലിട്ട് മകനെ ധൃതിയിൽ വിളിച്ചുണർത്തി. നഗരത്തിൽ ജനിച്ചു വളർന്ന മകൻ, റോഡരുകിൽ അരയിൽ കുരുക്കുമായി ക്ഷീണിച്ചു നടക്കുന്ന കുരങ്ങന്മാരെയല്ലാതെ ഇത്തരത്തിലൊന്നിനെ കണ്ടിരുന്നില്ല. കുട്ടി കടുത്ത ആകാംക്ഷയോടെ ധൃതിയിൽ എഴുന്നേറ്റുവന്നു. കുരങ്ങനെക്കണ്ടതും സന്തോഷത്തോടെ ശബ്ദമുണ്ടാക്കി. കൈകൊട്ടി വിളിച്ചു. ഉറക്കച്ചടവ് തെളിയാത്ത കുഞ്ഞുമുഖത്ത് തെളിവെയിൽപോലെ ചിരിപടർന്നു. അവൻ ഊൺമേശപ്പുറത്തുനിന്ന് പഴവും ഇഡ്ഡലിയും എടുത്തുകൊണ്ടുവന്ന് ചുവട്ടിലേക്കെറിഞ്ഞു കൊടുത്തു. മണ്ണിൽ വീണ പഴത്തേയും മകനേയും മാറിമാറി നോക്കി അത് കുട്ടിക്ക് മുലയൂട്ടൽ തുടർന്നു. തൊട്ടടുത്ത ഫ്ളാറ്റിലെ കുട്ടികളെ വിളിച്ചുണർത്തിയത് മകനാണ്. പിന്നെ അതിന്റെ പിന്നത്തെ ഫ്ളാറ്റ്, പിന്നത്തെ ഫ്ളാറ്റ്, നിമിഷനേരംകൊണ്ട് കാഴ്ചക്കാർ കൂടി. പഴവും കടലയും റൊട്ടിക്കഷണങ്ങളുമായി മുതിർന്നവരും കുട്ടികളും അതിനെ വരവേൽക്കാൻ നിന്നു.

പ്രഭാതം പതുക്കെ ചൂടാവാൻ തുടങ്ങുകയായിരുന്നു. മടക്കിവെച്ച പേപ്പർ വീണ്ടും കൈയിലെടുത്തു. പക്ഷേ, കുരങ്ങന്റെ ചുറ്റുമുള്ള ആൾക്കൂട്ടത്തിന്റെ ശബ്ദം ഒരു മുഴക്കംപോലെ അവിടെ മുഴുവൻ ഏന്തി. ആ നിമിഷത്തിലായിരിക്കണം എന്നു തോന്നുന്നു എനിക്ക് ദേഷ്യം തോന്നിത്തുടങ്ങിയത്. പൊതുസ്ഥലത്ത് ഒഴിഞ്ഞ ഒരു മൂലയിൽ ഒറ്റയ്ക്ക് കാറ്റേറ്റിരിക്കുമ്പോൾ അടുത്തു വന്നിരുന്ന ഒരാളുടെ വൃത്തികെട്ട വിയർപ്പുനാറ്റംപോലെ എന്നെ അത് ശുണ്ഠി പിടിപ്പിച്ചു. നിവർത്തിയ പേപ്പർ മടക്കിവെച്ച് കുരങ്ങനെ മറ്റെല്ലാവരേയും പോലെ നോക്കിനില്പായി ഞാൻ.

തങ്ങളെച്ചൊല്ലി ഉണ്ടായ ആൾക്കൂട്ടത്തെക്കണ്ട് തള്ളയും കുട്ടിയും അന്തിച്ചിരിക്കണം. കുരങ്ങന്റെ കണ്ണുകളിൽ പരിഭ്രമം ഏറിവന്നു.

കുട്ടിയെ ഒരു കൈകൊണ്ട് മാറത്തടക്കി അത് തെരുതെരെ തല മാന്തിക്കൊണ്ടേയിരുന്നു.

ആൾക്കൂട്ടത്തിന്റെ ബഹളം ഏറി. അകലെ ചക്രവാളത്തിൽ ഭംഗിയുള്ള ഒരു പൊട്ടുപോലെ പ്രത്യക്ഷപ്പെട്ട വിമാനം അടുത്തെത്തവേ പുറപ്പെടുവിക്കുന്ന അസഹ്യമായ ശബ്ദംപോലെ എന്നെ അത് ചൊടിപ്പിച്ചു. കുട്ടികൾ, ഒരു കോമാളിയെക്കണ്ടതുപോലെ കുരങ്ങനെ നോക്കി വെറുതെ കൂവിയാർത്തു. അവരുടെ തിളങ്ങുന്ന മുഖങ്ങൾ കണ്ടപ്പോൾ ഞാൻ ഓർത്തത് ഗ്രാമത്തിലെ മാരിയമ്മൻകോവിലിൽ ഉത്സവദിവസം നിരത്തിവെയ്ക്കാറുള്ള തേച്ചുവെളുപ്പിച്ച പിച്ചളമൊന്തകളാണ്. ബലിയാടിന്റെ രക്തം തീർത്ഥം പോലെ ഞങ്ങൾ ഏറ്റുവാങ്ങുക ആ തിളങ്ങുന്ന മൊന്തകളിലായിരുന്നു.

ഇരുന്നിടത്തു നിന്നെഴുന്നേറ്റ്, മാറത്ത് തൂങ്ങുന്ന കുട്ടിയും ആൾക്കാർക്കിടയിൽ എവിടെയാണ് നിറുത്തേണ്ടതെന്ന് അറിയാത്തതിനാൽ എല്ലാവരുടെ മേലിൽക്കൂടിയും ഒരു നിശ്വാസത്തിന്റെ ചൂടോടെ കടന്നുപോകുന്ന കണ്ണുകളുമായി കുരങ്ങൻ മതിലിനു മുകളിലൂടെ അങ്ങോട്ടുമിങ്ങോട്ടും നടക്കാൻ തുടങ്ങി. നിവർത്തി മടക്കിവച്ച പേപ്പർ വേഗം മടക്കി. വീണ്ടും നിവർത്തുകയും മടക്കുകയും ചെയ്തു; വെറുതെ. എനിക്കു പേപ്പർ വായിക്കാനേ ആയില്ല. മുകളിൽനിന്ന് കുത്തിയൊലിച്ചു വരുന്ന വെള്ളപ്പാച്ചിലിൽപ്പെട്ട് അടിയിലെ മണ്ണ് കുതിർന്ന് അലിയുമ്പോഴും ഇരിപ്പുറപ്പിക്കാൻ നോക്കുന്ന ഒരു പാറയുടെ ഭാവമായിരുന്നു കുരങ്ങന്റെ കണ്ണുകൾക്ക്. ആ ഭാവം എന്നെ വല്ലാതെ അസ്വാസ്ഥ്യപ്പെടുത്തി എന്നു പറയാതെ വയ്യ. കുറ്റം ചെയ്തതിന് ശാസിക്കുന്ന രക്ഷിതാവിന്റെ മുന്നിൽ, അടി ഇപ്പോൾ മേലിൽ വീഴുമെന്ന പേടിയോടെ, തല ഉയർത്താനാവാതെ, നാണക്കേടുകൊണ്ട് ചൂളി നിൽക്കുന്ന കുട്ടിയെപ്പോലെ, കുരങ്ങന്റെ കണ്ണുകളിൽ നോക്കാനാവാതെ ഞാൻ നിന്നു.

ആൾക്കൂട്ടം വീണ്ടും കൂടി, അതിന്റെ ശബ്ദം ഒരു ആർപ്പുവിളി പോലെ തോന്നി, എനിക്ക്. കുരങ്ങൻ ഇപ്പോൾ മതിലിനു മുകളിൽ ഇരിപ്പാണ്. അതിന്റെ കണ്ണുകളിൽ സൗമ്യതയേ ഇല്ലായിരുന്നു. തറപ്പിച്ചു നിറുത്തിയിരുന്ന ആ കണ്ണുകളിൽ പിന്നെ എന്തായിരുന്നു എന്നെനിക്കറിയില്ല. ഞാനറിഞ്ഞത്, പരക്കാൻ തുടങ്ങിയിരുന്ന വെയിലിനെപ്പോലെ എന്നെ ആകെ മൂടിയ കുറ്റബോധമാണ്. കുളിരു കുറഞ്ഞു കുറഞ്ഞു ചൂടായിവരികയായിരുന്നു പ്രഭാതം.

‘‘നമുക്കതിനെ പിടിച്ചൂടെ അമ്മേ?’’ മകൻ ചോദിച്ചു.

ഞാൻ ഞെട്ടിത്തിരിഞ്ഞു. പൊടുന്നനെ ഒരു വെടി കേട്ട മട്ടിലാണ്

ഞാനന്ന് അവന്റെ നേരെ തിരിഞ്ഞതെന്ന് പിന്നീട് അതിനെക്കുറിച്ച് ആലോചിക്കേ എനിക്കു തോന്നിയിട്ടുണ്ട്.

''ആഹാ!'' പുച്ഛത്തോടെ, അവനെ തല്ലാനോങ്ങുന്നതുപോലെ ഞാൻ ചോദിച്ചു; ''നിനക്കതിനെ പിടിക്കണം അല്ലേ?''

''വളർത്താം അമ്മേ നമുക്ക്.''

''വേണ്ട.''

''കുരങ്ങനെ ആരും വളർത്താറില്ലേ?''

''ധാരാളം.''

''പിന്നെന്താ?''

''പിന്നെ, പിന്നെ?'' ഞാനരിശത്തോടെ ചീറി. ''ആ കുരങ്ങൻകുട്ടി നീയാണെങ്കിലോ?''

എന്റെ മകൻ ഒന്നും മിണ്ടിയില്ല. കാര്യം പിടികിട്ടാത്ത, ശൂന്യ മായ അവന്റെ മുഖം കണ്ടപ്പോൾ എന്റെ ശുണ്ഠി ഒന്നുകൂടി കൂടി.

''നിന്നെ വിളിച്ചു കാണിച്ചതാണ് തെറ്റ്.'' ഞാൻ പറഞ്ഞു: ''ഇപ്പോൾ നിനക്കതിനെ പിടിക്കണം. എന്നിട്ട്.... എന്നിട്ട്...''

''നമ്മളതിനെ കൊല്ലുണില്ല്യാല്ലോ.''

''ഭേദം അതാ.' ഞാൻ പിടയുംപോലെ പറഞ്ഞു. ''പറഞ്ഞിട്ട് കാര്യല്യ. നിന്നെ വിളിച്ച് കുരങ്ങനെ കാണിച്ചുതന്ന എന്നെയാണ് പറയേണ്ടത്.''

മകൻ, എന്റെ മുഖത്തെ ആവശ്യമില്ലാത്ത ഉദ്വേഗവും കോപവും കണ്ടിട്ടാവണം ലേശം അമ്പരന്നു. അവൻ റെയിലിങ്ങിൽ പിടിച്ച് മിണ്ടാതെ നില്പായി. ചിരിക്കാതെ, കാഴ്ചക്കാരനായി. എനിക്ക് എല്ലാംകൂടി ദേഷ്യം വല്ലാതെ വന്നു. പകർച്ചവ്യാധിപോലെ പടർന്നു പരക്കുന്ന ആൾക്കൂട്ടവും അതിന്റെ ആക്രന്ദനങ്ങളും മകന്റെ പരി ഭവവും ദേഷ്യവുംകൊണ്ടു കറുത്ത മുഖവും തൊട്ടടുത്ത്. പിന്നെ രക്ഷപ്പെടാൻ ഒരു വഴി കാണാതെ കുട്ടിയെ മാറത്തടക്കി പരക്കം പായുന്ന കുരങ്ങൻ താഴത്ത്. ബാൽക്കണിയിൽ അനങ്ങാനാവാതെ ഞാൻ അങ്ങനെ നിന്നു. ഒന്നും ചെയ്യാതെ, ആലോചിക്കുകപോലും ചെയ്യാതെ, വെറും ഒരു ദൃക്സാക്ഷിയെപ്പോലെ അവിടെ നിൽക്കു മ്പോഴാണ് ഒരു മുന്നറിയിപ്പുമില്ലാതെ ഒരു ചെറിയ കല്ല് മൂളിവന്നത്. കുരങ്ങന് തൊട്ടുമുന്നിൽ ഒരു ചെറിയ ശബ്ദത്തോടെ അതു വന്നു വീണു. തുടർന്ന്, ധാരാളം കല്ലുകൾ, വെറുതെ, യാതൊരു ന്യായീ കരണവുമില്ലാതെ.

എനിക്ക് കഠിനമായ ദാഹം തോന്നി, കുരങ്ങന്റെ മേലിലും ചുറ്റുമായി കല്ലുകൾ അവിടവിടെ വീണുകൊണ്ടിരുന്നു. മാറത്ത് കുട്ടി മുലകുടിക്കാതെ അന്തിച്ചിരിക്കുകയാണ്. പെട്ടെന്ന്, ബാധയേറ്റവളെപ്പോലെ, അടുത്ത ഫ്ളാറ്റിന്റെ വാതിൽക്കൽ തുടരെത്തുടരെ ഞാൻ തട്ടിവിളിച്ചു.

''മി. പട്ടേൽ...'' ഞാൻ പറഞ്ഞു. ''എന്താണിത്, നാമിത് അനുവദിക്കരുത്.''

പല്ലുതേയ്ക്കുകയായിരുന്ന പട്ടേൽ വായിൽ ബ്രഷ് അതേപടി വെച്ച് അന്തംവിട്ടു.

''എന്ത്, എന്ത് മിസിസ് നായർ?'

പെട്ടെന്നാണ് ഞാൻ വേണ്ടവിധം വൃത്തിയായി വസ്ത്രം ധരിച്ചിരുന്നില്ലെന്നും മുടി ചീകിയിരുന്നില്ലെന്നും ഓർത്തത്.

പട്ടേലിനോട് ക്ഷമ ചോദിച്ച് ഞാൻ തുടർന്നു: ''നോക്കൂ, ഈ കുട്ടികൾ എന്തിനാണ് അതിനെ കല്ലെറിയുന്നത്. It is Cruel.''

''ഉം. ശരിയാണ്.'' പട്ടേൽ പറഞ്ഞു: ''പക്ഷേ, ഇക്കാലത്ത് മുതിർന്നവർ പറഞ്ഞാൽ ആരു കേൾക്കാനാണ്? സ്വന്തം മക്കൾ കേൾക്കില്ല. എന്നിട്ടല്ലേ... നിങ്ങൾ ശ്രമിച്ചു നോക്കൂ.''

''അതെ.'' ഞാൻ വേഗം പറഞ്ഞു. ''നിങ്ങൾ പറഞ്ഞതു ശരിയാണ്. ഞാൻ, ഞാൻ വരട്ടെ.''

ബാൽക്കണിയിലേക്ക് തിരിച്ചുപോകാൻ വയ്യെന്ന് എനിക്കു തോന്നി. അകത്തിരിക്കുക, പക്ഷേ, അതിനേക്കാൾ വിഷമമാണ്. പുറത്തെ ശബ്ദം ഒരു കടലുപോലെ മുന്നിലുണ്ട്. ഞാൻ ബാൽക്കണിയിലേക്കു തന്നെ നടന്നു. കുരങ്ങൻ കുട്ടിയേയുമെടുത്ത് മതിലിനു മുകളിലൂടെ വേഗം വേഗം നടക്കുകയാണ്. ചെറിയ കല്ലുകൾക്കൊപ്പം പഴത്തൊലികൾ, ചുരുട്ടിയ കടലാസുതുണ്ടുകൾ അങ്ങനെ പലതും വരാൻ തുടങ്ങിയിട്ടുണ്ട്. കുരങ്ങന്റെ മുഖത്ത് ഞാൻ നോക്കിയതേയില്ല. പകരം ഉള്ളിൽ കനച്ചു കിടക്കുന്ന നെരിപ്പോടുമായി ഞാൻ ആൾക്കൂട്ടത്തെ നോക്കിനിന്നു.

''ഞാൻ ചോട്ടിൽ പോട്ടെ അമ്മേ?'' എന്റെ മകൻ ചോദിച്ചു.

''കല്ലെറിയാൻ?''

''അല്ല.''

''അതെ.'' ഞാൻ പറഞ്ഞു: ''ആ മിണ്ടാപ്രാണിയെ നിനക്കു കൊല്ലണം. സ്വന്തം ജീവനുവേണ്ടി അതു പരക്കം പായുമ്പോൾ നിനക്കു കൂക്കി വിളിക്കണം. പോ, ചുവട്ടിൽച്ചെന്ന് രണ്ട് കല്ല് നീയും

എറിയ്. മോശക്കാരനാവണ്ട. പോ...'' മകൻ ചുവട്ടിലേക്കു പോകാനുള്ള വാതിൽക്കലെത്തിയിരുന്നു. ഞാൻ ചിരിക്കൊണ്ട് അവനെ പിടിച്ചുനിറുത്തി.

''നീ, നീ പൂവും ചുവട്ടില് ഇല്ലേ?''' ഞാൻ ചോദിച്ചു: ''ആ ചെറിയ കുരങ്ങൻകുട്ടി നീ ആയിരുന്നെങ്കിലോ?''

''വലിയ കുരങ്ങൻ എന്റെ അമ്മയാവും.''

ഞാൻ മകന്റെ മുഖത്തുനോക്കി ആൾക്കൂട്ടത്തിന്റേതെന്നപോലെ അന്തിച്ചുനിന്നു. പുറത്തെ ആരവം ഒരു കൊലവിളിപോലെ ശക്തിയാർന്നിരുന്നു. അർദ്ധരാത്രിക്ക് കണ്ണുതുറക്കുമ്പോൾ തലയ്ക്കുമുകളിൽ കണ്ണ് ചിന്നിക്കുന്ന വെളിച്ചം കണ്ടതുപോലെയായി ഞാൻ.

''പറയ്.'' ഞാൻ മകനോട് വീണ്ടും പറഞ്ഞു. ''നീയാണെങ്കിലോ ആ കുരങ്ങൻകുട്ടി?''

ദേഷ്യം കൊണ്ട് കറുത്ത എന്റെ മുഖം കണ്ട് മകൻ കരയാനാരംഭിച്ചു. ബാൽക്കണിയിൽ പോകാനാണെങ്കിൽ എനിക്കൊട്ടുമില്ല ധൈര്യം.

''നോക്കൂ...'' ഞാൻ പറഞ്ഞു. ''അവർ എന്താണു കുരങ്ങനെ ചെയ്യുന്നതെന്നുപോയി നോക്ക്.''

പക്ഷേ, മകൻ ബാൽക്കണിയിലെത്തുന്നതിനു മുൻപേ ഞാൻ അവിടെ എത്തിക്കഴിഞ്ഞിരുന്നു.

കുരങ്ങന്റെ തുടയിൽനിന്നും രക്തത്തിന്റെ ഒരു ചെറിയ വര പുറത്തെത്തിയിട്ടുണ്ട്. കുട്ടിയെ കുരങ്ങൻ മാറത്തുതന്നെ വിടാതെ അടക്കിപ്പിടിച്ചിരുന്നു. എല്ലാവരോടും യാചിക്കുന്ന അതിന്റെ കണ്ണുകൾ മനസ്സിൽ രണ്ടു വലിയ തുളകളുണ്ടാക്കി. അവയിലൂടെ ഞാൻ അന്നുവരെ ഉണ്ടായിട്ടുള്ള എല്ലാ ജീവികളേയും ബൈനോക്കുലേഴ്സിലൂടെ എന്ന പോലെ കണ്ടു. എല്ലാവർക്കും എന്റെ മുഖമായിരുന്നു. എന്റെ ഗോപിയുടെ മേൽ ഇങ്ങനെ കല്ലുകൾ വന്നു വീഴുമ്പോൾ ഞാനെന്താണു ചെയ്യുക? ഞാനാലോചിച്ചുകൊണ്ടേയിരുന്നു. അപ്പോഴാണ് കുരങ്ങന്റെ വാലിൽ പിടിക്കാൻ ഒരു ചെറിയ പയ്യൻ മുതിർന്നത്.

കുരങ്ങൻ തിരിഞ്ഞതും ആ കുട്ടിയെ മാന്തിയതും ഒരുമിച്ചായിരുന്നു. ആ തിരക്കിൽ വയറ്റത്ത് അള്ളിപ്പിടിച്ചിരുന്ന കുട്ടി, മതിലിൽനിന്നു താഴെ വീണു. എന്റെ ശ്വാസം പെട്ടെന്നു നിന്നു എന്നു തോന്നി. നിമിഷനേരംകൊണ്ട് കുരങ്ങന്റെ കുട്ടിയെ ആൾക്കൂട്ടം കൈയിലെടുത്തു. അതിന്റെ നേർത്ത കരച്ചിൽ എനിക്ക് അസഹ്യമായി. തള്ള

ക്കുരങ്ങ് മതിലിനു മുകളിലൂടെ തലങ്ങും വിലങ്ങും നടന്നു. പെട്ടെന്നാണ് കുട്ടിയെ താലോലിക്കുന്ന ആൾക്കൂട്ടത്തിന്റെ നടുവിലേക്ക് അതെടുത്തുചാടിയത്. ചോരയൊലിക്കുന്ന മുഖങ്ങൾ, ഞാൻ ആൾക്കൂട്ടത്തിന്റെ നടുവിൽ ഒരു ചെമ്പരത്തിമൊട്ടുപോലെ കണ്ടു. പിന്നെ താഴുന്ന വലിയ വടികൾ. ഒരു മഴ പോലെ. ഉത്സവം പോലെ. ചതഞ്ഞ ശരീരങ്ങൾ വിട്ട് മനുഷ്യർ പോയിത്തുടങ്ങിയത് പിന്നേയും ഏറെക്കഴിഞ്ഞാണ്. ഒന്നും ചെയ്യാനില്ലാതിരുന്നതുകൊണ്ട്, പൊടുന്നനെ കടന്നുവന്ന നിശ്ശബ്ദതയിൽ നോക്കി ഞാൻ ബാൽക്കണിയിൽതന്നെ നിന്നു.

''നമുക്കവയെ പിടിക്കാമായിരുന്നു അമ്മേ, വളർത്താൻ.'' ഗോപി പറഞ്ഞു. ''ഇപ്പോഴോ?''

ചവിട്ടിക്കുഴച്ച മണ്ണിൽ രണ്ടു കുരങ്ങന്മാരും കാലുകൾ നിവർത്തി മരിച്ചുകിടന്നിരുന്നു. തിളങ്ങുന്ന വെയിലിൽ അവയുടെ രോമങ്ങൾ, ഗോപിയുടെ എണ്ണമെഴുക്കാർന്ന മുടിയിഴകളെപ്പോലെ മിന്നി. ഞാൻ ഗോപിയെ ചേർത്തുനിർത്തി. വേഷ്ടിത്തലപ്പുകൊണ്ട് അവന്റെ തുടുത്ത മുഖം വീണ്ടും വീണ്ടും തുടച്ചു.

■

മഞ്ഞിലെ പക്ഷി

ജനുവരിയിലെ കടുത്ത തണുപ്പുള്ള ഒരു ഉച്ചയ്ക്ക്, കുട്ടികൾക്ക് കഥ പറഞ്ഞുകൊടുത്തുകൊണ്ട് കിടക്കുകയായിരുന്നു ഞാൻ. കിടപ്പുമുറിയിലെ നനുത്ത നീലക്കർട്ടനപ്പുറത്ത് വിളർത്ത ആകാശം. തൊട്ടടുത്ത് മക്കളുടെ തെളിമയാർന്ന മുഖങ്ങൾ. കൈകളിലെടുത്ത് ഓമനിക്കാൻ തോന്നുന്ന കുഞ്ഞുമുഖങ്ങൾ ഇത്രയടുത്തുണ്ടായിട്ടും കൈകൾ മാറത്തുകെട്ടി മലർന്നു കിടക്കുകയാണ് ചെയ്തത്. അപ്പോൾ കണ്ണുകൾക്കു നേരെ വിളർത്ത ആകാശം മാത്രമേ ഉണ്ടായിരുന്നുള്ളൂ.

കുട്ടികൾ ഉറങ്ങുന്നതിനുമുമ്പേ ഞാൻ ഉറങ്ങിയിരിക്കണം. ഞാൻ കണ്ട സ്വപ്നത്തിൽനിന്നും വല്ലാത്ത ദാഹവുമായി ഉണരുമ്പോൾ, വീതിയുള്ള കട്ടിലിൽ കുട്ടികൾ ചുറ്റും തലങ്ങും വിലങ്ങും ഉറങ്ങിക്കിടക്കുകയായിരുന്നു. അവരുടെ അടഞ്ഞ കൺപോളകളിലെ നേർത്ത ഞരമ്പുകൾ, തുപ്പൽ ഒലിച്ചിറങ്ങിയിരുന്ന ചെറിയ ചുകന്ന, അവരുടെ മനസ്സുപോലെ തന്നെയുള്ള ചുണ്ടുകൾ, വരകൾ തെളിയാത്ത കുഞ്ഞുകൈകൾ, എല്ലാം ഞാൻ കണ്ടു. പിന്നെ ഒന്നും കൂട്ടിനില്ലാത്ത, മുകളിൽ തൂങ്ങിനിൽക്കുന്ന ആകാശവും. തലയ്ക്കൽ കുടിക്കാൻ വച്ചിരുന്ന വെള്ളം എടുക്കാതെ, വരണ്ട ചുണ്ടുകൾ നാവുകൊണ്ട് നനച്ച് ഞാൻ കണ്ണുകൾ അടച്ചു. എന്റെ മേശപ്പുറത്തെ പൂപ്പാത്രം നോക്കിനോക്കിയിരിക്കെ വളർന്നു വലുതാവുന്നതാണ് ഞാൻ സ്വപ്നം കണ്ടത്. പൂവിന്റെ കേസരങ്ങൾ വലിയ കയറുകളെപ്പോലെയുണ്ടായിരുന്നു. അവ എന്റെയും കുട്ടികളുടെയും ലോകത്തിന്റെയും മുകളിൽ തലങ്ങും വിലങ്ങും നിന്നു.

ഞാൻ കുട്ടികളെ ഉണർത്താതെ എഴുന്നേറ്റു. ഞാനെഴുന്നേറ്റപ്പോൾ അവർക്കു നടുവിൽ വെളുത്ത വിരിപ്പിൽ ഉണ്ടായ ശൂന്യത ഒരു കത്തി ശരീരത്തിൽ പാളിയാലെന്നപോലെ എന്നെ വേദനിപ്പിച്ചു. ഞാൻ ആദ്യം സ്വപ്നം കണ്ടത് ഇതുപോലെ, മഞ്ഞുമൂടി വെളുത്തു കിടന്ന ഒരു സ്ഥലമാണ്. അതിനു നടുവിൽ ഒട്ടകപ്പക്ഷിയുടേതു

പോലെ നീണ്ട, വളരെ നീണ്ട കാലുകളും ഒരു കൊക്കുമുള്ള ഒരു പക്ഷി നിന്നിരുന്നു. കൊക്കിനും കാലുകൾക്കും ഇടയ്ക്കുണ്ടായിരുന്ന ഒരടയ്ക്കയോളം പോന്ന സ്ഥലത്തെ വരകളുടെ പലനിറങ്ങൾ മഞ്ഞിന്റെ വെളുപ്പിനെതിരെ വളരെ സുന്ദരമായി എനിക്ക് തോന്നി. പക്ഷേ, പക്ഷിയുടെ മറ്റെല്ലാ ഭാഗത്തും മങ്ങിയ ചാരനിറമായിരുന്നു. എന്റെ സഹോദരൻ മൂലം ഗർഭിണിയായിത്തീർന്ന്, ഇതുപോലൊരു രാത്രിയിൽ അടുക്കളയുടെ തുലാത്തിൽ തൂങ്ങിമരിച്ച ഞങ്ങളുടെ വേലക്കാരിയുടെ മുഖത്തെ മരവിപ്പ് ആ ചാരനിറത്തിനുണ്ടായിരുന്നു.

മഞ്ഞിൽ പൂഴ്ന്നുപോകുന്ന കാലുകൾ വലിച്ചുവലിച്ചുവെച്ച് പതുക്കെ പക്ഷി മഞ്ഞിലൂടെ നീങ്ങി. ഒരേ ദിശയിലേക്ക്, ഒരൊറ്റ നേർവരയിലൂടെയാണ് അത് നടന്നിരുന്നത്. തീക്കട്ടപോലെയുള്ള കണ്ണുകൾ എന്തിനെയോ അന്വേഷിച്ചുകൊണ്ടിരുന്നു. മഞ്ഞിന് ഒരു കരയും എവിടെയും ഉണ്ടായിരുന്നില്ല. പക്ഷേ, ഈ മഞ്ഞിന്റെ അക്കരെയെത്താനാണ് പക്ഷി ശ്രമിക്കുന്നത് എന്ന് എനിക്ക് എങ്ങനെയോ അറിയാമായിരുന്നു. അതുപോലെതന്നെ പക്ഷിക്ക് ദാഹിക്കുന്നുണ്ടെന്നും എനിക്ക് മനസ്സിലായി. അതിന്റെ നടത്തത്തിന് വേഗം വളരെ കുറഞ്ഞു. അവസാനം, കരിപിടിച്ച് ഞളുങ്ങിയ ഒരലുമിനിയപ്പാത്രത്തിൽ കുറച്ചു വെള്ളം മഞ്ഞിനു മുകളിൽ വന്നു. ആ പാത്രം ഒരു തിരിക്കുറ്റിയിൽ കറക്കിവിട്ടതുപോലെ സദാസമയവും തിരിഞ്ഞുകൊണ്ടേയിരുന്നു. പാത്രത്തിലെ കരി മഞ്ഞിലേക്ക് ഒട്ടും പടർന്നില്ല. നീണ്ട കാലുകൾ മടക്കി, കൊക്ക് പാത്രത്തിലടുപ്പിക്കാൻ പക്ഷി വല്ലാതെ ശ്രമിച്ചു. പക്ഷിയുടെ കാലുകൾ എത്ര ശ്രമി ച്ചിട്ടും മടങ്ങിയില്ല. പെട്ടെന്നാണ് പക്ഷി എന്നെക്കണ്ടത്. ആ പക്ഷിക്ക് എന്റെ മുഖം തന്നെയായിരുന്നു. എന്നെക്കണ്ടതും അതുറക്കെ ചിരിക്കാനോങ്ങി. ചിരിക്ക് ശബ്ദം തീരെയുണ്ടായിരുന്നില്ല. പക്ഷേ ചോരത്തുള്ളികൾപ്പോലുള്ള പക്ഷിയുടെ പല്ലുകൾ ഞാൻ കണ്ടു. ദ്രുതഗതിയിൽ തിരിയുന്ന അലുമിനിയപ്പാത്രം ചിരി കേട്ടിട്ടെന്നപോലെ പെട്ടെന്നു നിന്നു. അതിൽ ഒരു തുള്ളിയും വെള്ളമുണ്ടായിരുന്നില്ല അപ്പോൾ.

കുപ്പായത്തിന്റെ കുടുക്കുകൾ ഊരിക്കൊണ്ട് ഞാൻ ഫാനിട്ടു. ജനാലയ്ക്കപ്പുറത്ത് വെള്ളവസ്ത്രം ധരിച്ച വിധവകളായ വൃദ്ധകൾ തീ കാഞ്ഞുകൊണ്ടിരിക്കുകയാണ്. അവരുടെ, നിരാശകൊണ്ട് നിറഞ്ഞ ചുളിഞ്ഞ മുഖങ്ങളും തീയാളുന്ന ചെറിയ മരക്കമ്പുകളും ഒരു ചിതയെയാണ് ഓർമ്മിപ്പിച്ചത്. അവരെ എല്ലാവരെയും കൂടി ആ ചെറിയ തീയിൽ കരിക്കാവുന്നതേയുള്ളൂ, എനിക്കു തോന്നി.

വേഗം ഞാൻ മേശപ്പുറത്തെ ബെല്ലടിച്ചു. അതിന്റെ സുഖകരമായ ശബ്ദം എനിക്കിഷ്ടമാണ്. പ്രാകൃതമായ ഓടക്കുഴലുകൾ വിൽക്കാൻ

കൊണ്ടുവരുന്ന മെലിഞ്ഞ പെൺകുട്ടി ചിരിച്ചാൽ ആ ശബ്ദമാണുണ്ടാവുക എന്നെനിക്ക് തോന്നാറുണ്ട്. അവൾ ചിരിച്ച് ഞാനിന്നുവരെ കണ്ടിട്ടില്ലെങ്കിലും.

ബെല്ലടികേട്ട് ധൃതിയിൽ വന്ന വേലക്കാരിയോട് ഞാൻ പറഞ്ഞു: ''ഞാൻ പുറത്ത് പോകുന്നു. വരാൻ വൈകിയേക്കും.''

പുറത്തെത്തിയപ്പോഴാണ് എങ്ങോട്ട് പോകണം എന്ന് ഞാൻ ആലോചിച്ചത്. പുറത്തിറങ്ങുമ്പോൾ പലപ്പോഴും എനിക്ക് തോന്നാറുള്ള സംശയമാണിത്. എതിരെ വരുന്ന മുഖങ്ങൾ കണ്ടുകൊണ്ട് പിന്നെ ഞാൻ നടന്നു തുടങ്ങി. തണുത്തകാറ്റ് കാതിലൂടെ, കഴുത്തിലൂടെ കടന്നുപോയി. മഞ്ഞിലൂടെയാണ് ഞാൻ നടക്കുന്നതെന്ന് സങ്കൽപ്പിച്ചുനോക്കി. അതൊട്ടും ശരിയായില്ല. കാരണം, മഞ്ഞുമൂടിയ ഒരു സ്ഥലം യാഥാർത്ഥജീവിതത്തിൽ ഞാൻ കണ്ടിരുന്നില്ല.

നടന്ന് തീരെ ശീലമില്ലാത്തതിനാൽ കാലുകൾ വേദനിക്കാൻ തുടങ്ങി. വഴിയരികിലെ വലിയ കെട്ടിടത്തിലാണ് സുഹൃത്ത് സുശീല താമസിച്ചിരുന്നത്. ദേഹത്തിൽ വെളുത്ത പാണ്ടുകൾ പ്രത്യക്ഷപ്പെടാൻ തുടങ്ങിയപ്പോൾ സുശീലയെ ഭർത്താവ് ഉപേക്ഷിച്ചതാണ്. പതിമ്മൂന്നാമത്തെ നിലയിലെ സുശീലയുടെ വീട്ടിൽ എത്തുന്നതിനു മുൻപ് ഏഴാമത്തെ നിലയിൽവെച്ച് പക്ഷേ, ലിഫ്റ്റിൽ നിന്നും ഞാൻ പുറത്തുവന്നു. അവിടെനിന്നും താഴത്തേക്ക് പോവുകയായിരുന്ന സെർവന്റ്സ് ലിഫ്റ്റിൽ കയറി. ചുറ്റും ഒതുങ്ങി മാറിയ വേലക്കാരുടെ നോട്ടങ്ങൾ. നെറ്റിയിലെ വെളുത്ത പാണ്ടുകൾക്കിടയ്ക്ക് ചുവന്ന കുങ്കുമംകൊണ്ട് വലിയ പൊട്ടുതൊട്ടു ജനൽകമ്പികളിൽ മുറുക്കിപ്പിടിച്ചുനിന്ന് കടലിനെ നോക്കുന്ന സുശീല എന്ന മേംസാബിനെക്കുറിച്ച് അവരോട് പറഞ്ഞാലോ എന്ന് ചിരിയോടെ ഞാനോർത്തു. അവർ തുറിച്ചു നോക്കും. പിന്നെപ്പിന്നെ അവരോരോരുത്തരുടെയും കണ്ണുകളിൽ വെള്ളം നിറഞ്ഞെന്നുവരും.

ലിഫ്റ്റ് ചുവട്ടിലെത്തിയിരുന്നു. വാതിൽ തുറന്നുപിടിച്ചുകൊണ്ട് ലിഫ്റ്റ്മാൻ വൃദ്ധൻ ഒതുങ്ങിനിന്നു. അയാളുടെ കൈപ്പടത്തിലെ നരച്ചു ചുളുങ്ങിയ തൊലി വീണ്ടും ഓർമ്മിപ്പിച്ചത് മഞ്ഞിലെ പക്ഷിയെക്കുറിച്ചാണ്. ഒറ്റയ്ക്ക് അതിനെയും മനസ്സിലേറ്റി നടക്കുക വിഷമമായി എന്ന് എപ്പോഴോ തോന്നിത്തുടങ്ങിയിരുന്നു, ആരോടാണിതൊന്നു പറയുക? ഒരുപക്ഷേ മുരളീധരൻ ഉണ്ടെങ്കിൽ പറയാമായിരുന്നു. പെട്ടെന്ന് എനിക്കത് എത്രയും യഥാർത്ഥമായി തോന്നി. ഇങ്ങനെയുള്ള ഒരു തണുത്ത ഉച്ചയിൽ മുരളീധരന്റെ കൂടെ മഞ്ഞിലെ പക്ഷിയെപ്പറ്റി പറഞ്ഞുകൊണ്ട് നടക്കുക. പക്ഷിയുടെ കൊക്കിനും

കാലിനുമുണ്ടായിരുന്ന ആ ചാരനിറം എന്താണെന്ന് മുരളിക്ക് ശരിക്കും മനസ്സിലാവും. ഒരുപക്ഷേ, താൻ പറയുന്നതിനു മുൻപു തന്നെ മുരളി ചോദിച്ചിരിക്കും. ആ അലുമിനിയപ്പാത്രം വട്ടത്തിൽ തിരിഞ്ഞിരുന്നു ഇല്ലേ?

ഇത്തരം തണുത്ത ഉച്ചകൾ, മുകളിൽ വട്ടത്തിൽ ചിറകുകൾ അനക്കാതെ പറക്കുന്ന കറുത്ത പക്ഷികൾ, പ്രഭാതങ്ങളിലെ ചുകപ്പ് മിനുപ്പിക്കുന്ന മേഘത്തുണ്ടുകൾ, ഇതൊക്കെ മുരളീധരന്മാർക്കു വേണ്ടിയാണ്.

ഞാൻ, തറവാട്ടിലെ ചായ്പിൽ, ഇരുട്ടിൽ, അയിത്തമാകുന്ന മാസത്തിലെ അവധി ദിവസങ്ങളിൽ കൂനിക്കൂടി ഇരിക്കുമ്പോഴാണ് മുരളി മരിച്ചത്. പേപ്പട്ടി കടിച്ചപ്പോൾ എന്റെ അമ്മാവനും വേലക്കാരുംകൂടി ആസ്പത്രിയിലാക്കിയ മുരളി പിറ്റേദിവസം മരിച്ചെന്നറിഞ്ഞത്. മുറ്റത്ത് പെണ്ണുങ്ങൾ വയ്ക്കോൽ തല്ലുന്നതും നോക്കിയിരുന്ന അമ്മയുടെ മുന്നിൽ മുരളിയുടെ അമ്മ അലമുറയിട്ട് കരഞ്ഞപ്പോഴാണ്. മുരളിയുടെ അമ്മയുടെ കണ്ണുകൾ അന്ന് ഇതാ, ഈ ഉച്ചപോലെയായിരുന്നു. ഒരുപക്ഷേ, സ്നേഹിക്കുന്നവരുടെയൊക്കെ കണ്ണുകൾ ഇങ്ങനെയാവുമായിരിക്കും.

ആൾക്കാരുടെ ബഹളം കേട്ട്, ഞാൻ വഴിയിൽ കൂടിനിന്നവരുടെ ഇടയിലേക്ക് എത്തിനോക്കി. നാലഞ്ച് ചെറുപ്പക്കാർ പരസ്പരം തെറി വിളിച്ച് ആഞ്ഞുതല്ലുകയാണ്. ചുറ്റും കൂടിയവർ അനക്കമറ്റ് നിൽക്കുന്നു. മുന്നോട്ട് ചെന്ന് ധൈര്യപൂർവം തല്ലുന്നവരെ പിരിച്ചുവിടണമെന്നും സമാധാനിപ്പിക്കണമെന്നും ഇത്തരം സന്ദർഭങ്ങളിൽ എനിക്ക് തോന്നാറുണ്ട്. പക്ഷേ ഇതൊക്കെ മനസ്സിൽ വരുമ്പോഴേക്കുംതന്നെ തൊണ്ട വരണ്ടിരിക്കും. പിന്നെ എനിക്കൊന്നിനും പറ്റാറില്ല. കുറ്റബോധവും ജാള്യതയും അവനവനോടുള്ള അവജ്ഞയും നുരയുന്ന മനസ്സിൽ നോക്കിനിൽക്കാനല്ലാതെ. അവസാനം, താണുപോയ വെള്ളാരംകല്ലുപോലെ രംഗങ്ങൾ മാത്രം അവിടെ ബാക്കിയാവും.

ഞാൻ നോക്കിനിൽക്കേ, രണ്ടു പൊലീസുകാർ വന്ന്, കൂടിനിൽക്കുന്ന ആൾക്കാരെ പിരിച്ചുവിട്ടു. മുഖം ചോരയിൽ കുളിച്ച ഒരു ചെറുപ്പക്കാരനെ അവർ കൈകളിലെടുത്ത് ടാക്സിയിൽ കേറ്റി. മറ്റേ ആളേയും അവർ കാറിലിരുത്തി. അയാളുടെ ഷർട്ടിൽ ചോരപ്പാടുകളുണ്ടായിരുന്നു.

ഞാൻ വളരെ വേഗം തിരിഞ്ഞു നടന്നു. എന്റെ വീട് വളരെ അകലെയാണ്. സ്വപ്നത്തിലെ മഞ്ഞിൽ എവിടെനിന്ന് നോക്കിയാലും

എന്റെ വീട് കാണാമായിരുന്നു. ഇപ്പോൾ അതല്ല. മുഖത്തും വസ്ത്രങ്ങളിലും ചോരപ്പാടുകളുണ്ടോ എന്നു നോക്കി നോക്കി വേഗം ടാക്സിയിൽ കയറി ഇരുന്നു.

വീട് പൂട്ടിയിരിക്കുന്നു. വാതിലിനു മുൻപിൽ വെറുതെ നിന്നു, ഒരു നിമിഷം. വേലക്കാരി കുട്ടികളെയുംകൂട്ടി പാർക്കിൽ പോയതാവും. ഹാൻഡ്ബാഗിൽനിന്നും താക്കോലെടുത്ത് വാതിൽ തുറന്നു. മേശപ്പുറത്ത് റേഡിയോ പാടിക്കൊണ്ടിരുന്നു. അതു നിർത്താതെ, ഫ്രിഡ്ജിൽനിന്നും തണുത്ത വെള്ളമെടുത്ത് പലതവണ മുഖം കഴുകി.

വെള്ളം കാണുമ്പോൾ പേടിച്ച് ചൂളിയിരുന്ന മുരളിയുടെ മുഖമാണ് മനസ്സ് നിറയെ. ''മുരളി മരിക്കേണ്ടായിരുന്നു. ഞാൻ പറഞ്ഞു നോക്കി.

വീട്ടിലേക്കു മടങ്ങിവരുന്ന കുട്ടികളുടെ ശബ്ദം വാതിൽക്കൽ.

''അമ്മ വന്നിട്ടില്ലെന്ന് തോന്നുന്നു.'' വാതിൽ തുറന്ന് ആയ കുട്ടികളോട് പറഞ്ഞു.

ഞാൻ വേഗം ഇരുട്ടിൽ ബാൽക്കണിയുടെ വാതിലിനു പിന്നിലേക്ക് മാറി. കുട്ടികൾ വീട്ടിലെല്ലായിടത്തും ഓടി നടക്കുകയാണ്. ''എവിടെയാണ് അമ്മ പോയത്?'' അവർ പറഞ്ഞു: ''നേരം ഇരുട്ടുന്നതിനു മുൻപ് അമ്മയ്ക്ക് വരാമായിരുന്നു.''

കർട്ടൻ പ്ലാന്റിന്റെ തലപ്പുകൾ അപ്പോഴൊക്കെ എന്റെ കവിളിൽ ആ ഇരുട്ടത്തു തട്ടിക്കൊണ്ടേയിരുന്നു. ഞാൻ അനങ്ങിയില്ല. ഇലകൾക്ക് വല്ലാത്ത തണുപ്പ്. തറവാട്ടിലെ അമ്പലത്തിനകത്തു വെച്ച് ഒരു സന്ധ്യയ്ക്ക് എന്നെ കെട്ടിപ്പിടിക്കാൻ ശ്രമിച്ച ഉണ്ണിയേട്ടനെ ഓർത്തു. പുരുഷന്റെ ആദ്യസ്പർശം. ഉണ്ണേട്ടൻ പോയിക്കഴിഞ്ഞിട്ടും ഞാനന്നവിടെ ഏറെനേരം നിന്നു. ഇതാ, ഇതുപോലെ. എന്റെ കണ്ണുകൾ പതുക്കെപ്പതുക്കെ നിറഞ്ഞുവന്നു. പെട്ടെന്ന്, കുട്ടികൾ ഭക്ഷണം കഴിച്ചുകൊണ്ടിരിക്കുന്ന മേശപ്പുറത്തുനിന്നും വീണുടഞ്ഞ പ്ലെയ്റ്റിന്റെ ശബ്ദം ഒരു തരിപ്പോടെ മനസ്സിലേക്ക് ചിതറി. പിന്നെ കരയണമെന്നു തോന്നിയില്ല. കുട്ടികളെ അവരുടെ കിടപ്പറയിലാക്കി വേലക്കാരി എനിക്കും ഭർത്താവിനും ഭക്ഷണം മേശപ്പുറത്ത് ഒരുക്കി വെയ്ക്കുന്നതുവരെ അവിടെത്തന്നെ നിന്നു.

കുട്ടികളുടെ ബഹളം പതുക്കെപ്പതുക്കെ കുറഞ്ഞുവന്നു. മുറിയിലെ മങ്ങിയ ലൈറ്റിട്ട് വേലക്കാരി കിടക്കാൻ പോയപ്പോൾ ഞാൻ കുട്ടികളുടെ കിടപ്പറയിലേക്കു നടന്നു. അവർക്കുവേണ്ടി വാങ്ങിയ പൂക്കളുടെ കാര്യം അപ്പോഴാണ് ഓർത്തത്. പൂക്കളെടുത്ത് അവരുടെ

അടുത്തുചെന്നു. മൂന്നുപേരും ഉറങ്ങിയിരുന്നു. വലിയ വെളുത്ത കിൽറ്റ്കൊണ്ട് ആയ അവരെ പുതപ്പിച്ചിരിക്കുന്നു. പൂക്കൾ ഒരു വലിയ ഗ്ലാസ്സിൽ ഭംഗിയായി വെച്ചു, ഞാൻ. എന്നിട്ട് അത് അവരുടെ കാൽക്കൽ സ്കൂളിൽ വച്ചു. രാവിലെ ഉണരുമ്പോൾ അവർ അതു കണ്ട് ഉണർന്നോട്ടെ എന്നാണ് കരുതിയത്. പക്ഷേ, പെട്ടെന്ന് ബെഡ്റൂം ലാമ്പിന്റെ നീലവെളിച്ചവും വെളുത്ത വലിയ പുതപ്പും ഇരുട്ടും എല്ലാംകൂടി എന്നെ സ്തബ്ധയാക്കി. എന്റെ കുട്ടികളുടെ ശവശരീരങ്ങൾക്കുമേൽ റീത്തു വെയ്ക്കുന്നതുപോലെയാണ് ഞാനിതൊക്കെ ചെയ്തത് എന്നാണ് തോന്നിയത്. ഞാൻ വേഗം പൂക്കൾ എന്റെ റൂമിന്റെ ഒരു മൂലയിൽ കൊണ്ടുവച്ചു. കുട്ടികളെ മൂടിയിരുന്ന വെളുത്ത കിൽറ്റ് വലിച്ചു കളഞ്ഞു. പക്ഷിയുടെ കഴുത്തിലെ നിറങ്ങളെപ്പോലെ വളരെ ഭംഗിയുള്ള ഒരു കിൽറ്റെടുത്ത് അവരെ പുതപ്പിച്ചു.

അപ്പോഴാണ് ഭർത്താവ് വന്നത്. ആയ വാതിൽ തുറക്കുന്നതും മേംസാബ് പുറത്തുപോയി തിരിച്ചെത്തിയില്ല എന്നു പറയുന്നതും കേട്ടു. ഭർത്താവിനെ അവിടെപ്പോയി എതിരേൽക്കണമെന്നും ക്ഷീണമുണ്ടോ എന്നു ചോദിക്കണമെന്നും വിചാരിച്ചതാണ്. പക്ഷേ, ഒന്നും തോന്നിയില്ല. ഭർത്താവ് കുളിക്കാൻ ഓൺ ചെയ്ത ഷവറിന്റെ ശബ്ദം, മുഖം മുഴുവൻ രക്തവുമായി കാറിൽ കിടത്തിയ ചെറുപ്പക്കാരനെയുംകൊണ്ട് ഓടിച്ചുപോയ ടാക്സിയെ ഓർമ്മിപ്പിച്ചു.

ഭക്ഷണം ചൂടാക്കുകയായിരുന്ന ആയയോട് ഭക്ഷണം വേണ്ടെന്നു പറഞ്ഞ് ഭർത്താവ് കുട്ടികളുടെ കിടപ്പറയിലേക്കുവന്നു. ഞാൻ വേഗം കുട്ടികളുടെ കട്ടിലിനു താഴെയുള്ള ഇരുട്ടിൽ കിടന്നു.

‘‘എല്ലാം ഒരു തമാശയാണ്.’’ ഞാൻ പറഞ്ഞു.

ഭർത്താവ് കുട്ടികളുടെ കട്ടിലിൽ വന്നിരുന്നു. അവരുടെ എല്ലാം തലയിൽ തടവി. ഉമ്മവെച്ചു. അവർ അത് അറിഞ്ഞതേയില്ല എന്നു തോന്നുന്നു. അവർ അതേപോലെ ഉറങ്ങിക്കിടന്നു.

പിന്നെ കിടപ്പറയിലേക്ക് ഭർത്താവ് പതുക്കെ പോകുന്നതും കണ്ടു. എനിക്ക് കിടന്നിടത്തുനിന്ന് എഴുന്നേല്ക്കാനേ തോന്നിയില്ല. അടുത്ത അറയിൽ അങ്ങോട്ടുമിങ്ങോട്ടും ആരെയോ അന്വേഷിച്ചെന്നപോലെ നടക്കുന്ന ഭർത്താവിന്റെ കാലടി ശബ്ദത്തിനൊപ്പം മുരളീധരനും ഭർത്താവും ഉണ്ണിയേട്ടനും മാറി മാറി മനസ്സിൽ വന്നു. അവസാനം മഞ്ഞിലെ പക്ഷിയും. കുറച്ചുകൂടി കഴിഞ്ഞ്, ഭർത്താവിനെ ഉറക്കത്തിൽ നിന്നുണർത്തി അദ്ദേഹത്തിന്റെ മേൽ കൈവെച്ചുകൊണ്ട്

മഞ്ഞിലെ പക്ഷിയെപ്പറ്റി പറയാം. ഞാനോർത്തു. ഞാനുറങ്ങിപ്പോയിരിക്കണം. രാവിലെ ഉണരുമ്പോൾ ഞാൻ കുട്ടികളുടെ കട്ടിലിനുതാഴെ കിടക്കുകയായിരുന്നു.

''എവിടെയായിരുന്നു നീ?'' കുളിമുറിയിൽനിന്നും പുറത്തുവരുമ്പോൾ എന്നെക്കണ്ട ഭർത്താവ് ചോദിച്ചു.

''ഞാനിന്നലെ കിടന്നതും ഉറങ്ങിപ്പോയി.'' മഞ്ഞിലെ പക്ഷിയെപ്പറ്റി പറയാമെന്നു കരുതി ഞാൻ പിടഞ്ഞെണീറ്റു. പിന്നെ അതിനെപ്പറ്റി ഞാൻതന്നെ മറക്കാൻ തുടങ്ങിയിരുന്നതുകൊണ്ട് വേണ്ടെന്നു വെച്ചു. ഇന്നലെ ഞാൻ അതിനേക്കാൾ നല്ല വേറെ ഒരു സ്വപ്നം കണ്ടിരുന്നു. വേണമെങ്കിൽതന്നെ അതുപറയാമല്ലോ, ഞാനോർത്തു.

■

ശീലാവതി

സ്വന്തം മാറത്തു കിടക്കുന്ന പുരുഷന്റെ മുഖം പതുക്കെ പതുക്കെ ചീർത്തുവരുന്നു. അവൾ സൂക്ഷിച്ചു നോക്കി. മുഖത്തെ പേശികൾക്ക് മിനുപ്പ്. വീർത്തുമിനുങ്ങുന്ന, മൂക്കിനിരുവശത്തും തടിച്ചുവരുന്ന ചെവികൾ. കുറച്ചു കാലമായി തൊണ്ടയിൽ തടഞ്ഞുകിടന്നിരുന്ന ഓക്കാനം ഒന്നുകൂടി ഉള്ളിലേക്കമർത്തി, അയാളുടെ കൈപ്പടങ്ങൾ പിടിച്ചു പതുക്കെ തടവിനോക്കി. മുരടിച്ച വിരലുകളുടെ അറ്റം. ഭീതി യോളമെത്തുന്ന അറപ്പോടെ, അവൾ അവ പൊടുന്നനെ കിടക്കയി ലേക്കുതന്നെയിട്ടു. എന്നിട്ട് ശ്വാസം പിടിച്ച് മലർക്കെ തുറന്ന കണ്ണു കളോടെ അനങ്ങാതെ കിടന്നു.

തട്ടിന്റെ തുലാങ്ങൾക്കിടയിൽ പീലി വിടർത്തിയ മയിൽ തന്നെ ത്തന്നെ നോക്കിനിൽക്കുന്നു. പതുക്കെ ഒന്നു ചിരിച്ചുവോ എന്ന വൾക്കു സംശയം തോന്നി. തന്റെതന്നെ മാറിൽനിന്നാണെന്നവിധം, അയാളുടെ തലമുടിയിൽ നിന്ന് പഴകിയ മണം മൂക്കിലേക്കടിച്ചപ്പോൾ അവൾ മയിലിൽനിന്ന് കണ്ണുകളെടുത്തു. അയാളുടെ മുഖം ചീർത്തും മിനുത്തും തന്നെ വരുന്നു. ഇനി ഒരുപക്ഷേ, തന്റെ മാറിലല്ലാതെ ഈ മുഖം എവിടെയെങ്കിലും കണ്ടാൽത്തന്നെ താൻ തിരിച്ചറി ഞ്ഞെന്നു വരില്ല.

സാമാന്യത്തിലധികം വീർത്തുകഴിഞ്ഞ ആ തല തന്റെ മാറിൽ നിന്ന് തള്ളിത്താഴത്തിടണമെന്നും ഉറക്കെ നിലവിളിക്കണമെന്നും അവൾക്ക് ഒരു നിമിഷം തോന്നി. ഒപ്പംതന്നെ, അയാളെ ഉണർത്ത രുതെന്നും. തന്റെ മാറിൽ തലചായ്ച്ച് നിഷ്കളങ്കതയോടൊപ്പമെ ത്താവുന്ന നിർവികാരതയോടെ ഉറങ്ങുന്ന ഒരു പുരുഷനെ തള്ളി ത്താഴത്തിടുന്നത് രണ്ടാംകിടയാവും. സ്ത്രീത്വത്തിനും തന്റെ അച്ഛനും അതൊരു തീരാത്ത പഴിയുമാവും. അതുമല്ല, വയറ്റുപിഴപ്പിനു വേറെ വഴി ഇതുവരെയും നോക്കാത്ത തനിക്ക് ഒഴിവാക്കാമായിരുന്ന ഒരു ബുദ്ധിമുട്ടുമാവും. ഇങ്ങനെ അവൾ വിചാരിച്ചു കഴിഞ്ഞതും തലയ്ക്ക് മുകളിലെ മയിൽ നിന്നനില്പിൽ ഒറ്റക്കാലിൽ ഒരുവട്ടം ചുറ്റി. നീണ്ട

പീലികൾ അയാളുടെ മേലിലും അവളുടെ മുഖത്തുമൊക്കെ അമർത്തി ഉരസി. അങ്ങനെയാണ്, അതിന്റെ പീലികളെ, അവയെ നിറം മങ്ങിച്ചുകൊണ്ട് പണ്ടുമുതലേ അടിഞ്ഞുകൂടിയ ധൂളിപോലെ ചലവും രോഗാണുക്കളും മൂടാനിടയായത്. ''ഒരു വലിയ പുരുഷന്റെ തല നിന്റെ മാറിലേറ്റേണ്ട യോഗമുണ്ട്''ന്ന് വേലപ്പറമ്പിൽ വെച്ച് കൈനോട്ടക്കാരി കുറത്തി പറഞ്ഞിരുന്നത് അവളോർത്തു. ഒരലറിച്ചയോടെ അവൾ ചാടിയെഴുന്നേറ്റു. തന്റെ തലയ്ക്കു കീഴിലെ മാർദ്ദവമേറിയ മാറ് അപ്രതീക്ഷിതമായി തെന്നിമാറിയതിനാൽ ഒരു നടുക്കത്തോടെ അയാളും ഞെട്ടി ഉണർന്നു.

പതുക്കെ വിടർന്നു ചീർത്ത കൺപോളകൾക്കുള്ളിൽ കോപത്തിന്റെ രക്തച്ഛവി പ്രതീക്ഷിച്ച്, ഭയത്തോടെ അവൾ മൂലയിലേക്ക് മാറി. മുറിയിൽ നിറഞ്ഞുനിന്ന അനാരോഗ്യത്തിന്റെ അസഹ്യമായ മണം കാരണം വായിലൂറുന്ന ചളിച്ച വെള്ളം, പേടികൊണ്ടും ബഹുമാനംകൊണ്ടും വായ പൊത്തിപ്പിടിച്ചിരുന്ന സാരിത്തലപ്പിലേക്ക് ആരുമറിയാതെ അവൾ തുപ്പിപ്പോയി.

''ദൈവമേ,'' അവൾ സ്വയം നിറുത്താതെ പറഞ്ഞു: ''ക്ഷമിക്കുക. പതിഭക്തയായ എന്നെ നീ തന്നെ രക്ഷിക്കുക, അറപ്പുകൊണ്ട് വായിലൂറുന്ന ഈ ചളിച്ച വെള്ളം എവിടെനിന്നാണെന്നുപോലും എനിക്കറിയുന്നില്ല.

''ശീലാവതീ.'' പൂർണമായും ഉണർന്നുകഴിഞ്ഞപ്പോൾ താഴ്ന്ന ശബ്ദത്തിൽ ഗൗരവത്തോടെ അയാൾ പറഞ്ഞു. ''നീ ഈ ചെയ്തത് ഒട്ടും ഉചിതമായില്ല. ആർക്കാണ് മോശം? ഒരു ഭാര്യയ്ക്കും ഭൂഷണമായ ഒന്നല്ല ഇത്തരം പെരുമാറ്റങ്ങൾ.''

''അതെ, പ്രഭോ, ശരിയാണ്.'' ശീലാവതി അദ്ദേഹത്തെ മുഴുവനാക്കാൻ സമ്മതിക്കാതെ പറഞ്ഞു: ''ക്ഷമിക്കുക. ഭാര്യയായിട്ടില്ലാത്ത എനിക്ക് അവിടുന്നു തന്ന ഈ ബഹുമതിയിൽ മാത്രം ഞാൻ ധന്യയാണ്. ഈ ഭാഗ്യംകെട്ടവൾ അതർഹിക്കുന്നില്ലെങ്കിലും.''

ശീലാവതിയുടെ പുരുഷൻ കരുണയാർന്ന കണ്ണുകളോടെ അവളെ നോക്കി ചിന്താധീനനായി.

''പ്രിയേ,'' അദ്ദേഹം പറഞ്ഞു: ''ഭാര്യാപദമല്ല കാര്യം. നെറ്റിപ്പട്ടങ്ങളിൽ നാം ശ്രമിക്കാതിരിക്കുക. നിന്റെ കവിതകളുടെ മാധുര്യത്തിൽ, നൂപുരങ്ങളുടെ ലാസ്യത്തിൽ, മധുവാണിയുടെ വിനയത്തിൽ ഞാൻ ചിറകുകളേറുന്നു. നീ എന്റെ ധനമാണ്.''

വായിലൂറുന്ന ചളിച്ചവെള്ളം മധുരിക്കുന്നോ എന്ന് ശീലാവതിക്ക് സംശയം തോന്നി. നീണ്ട കൺപോളകൾ നാണത്തോടെ താഴ്ത്തി അവൾ ആ വെള്ളം സാവധാനം ഇറക്കി. കട്ടിലിന്റെ താഴത്തേക്ക്

ഇറക്കിവെച്ച അയാളുടെ പാദങ്ങൾ തംബുരുവിലെന്നപോലെ അവൾ തലോടി. സംഗീതത്തിന്റെ മന്ത്രധ്വനി ഉതിരുന്നോ, അവൾ കാതോർത്തു. പിന്നെ, മുറ്റിത്തഴച്ച തന്റെ തലമുടികൊണ്ട് ആ പാദങ്ങളിലെ ചളിയും ചലവും അവൾ തുടച്ചെടുത്തു.

അവളുടെ നിറഞ്ഞ മാറിടങ്ങളിൽ ഒരു ചെങ്കോലിലെന്നപോലെ തലോടി, തിളങ്ങുന്ന ഒഡ്യാണത്തിനു നടുവിൽ ഒരു പതക്കം പോലെ കിടന്ന ഭംഗിയാർന്ന പൊക്കിൾക്കുഴിയെ സ്വന്തം സാമ്രാജ്യത്തെ എന്നപോലെ ദയവായ്പോടെ തൃക്കൺപാർത്ത് സമ്രാട്ടായ പുരുഷൻ സന്തുഷ്ടനായി.

''ശരി.'' അദ്ദേഹം പറഞ്ഞു: ''കുട്ടയെടുക്ക്.''

കാലിൽ മൃദുലമായി തലോടിയിരുന്ന അവളുടെ കൈകൾ ഒരു നിമിഷം ആ വരണ്ട തൊലിയിൽ തടഞ്ഞുനിന്നു. എട്ടാം ക്ലാസ്സിൽ പഠിക്കുമ്പോഴാണ് കുഷ്ഠരോഗം പകരുന്നതെങ്ങനെയെന്ന് ശീലാവതി പഠിച്ചിരുന്നത്. മുടിത്തുമ്പും ദേഹവും മനസ്സും ഒക്കെ അതു കൊണ്ട് ഡെറ്റോൾ ഒഴിച്ച് വെള്ളത്തിൽ കഴുകണമെന്ന് അവൾ തീർച്ചയാക്കി.

എന്നിട്ടാണ് അവൾ കുട്ടയെടുത്തുകൊണ്ടുവന്നത്.

എത്രയോ ആൾക്കാർ അതിനു മുൻപേ നടന്നു തെളിയിച്ച വഴിയിലൂടെ ശീലാവതി കുട്ടയെടുത്തു നടന്നു. ഗുരുവചനങ്ങൾ അനുസരിച്ച് കുട്ടയുടെ അരികുകളും ഓരങ്ങളും ശീലാവതി മൃദുവും ഇലകളിട്ട് തണുപ്പാർന്നതുമാക്കിയിരുന്നു. നിറയെ ശംഖുപുഷ്പങ്ങൾ പൂത്ത ഇടവഴിയിലൂടെയും നിബിഡവനങ്ങൾക്കിടയിലൂടെയും സമുദ്രതീരത്തു കൂടെയും അവൾ ഒരുപാട് നടന്നു. തലയ്ക്കു മുകളിൽ കുട്ടയിൽ ഒരു പാവപോലെ ഇരിക്കുന്ന പുരുഷന് വേദനിക്കുമോ എന്നോർത്താണ് ശീലാവതി നടത്തം ആവുന്നത്ര പതുക്കെയാക്കിയത്. പിന്നെ താൻ ക്ഷീണിക്കുന്നു എന്ന് അദ്ദേഹം അറിയാതിരിക്കുകയുമാവും.

''നിന്റെ കാൽ വേദനിക്കുന്നോ?'' അയാൾ ചോദിച്ചു. ''നിന്റെ മൃദുലമായ കാലടികൾക്ക് പൂകൊണ്ടുള്ള പാദരക്ഷകൾ വേണം.

നെറ്റിയിലൂടെ ചുവട്ടിലേക്കൊഴുകിയ വിയർപ്പ് നുണഞ്ഞ് ശീലാവതി ചിരിച്ചു.

''ഞാനെന്തു ഭാഗ്യവതി.'' അവൾ പറഞ്ഞു. എന്നിട്ട് നടത്തം വീണ്ടും പതുക്കെയാക്കി.

''നിന്റെ നൂപുരധ്വനി.'' അയാൾ പറഞ്ഞു. ''എന്നെ എന്നപോലെതന്നെ സുന്ദരീ, എല്ലാ ജീവജാലങ്ങളേയും മത്തുപിടിപ്പിക്കുന്നു. നിന്നെ നോക്കിനിൽക്കുന്ന ആ ആൺമാനിനോട് എനിക്ക്

വല്ലാത്ത വിദ്വേഷം തോന്നുന്നു. നീ അങ്ങോട്ട് നോക്കുന്നുണ്ടോ പ്രിയേ?''

''ഇല്ല.'' സീതയെ മോഹിപ്പിച്ച ആ പുള്ളിമാനിൽനിന്നും ഒരു ഞെട്ടലോടെ കണ്ണുകളെടുത്ത് അവൾ പറഞ്ഞു: ''ഞാനതിനെ കാണുന്നുപോലുമില്ല.'' ശീലാവതി പിന്നെ മുത്തുകൾ പൊഴിയുന്നതുപോലെ ചിരിച്ചു.

''എന്തൊരു പേടി!'' അവൾ അഭിമാനത്തോടെ മൊഴിഞ്ഞു: ''ഹാ! എന്റെ നൃത്തവും എന്റെ ഗാനവും എന്റെ ദേഹവും എന്റെ പ്രേമവും പ്രഭോ, ധന്യമായി.''

ഒരു മുന്നറിയിപ്പുമില്ലാതെ പൊടുന്നനെയാണ് അയാൾ നിലവിളി തുടങ്ങിയത്. ശീലാവതി, ഇറങ്ങാനുള്ള വെമ്പലിൽ കുട്ടയിൽ ക്കിടന്ന് കാലിട്ടടിക്കുന്ന പുരുഷനെക്കണ്ട് അമ്പരന്നുപോയി.

''ഇറക്ക് കൊട്ട.'' അയാൾ താഴ്ന്ന ശബ്ദത്തിൽ ചീറി: ''ഇറക്കി വെയ്ക്ക്.'' കുറച്ചു മുന്നിൽ, മുട്ടോളം എത്തുന്ന വാർമുടിയും ചന്ദന ക്കുറിയും രണ്ടു ദാസികളുടെ അകമ്പടിയുമായി ഒരു കുലസ്ത്രീ നടന്നുവന്നിരുന്നു. മരത്തിന്റെ തണുപ്പാർന്ന നിഴലിൽ, ആ വലിയ മരംചാരി, മകനേയും ശീലാവതിയേയും കണ്ട് അവർ അന്തംവിട്ടു നിന്നു.

''അമ്മ.'' കുട്ടയിൽനിന്ന് ഒരുവിധം പുറത്തുചാടി അയാൾ പേടിയോടെയും അമ്പരപ്പോടെയും കൊഞ്ചി: ''എന്റെ അമ്മ.''

''അതിന്?'' അയാൾ ഇറങ്ങുന്ന പരാക്രമത്തിൽ ഉളുക്കിപ്പോയിരുന്ന സ്വന്തം കഴുത്തിൽ തടവി ലേശം അരിശത്തോടെ ശീലാവതി ചോദിച്ചു. ''പോയി കാൽക്കൽ നമസ്കരിച്ചിട്ട് വരൂ.''

ശീലാവതിയുടെ മുഖത്തേക്ക് ഭ്രാന്തനെപ്പോലെ അയാൾ കുറച്ചു നേരം നോക്കിനിന്നു. പിന്നെ അവൾ അന്നുവരെ കേൾക്കാത്തത്ര മധുരവും താഴ്മയുമായി പറഞ്ഞു : ''പ്ലീസ്, ശീലാവതീ, നീ ആ വള്ളിക്കുടിലുകളുടെ മറവിലേക്ക് ഒരിത്തിരിനേരം ഒളിഞ്ഞുനിൽക്കൂ. അവിടെ നീ വിശ്രമിക്കുക, നിന്റെ നടന്നുതളർന്ന കാലുകൾ നന്നേ വേദനിക്കുന്നുണ്ടാവും. അമ്മയെ ഞാൻ സമാധാനിപ്പിക്കാം.''

''ഭീരു...'' കുട്ടയിൽ ഒരുക്കിവെച്ചിരുന്ന ഹംസതൂവലുകൾ, സ്വന്തം കാലിലെ അസഹ്യമായ വേദന, കഴുത്തിലെ ഉളുക്ക് എല്ലാം മറന്ന് ശീലാവതി അയാളെ ഒരിക്കൽക്കൂടെ ഉറക്കെ വിളിച്ചു: ''വെറും ഭീരൂ.''

പിന്നെ പുരുഷന്റെ വളയുന്ന പുരികങ്ങളെ നേർക്കുനേർ എതിരിട്ട്, നെറ്റിയിലെ വിയർപ്പ് വസ്ത്രാഞ്ചലം കൊണ്ടൊപ്പി, അമ്മയും ഭൂമിയും അയാളും കുലുങ്ങുമാറ് ഉറക്കെ പൊട്ടിച്ചിരിച്ചു അവൾ.

‘‘ഇത്...’’ അരിശത്തോടെയെങ്കിലും ഒരു പക്വമതിക്ക് ചേരും വണ്ണം താഴ്ന്ന ശബ്ദത്തിൽ അയാൾ പറഞ്ഞു: ‘‘ഒരു കുലവധുവിനും ചേർന്നതല്ല. ലളിതകലകളിൽ പ്രവീണയും ജീവിതത്തിന്റെ വഴികൾ മനസ്സിലാക്കിയവളുമായ നീ, ഒരു കൊച്ചു പെൺകുട്ടി കണക്കെ ദുശ്ശാഠ്യക്കാരിയാവരുത്.’’ വീണ്ടും എന്തോ ഓർത്തിട്ടെന്നപോലെ ദ്വേഷ്യം കലങ്ങിയ ശബ്ദത്തിൽ അയാൾ കൂട്ടിച്ചേർത്തു: ‘‘ഉറക്കെ ഉറക്കെ ചിരിക്കാതെ മനസ്സിലാക്കുവാൻ ശ്രമിക്കുക.’’

പിന്നീട് അമ്മയുടെ കാൽക്കൽ സാഷ്ടാംഗം നമസ്കരിച്ചു. വള്ളിക്കുടിലുകളുടെ മറവിലേക്കുപോയി, കാലിൽ, നടക്കുമ്പോൾ ആഴത്തിലേറ്റിരുന്ന മുള്ള് ഒറ്റവലിക്ക് ശീലാവതി വലിച്ചെടുത്തു. കാലിന്റെ കുതി മണ്ണിൽ അമർത്തിത്തിരുമ്പി. മണ്ണിലേക്ക് ആഞ്ഞു തുപ്പി. ചിറിയിലെ തുപ്പൽ പുറംകൈകൊണ്ടു തുടച്ച്, ചെടികൾക്കിട യിലെ നേർത്ത വിടവിലൂടെ അമ്മയേയും മകനേയും നോക്കി. സ്വന്തം അമ്മ പണ്ട് ഉപദേശിച്ചുതന്നിരുന്ന കുലീനകളുടെ സൗശീല്യ ങ്ങളെല്ലാംതന്നെ ശീലാവതി മറന്നുപോയിരുന്നു. അതിനാൽ ചെവി ഓരം ചേർത്തുവെച്ച് അവർ പറയുന്നതെന്താണെന്ന് അവൾ ഒളിഞ്ഞു കേട്ടു.

‘‘മകനേ...’’ അമ്മ തേങ്ങി. ‘‘ഇതോ, ഇതോ നിന്റെ വധു?’’

‘‘അല്ല.’’ മകൻ ദുഃഖാകുലനായി. ‘‘അമ്മയുടെ കൈകൾകൊണ്ട് വളർത്തിയ എന്നോട് അമ്മ ഇത് ചോദിക്കരുതായിരുന്നു.’’

‘‘മകനേ...’’ അമ്മ പറഞ്ഞു: ‘‘അപുത്രനായി മരിക്കുക പാപ മാണ്. എല്ലാ ജീവജാലങ്ങളേയുംപോലെ കാലാകാലങ്ങളിൽ അനുയോജ്യയായ ഒരു വധുവിനെ കണ്ടുപിടിക്കുകയും അവളിൽ നിന്റെ സന്താനങ്ങളെ ഉല്പാദിപ്പിക്കുകയുമാണ് നിന്റെ ചുമതല. അപുത്രനായിരുന്ന്, നീ സ്വന്തം കുലത്തിന് അപമാനമാകാതിരി ക്കുക. അതമ്മയ്ക്ക് സഹിക്കുകയില്ല. നിന്നെയും നിന്റെ മക്കളെയും ശുശ്രൂഷിക്കാൻ ഒരു കുലവധുവിനെ നീ കൊണ്ടുവരിക.’’

മകൻ തല താഴ്ത്തി ഇരുന്നു. അമ്മ പറയുന്ന കാര്യങ്ങൾ ശീലാ വതിക്കും ബോധിച്ചു. അവൾ അമ്മയെ കുറേക്കൂടി അടുത്തുകാണാൻ വള്ളിക്കുടിൽ വീണ്ടും വകഞ്ഞുമാറ്റി.

വള്ളിക്കുടിലിന്റെ ഭാഗത്തേക്ക് തീരെ നോക്കാതെ, അയാൾ അമ്മയെ ദയനീയമായി നോക്കി, അർദ്ധോക്തിയിൽ നിറുത്തി.

‘‘മകനേ...’’ അമ്മ പറഞ്ഞു: ‘‘നിന്റെ ഈ പെണ്ണ് കരയുമോ എന്ന പേടി അസ്ഥാനത്താണ്. കുട്ടിയായതിനാൽ കരഞ്ഞുപോയാൽ തന്നെയും നിന്റെ സ്വർഗപ്രാപ്തിക്കു മുന്നിൽ അതിന്റെ അല്പത്വ ത്തെക്കുറിച്ച് അവൾ ബോധവതിയായിക്കൊള്ളും. അവളുടെ രക്ഷയും

പക്വതയിലേക്കുള്ള ഉയർച്ചയും ഇത്തരം നിസ്വാർത്ഥമായ ധാരണകളത്രെ. പിന്നെ തീയിലിട്ട സ്വർണംപോലെയും അഗ്നിപരീക്ഷ കഴിഞ്ഞ സീതയെപ്പോലെയും അവൾ പ്രശോഭിതയാവും. നിന്റെ അച്ഛൻ സപത്നിയേയുംകൊണ്ട് എന്റെ ശയ്യാഗൃഹത്തിലെത്തുമ്പോൾ നിനക്ക് മൂന്നു ദിവസമായിരുന്നു പ്രായം. അന്ന് മാന്യയായ ഒരു കുലവധുവിനെപ്പോലെ, എന്റെ കിടക്ക ഞാനവർക്ക് നൽകി. അന്ന്, സന്തോഷംകൊണ്ട് മതിമറന്ന് സപത്നിക്കായി വാങ്ങിയ രത്നമാല നിന്റെ അച്ഛൻ എനിക്ക് ദാസികളുടെ കൈയിൽ കൊടുത്തയച്ചു. ഇതാ, ഇന്നുവരെ ഞാനാ മാല കഴുത്തിൽ നിന്നൂരിയിട്ടില്ല.'' കഴുത്തിലെ തിളങ്ങുന്ന പതക്കം അമ്മ മകനു നേരെ നീട്ടിക്കാട്ടി. ഈ അമ്മയെപ്പോലെതന്നെ, ചിരപരിചയം കാരണമാവണം, തന്റെ അമ്മയും പണ്ട് ഇതു തന്നെയാണ് പറഞ്ഞത്: ''കത്തുന്ന പുരയിൽ നിന്ന് ഊരിയ കഴുക്കോൽ ലാഭം.''

കന്യകയായ തനിക്ക് ആദ്യസമ്മാനമായി ഇദ്ദേഹം കൊണ്ടുവന്ന സ്വർണമാല തന്നെ അണിയിക്കുകയായിരുന്നു അമ്മ.

''മകളേ...'' അമ്മ പറഞ്ഞു: ''വിഡ്ഢിയാവരുത്. അടുത്ത തവണ മുലയ്ക്ക് താഴെ കിടക്കുന്ന മാല വേണം നിനക്ക് എന്നു പറയണം. 'നവംബറിന്റെ നഷ്ടം'* നിനക്കു കുറെക്കൂടി യോജിക്കും. അത് നിന്റെ വരനോട് പറയുക.

മുലയ്ക്കും പൊക്കിളിനും താഴെ കിടക്കുന്ന മനോഹരമായ ആഭരണങ്ങൾ ഇദ്ദേഹം കൊണ്ടുവന്നിരുന്നു. പക്ഷേ, ശീലാവതിക്കതിലൊന്നും ആസ്ഥ തോന്നിയില്ല. വായിൽ ഓക്കാനവും മനസ്സിൽ അദ്ദേഹത്തിന്റെ മുഖവുമായി അവൾ ഗർഭാലസ്യത്തിൽ മയങ്ങി. ഒരു രാവിലെ കൺതുറന്നപ്പോൾ തിളങ്ങുന്ന രത്നഖചിതമായ ഒരു ഖഡ്ഗം സ്വന്തം പാർശ്വത്തിൽ അവൾ കണ്ടു. അമ്മ ശീലാവതിയുടെ നെറ്റിയിലും തലയിലും പതുക്കെ തലോടി. ''അദ്ദേഹം തന്നയച്ചതാണ്.'' ശീലാവതിയുടെ അമ്മ പറഞ്ഞു: ''പൊന്നുമകളേ, ഇത് നിന്റെ പിറക്കാനിരിക്കുന്ന മകന് അവന്റെ പിതാവിന്റെ സമ്മാനമായി കൊടുക്കാനും അദ്ദേഹത്തിന്റെ നാമം രഹസ്യമായി സൂക്ഷിക്കാനും അദ്ദേഹം ആജ്ഞാപിച്ചിരിക്കുന്നു.''

അമ്മ പറഞ്ഞുതീർന്നതും ശീലാവതി ആ ഖഡ്ഗമെടുത്ത് അമ്മയുടെ കഴുത്തിൽ ആഞ്ഞുവെട്ടി. രണ്ടായി മുറിഞ്ഞുവീണ അമ്മയുടെ ശവത്തിനു മുകളിലൂടെ കവച്ച് കടന്ന് ചോരപ്പാടുകളുള്ള ഖഡ്ഗവുമായി അവൾ നേരെ രാജസന്നിധിയിലേക്ക് നടന്നു. കണങ്കാൽ

വരെ എത്തുന്ന തന്റെ തഴച്ച് മുടി കെട്ടുവാനും ഉലഞ്ഞ വസ്ത്രങ്ങൾ നേരെയാക്കാനും അവൾ മറന്നിരുന്നു. സുഭഗയായ ഒരു പെൺകുട്ടി അത്തരത്തിലോടിവരാൻ തക്കതായ കാരണമില്ലാതിരിക്കില്ലാത്തതു കൊണ്ടും യജമാനന്മാരുടെ മാനം കാക്കേണ്ടതുകൊണ്ടും സേവകർ അവൾ അകത്തുകടന്നതും രാജസദസ്സിന്റെ നാലുപുറത്തെയും വാതിലുകൾ കൊട്ടിയടച്ചു.

''രാജൻ...'' ശീലാവതി ചോദിച്ചു: ''എവിടെ എന്റെ ഭർത്താവ്?''

''സുന്ദരീ....'' അവളുടെ ആകാരത്തിലും മധുവാണിയിലും ഒരു പോലെ മുഗ്ദ്ധനായിപ്പോയ രാജാവ് ചോദിച്ചു: 'നിന്റെ ആര്?''

''ഭർത്താവ്.'' അവൾ തിടുക്കത്തിൽ പറഞ്ഞു: ''എന്റെ കുട്ടിയുടെ അച്ഛൻ.''

''എവിടെ നിന്റെ താലി?'' മുന്നിൽ, അപവദിക്കപ്പെട്ട മട്ടിൽ അന്തം വിട്ടു നിന്നിരുന്ന ബ്രാഹ്മണൻ ചീറി: ''നെറുകയിൽ കുങ്കുമം?''

ഖഡ്ഗവുമായി നിന്ന അവൾ പെട്ടെന്നാണ് അയാളെ കണ്ടത്. ഖഡ്ഗം അയാളുടെ കൈയിലേക്ക് ധൃതിയിൽ എറിഞ്ഞുകൊടുത്ത് അവൾ കിതച്ചു: ''എനിക്കോ എന്റെ കുട്ടിക്കോ എന്തിനാണ് ഖഡ്ഗം? അതൊക്കെ അവിടുത്തെപ്പോലുള്ളവർക്ക് വേണ്ടതാണ്. ഞങ്ങൾക്ക് അവിടുത്തെ പേരാണ് വേണ്ടത്. അവിടത്തെ സാന്നിധ്യമാണ് വേണ്ടത്.''

''നീ ഇവളെ അറിയുമോ?'' രാജാവു ഇടയിൽക്കടന്ന് ചോദിച്ചു.

''രാജൻ...'' തൊണ്ട ഒന്നുരണ്ടു തവണ കാറി ശരിയാക്കി. അയാൾ പറഞ്ഞു: ''എനിക്കിവളെ ആദ്യം മനസ്സിലായില്ല. ക്ഷമിക്കണം. പിന്നെ, ഈ ഖഡ്ഗം മുദ്രാമോതിരംപോലെ എനിക്കവളെ മനസ്സിലാക്കിത്തന്നു.''

''എന്നിട്ട്?'' രാജാവ് ചോദിച്ചു.

''ഇവൾ സർവ്വകലാവല്ലഭയും ബുദ്ധിമതിയും അങ്ങേക്ക് കാണാവുന്നതുപോലെ മനോഹരിയുമാകുന്നു.'' അയാൾ നിറുത്തി. ''സ്വന്തം ചിരിയുടെ തിളക്കംകൊണ്ട് ലോകത്തെ ഒരു വെള്ളിത്തകിടുപോലെയാക്കുന്നവൾ. എന്റെ രാത്രികളെ നിലാവുകൊണ്ട് നിറച്ചവൾ. പക്ഷേ രാജൻ, അങ്ങേക്കറിയാമല്ലോ, നമുക്ക്, നമ്മുടെ മക്കളുടെ അമ്മയായി ഇത്തരത്തിലുള്ളവരെ വരിക്കവയ്യ. ഇവൾ കൊട്ടാരം നർത്തകിയുടെ മകളാകുന്നു.'' എന്നിട്ടദ്ദേഹം ശീലാവതിയുടെ നേരെ തിരിഞ്ഞു: ''പ്രിയേ നീ മനസ്സിലാക്കുക.'' അയാൾ പറഞ്ഞു: ''ബ്രാഹ്മണനായ എനിക്ക് നിന്നിലുള്ള ഈ വേഴ്ച രാജനീതിയാലും വേദനീതിയാലും അനുവദനീയമല്ല. നീ എനിക്ക് പകർന്ന സുഖങ്ങൾക്ക്

പകരമായി സൂര്യനെപ്പോലെ തേജസ്വിയായ ഒരു മകൻ നിനക്ക് പിറക്കും. അരുത്. കരയരുത്. മഞ്ഞുതുള്ളികൾ തങ്ങിനിൽക്കുന്ന താമരഇതളുകൾപോലെ ഭംഗിയാർന്ന, കണ്ണീർ നിറഞ്ഞ നിന്റെ നയനങ്ങൾകൊണ്ട് എന്നെ അങ്ങനെ നോക്കാതിരിക്കൂ. കാര്യങ്ങൾ അതാതിന്റെ വെളിച്ചത്തിൽ കാണുവാനുള്ള കഴിവും ക്ഷമയും ആണ് ഉത്തമകന്യകൾക്ക് ഭൂഷണം.''

''ഒന്നാമത്...'' മുൻനിരയിലിരുന്ന ബ്രാഹ്മണൻ പറഞ്ഞു: ''അവളുടെ കുട്ടി അങ്ങയുടേതാണെന്നതിന് എന്താണ് തെളിവ്? പാപത്തിന്റെ പ്രലോഭനങ്ങളുമായി ആണുങ്ങളെ വഴിതെറ്റിക്കാൻ ഇക്കൂട്ടർ എന്നും തെരുവിലുണ്ടാവും.''

ശീലാവതി, അവളുടെ പേരിന് തീരെ ചേരാത്തവിധം വല്ലാതെ ക്രുദ്ധയായി. ''കുട്ടി അദ്ദേഹത്തിന്റേതല്ലെങ്കിൽ...'' അവൾ പറഞ്ഞു: ''അതദ്ദേഹം തെളിയിക്കട്ടെ.''

എല്ലാവരും, രാജാവടക്കം, ഇടിവെട്ടേറ്റതുപോലെ, ബോധംകെട്ടു വീണു. ഒരു നീതിസാരത്തിലും ഇന്നുവരെ കേട്ടുകേൾവിപോലുമില്ലാത്ത കാര്യമാണ് സങ്കോചമെന്യേ ഇത്തിരിപോന്ന ഒരു പെണ്ണ് വായ തുറന്ന് പറഞ്ഞത്. അതും ഫലഭാരത്താൽ ചാഞ്ഞുപോയ വള്ളിപോലെ, കുചഭാരംകൊണ്ട് നമ്രശിരസ്കയാവേണ്ടവൾ.

ബോധക്ഷയം വിട്ട് ആദ്യം ഉണർന്ന രാജാവ്. ഒരു വന്യമൃഗത്തിനെയെന്നപോലെ അവളെ പിടിച്ചുകെട്ടാൻ ഉത്തരവിട്ടു.

''അരുത്.'' പ്രജാപാലകൻ അവളെ നോക്കാതെ സ്വന്തം കാൽച്ചുവട്ടിലേക്ക് നോക്കി അരുളിചെയ്തു: ''നീ എന്റെ നേരെ നോക്കുന്നത് എനിക്കപമാനമാണ്. ധർമനീതികളിൽ പാരംഗതരായ ഈ മഹാത്മാക്കളുടെ മുൻപിൽ വെച്ച്, നിന്റെ ശയ്യ പലതവണ അലങ്കരിച്ച ഈ സദ്പുരുഷനെ ചോദ്യം ചെയ്യാനുള്ള അഹങ്കാരം കാട്ടിയ നീ സ്ത്രീകുലത്തിനും എന്റെ രാജ്യത്തിനും അപമാനമത്രെ. അതിനാൽ നീ നിറവയറോടെ എന്റെ സിംഹങ്ങൾക്ക് ഇരയാകുക.''

മരിക്കുകയേ ഉള്ളൂ എന്ന് തീർച്ചയായപ്പോൾ ശീലാവതി അന്തം വിട്ടുപോയി. സ്വന്തം കുട്ടിയുടെ അച്ഛൻ മൂലമാണെങ്കിലും പതിനെട്ടു വയസ്സിൽ മരിക്കുക ഒരനാവശ്യമായി അവൾക്കു തോന്നി.

''രാജൻ...'' അവൾ പറഞ്ഞു: ''എന്റെ വിവരക്കേടുകൾ, അല്പത്വം എല്ലാം അങ്ങ് പൊറുക്കുക. ചോദിക്കാനരുതാത്ത ചില ചോദ്യങ്ങൾ, എത്ര മഹാത്മാക്കളുടെ മുന്നിലായാലും ചോദിക്കരുതെന്ന് എന്റെ അമ്മ പറഞ്ഞുതന്നിരുന്നു. അങ്ങ് ഭഗവാനെപ്പോലെ ദയവാനാണ്. ഞാനമ്മയായി ജനിക്കേണ്ടവനെങ്കിലും അദ്ദേഹത്തിന്റെ മകനോട്

അങ്ങ് പൊറുക്കുക. എന്റെ കുട്ടിയോട്, അവന്റെ അച്ഛന്റെ പേർ ഞാനൊരിക്കലും പറയുകയില്ല. പിതാവിന്റെ പേരിൽ, കളങ്കം ചാർത്താൻ തുനിഞ്ഞ അമ്മയോട് ഒരുപക്ഷേ അവനും പൊറുത്തെന്നു വരില്ല. പ്രഭോ, ജമദഗ്നിയുടെ മകനായ പരശുരാമനെപ്പോലെ ശക്തനാവാൻ എന്റെ കുട്ടിയെ അങ്ങനുഗ്രഹിക്കുക.

''സുഭഗേ...'' രാജാവ് പറഞ്ഞു: ''പരിതഃസ്ഥിതികളുടെ അവഗാഹമില്ലാതെ നീ പറഞ്ഞുപോയ അപരാധം ഞാൻ ക്ഷമിച്ചിരിക്കുന്നു. പക്ഷേ സുന്ദരീ, നൃത്തവും ഗാനവും ഗർഭിണിയായ നിനക്ക് കുറച്ചു കാലത്തേക്കെങ്കിലും നിറുത്തിവെയ്ക്കേണ്ടി വരുമല്ലോ.''

''ഹാ!'' ശീലാവതി കരഞ്ഞു: ''ഈ ഏഴയുടെ വയറ്റിപ്പിഴപ്പിനെ ഓർത്ത് അവിടുന്ന് വ്യാകുലപ്പെട്ടുവല്ലോ. ഈ രാജസദസ്സിന് ഭൂഷണമായിരിക്കുന്ന എന്റെ പുരുഷൻ, ഈ അറിവില്ലാത്തവളെ കൈവെടിയുകയില്ല. ആ പാദധൂളികൾ എന്റെ നെറുകയിലെ സീമന്തരേഖയിൽ അണിയുക എന്റെ ധന്യതയണ്.''

''ശീലാവതീ...'' സന്തോഷംകൊണ്ട് നിറഞ്ഞ കണ്ണുകളോടെ രാജാവരുളി: ''നിന്റെ പുരുഷനെ എല്ലാ ഇംഗിതങ്ങളുമറിഞ്ഞ് നീ പരിപാലിക്കുക. കുട്ടിക്ക് അമ്മയും പുരുഷന് വേശ്യയുമെന്ന പോലെ നീ അവന്റെ സാന്ത്വനമാകുക. അവന്റെ രോഗാതുരമായ ശരീരം നോവാതിരിക്കാൻ, നിന്റെ സൗശീല്യത്തിൽ, യശസ്സിൽ നീ അവനെ കുട്ടയിലേറ്റുക. ശീലാവതി, മുഖത്തേക്കാൾ തിളങ്ങുന്ന വജ്രപ്പതക്കംപോലെ നീ അവന്റെ ആഭരണമാവുക.''

അങ്ങനെയാണ് തനിക്ക് ശീലാവതി എന്ന പേർ കിട്ടിയതുതന്നെ. ശീലാവതി ഓർത്തു. അതുവരെ തന്റെ പേർ സരള എന്നും ദീപ്ത എന്നും ഒക്കെയായിരുന്നു.

വള്ളിക്കുടിലിന്നപ്പുറത്ത്, സ്വപുത്രൻ അപുത്രനാകുന്നതിന്റെ ദുര്യോഗമോർത്ത് കരയാൻ തുടങ്ങുകയായിരുന്നു അമ്മ.

''അമ്മേ...'' അയാൾ പറഞ്ഞു: ''അമ്മയുടെ കണ്ണുനീർ ഈ മണ്ണിൽ വീണാൽ ഭൂമി എന്നോട് പൊറുക്കുകയില്ലെന്ന് എനിക്കറിയാം. അതുകൊണ്ട് അവിടത്തെ ഇംഗിതം ഈ പുത്രൻ ശിരസാ വഹിക്കുന്നു.'' കണ്ണുനീർ തുടച്ച്, തിളങ്ങുന്ന കണ്ണുകൾകൊണ്ട് അമ്മ മകനെ നോക്കി. കണ്ണുനീർ അറിയാതെയെങ്ങാനും ഭൂമിയിൽ വീണുപോയോ എന്ന് അവർ കുണ്ഠിതത്തോടെ ഭയപ്പെട്ടു. എന്നിട്ടവർ അയാളെ മാറോടുചേർത്തു.

''പച്ചമുള ചീന്തുന്നതുപോലെ.'' അമ്മ പറഞ്ഞു: ''നിന്നെ ഏറ്റി നടന്നിരുന്ന ആ പെൺകുട്ടി കരയും. കണ്ണീരിൽ ആകെ നനഞ്ഞ

അവളുടെ പാട്ടും നൃത്തവും പേമാരിയിൽ വല്ലിയെന്നപോലെ ഏറെ ഏറെ ഭംഗിയോലും. തിളങ്ങുന്ന ചെതുമ്പലുകൾക്കകത്ത് നട്ടെല്ലിനു പകരം നിൽക്കുന്ന, എങ്ങനെയും വളയുന്ന ഏറെ കശേരുക്കളുമായി മൂർഖനെപ്പോലെ അവൾ കൈകളിൽ നിന്ന് കൈകളിലേക്ക് വഴുതും. പക്ഷേ, വിഷം നിറഞ്ഞ സ്വന്തം ഉച്ഛ്വാസത്തിൽ അവൾ തന്നെത്തന്നെ വെറുക്കും. പിന്നെ, അസഹ്യമായ ആ നിലനില്പിൽ, പരന്നു വെളുത്ത് മേലേക്ക് വീഴാറായി നിൽക്കുന്ന ആകാശത്തിനു കീഴിൽ പൊട്ടാനാവാത്ത ഒരു വെടിയുണ്ടപോലെ അവൾ നിശ്ശബ്ദയാകും. അതിന്റെ ഘനം, കുഞ്ഞേ, തരളമായ മനസ്സും ലോകത്തോട് ധാരാളം ചുമതലകളുമുള്ള പുരുഷനായ നിനക്ക് താങ്ങാനാവുകയില്ല. അന്ന്, യമനിൽനിന്ന് ഭർത്താവിനെ വീണ്ടെടുത്ത സാവിത്രിയെപ്പോലെ നിന്നെ സ്വന്തം ചാരിത്ര്യശുദ്ധിയാൽ നിന്റെ ഭാര്യയ്ക്കേ രക്ഷിക്കാനാവൂ. അതിനാൽ ഞാൻ നിരത്തി നിറുത്തിയിരിക്കുന്ന ഈ കന്യകകളിൽ നിന്ന് നീ സ്വാഭീഷ്ടമനുസരിച്ച് ഒരു പെൺകുട്ടിയെ തിരഞ്ഞെടുക്കുക.

നല്ല കുടുംബത്തിൽ പിറന്നവരും നിനക്കിഷ്ടമുള്ള ഭക്ഷണം പാകമായ ചൂടിൽ നിനക്കു മാത്രം വച്ചു വിളമ്പുന്നവരും നിന്റെ താലത്തിലെ ഉച്ഛിഷ്ടം കൊണ്ടുമാത്രം വയർ നിറയ്ക്കുന്നവരും നിന്റെ രതിയിലും വൈകൃതങ്ങളിലും ആദ്യരാവു മുതൽ എതിരെന്യേ വേശ്യയെപ്പോലെ പങ്കെടുക്കുന്നവരും പകൽ വെളിച്ചത്തിൽ, നിന്റേ തടക്കം പുരുഷവർഗത്തിന്റെ ദർശനമേറ്റാൽത്തന്നെ തൊട്ടാവാടിയെപ്പോൽ കൂമ്പുന്നവരും ഉറക്കെ ചിരിക്കാത്തവരും കരയാത്തവരും നിനക്ക് ആൺമക്കളെ തരുന്നവരും നീ ചോദിക്കുന്നത്ര പണവും പണ്ടവും കൂടാതെ സമ്മാനമായി ഫ്ളാറ്റും അംബാസിഡർ കാറും ജോലിയും തരാൻ തയ്യാറുള്ളവരുമായ ഈ സുശീലകളുടെ ജാതകങ്ങൾ നിന്റേതുമായി ഉത്തമത്തിൽച്ചേർന്നവയാണ്. അവ ഒത്തുനോക്കിയത് നിനക്ക് അറിയാവുന്നതുപോലെ നമ്മുടെ വടക്കേതിലെ രാമൻ നായരുമാണ്. അതാതു ശരീരത്തിന്റെ അളവുകൾ അതാതു ജാതകങ്ങളിൽ അദ്ദേഹം തങ്കലിപികളിൽ രേഖപ്പെടുത്തിയിരിക്കുന്നു. മകനേ, ഇനി നീ വിവാഹിതനും സ്വർഗപ്രാപ്തിക്ക് അർഹനുമാവുക.''

പുണ്യപുരാണ ചിത്രങ്ങളിൽ, തപസ്വികളുടെ മുൻപിൽ പ്രത്യക്ഷപ്പെടുന്ന ദേവതകളെപ്പോലെയാണ് പൊടുന്നനെ ആ നടുനിരത്തിൽ സ്ത്രീരത്നങ്ങൾ ഹാജരായത്. ചീർത്ത് വലുതായ തലയും രോഗത്തിന്റെ മിനുപ്പുള്ള മുഖവുമായി അയാൾ അവരുടെ മുന്നിലൂടെ പലവട്ടം നടന്നു. കുട്ട് മറവിലേക്കിട്ട്, താനും അവരുടെ കൂടെപ്പോയി നിന്നാലോ എന്ന് ശീലാവതി ഒരുനിമിഷം ഓർത്തു. പിന്നെ വേണ്ടെന്നും. നടന്നുതേഞ്ഞ തന്റെ കാലടികൾ, ചെമ്പഞ്ഞിച്ചാറ് പൂശിത്തുടുപ്പിച്ച

വധുക്കളുടെ തളിർപാദങ്ങൾക്കിടയിൽ ഒരപസ്വരം പോലെ അയാൾ തിരിച്ചറിഞ്ഞെന്നുവരും. പിന്നെ, രാജാവിന്റെ സന്നിധിയിൽ, തനിക്ക് നഷ്ടപ്പെടുക തന്റെ പേരാവും.

ശീലാവതി ഇങ്ങനെ ഓരോന്ന് ഓർത്തിരിക്കെ അയാൾ, ആ വരിയിലെ ഏറ്റവും ലജ്ജാവതിയും പ്രായം കുറഞ്ഞവളും മനോഹരമായ കുചദ്വയങ്ങൾകൊണ്ട് നേർത്ത അംഗവസ്ത്രത്തിന് ശോഭയേറ്റുന്നവളുമായ പെൺകുട്ടിയുടെ കഴുത്തിൽ താലിചാർത്തി. പെൺകുട്ടിയുടെ രണ്ടു തുടകളും ചേർത്ത്, അവൾക്ക് അന്നനട നടക്കാൻ മാത്രം പാകത്തിൽ അദ്ദേഹം ബന്ധിച്ച ആ താലിക്കുമേൽ ദേവകൾ പുഷ്പവൃഷ്ടി നടത്തി.

''മകളേ...'' നിരുദ്ധകണ്ഠനായി അവളുടെ വളർത്തച്ഛൻ പറഞ്ഞു: ''കാട്ടിലെ വന്യമൃഗങ്ങൾക്കിടയിൽ ഉപേക്ഷിച്ചുപോയ നളനോട് ദമയന്തിപോലെയും പതിന്നാല് കൊല്ലങ്ങൾക്കുശേഷം അയോദ്ധ്യയിലെ സിംഹാസനം വീണ്ടും കൈമോശം വരാതിരിക്കാൻ ഗർഭിണിയായ ഭാര്യയെ കാട്ടിലേക്കയച്ച് പ്രജകളെ രക്ഷിച്ച ശ്രീരാമന് സീതപോലെയും നീ പതിക്ക് ഭൂഷണമായിരിക്കുക. ഭർത്താവിന്റെ ചിതയിൽ നിന്റെ ശരീരം ഹോമിക്കാനാകയാൽ അദ്ദേഹത്തിന്റെ ആരോഗ്യവും ആയുസ്സും നിനക്ക് സർവപ്രധാനമാണെന്നോർക്കുക. അദ്ദേഹത്തിന്റെ വിത്തുകളെ നീ ഭൂമിയെപ്പോലെ ഏറ്റുവാങ്ങുക. സ്വന്തം ചിറകുകൾ പറിച്ചെടുക്കുന്ന വേദനയോടെ അദ്ദേഹത്തിന്റെ മക്കളെ നീ പ്രസവിക്കുക. ഭർത്താവിൽ നിന്ന് വേറിട്ട് ഒറ്റയ്ക്ക് താമസിക്കുന്ന തന്റേടിയായ അമൃതാപ്രീതത്തിനെപ്പോലെ, തകഴിയുടെ ചെമ്മീനിലെ, കടലമ്മയ്ക്ക് ചാമിയെ വിഴുങ്ങാൻ കൊടുത്ത കറുത്തമ്മയെപ്പോലെ നീ ധർമച്യുതിയേൽക്കാതിരിക്കുക. നിന്റെ ചാരിത്ര്യശുദ്ധിയിലാണ് അദ്ദേഹത്തിന്റെ കുടുംബവും നാമവും നിലകൊള്ളുന്നത്.

പിന്നെയാണ് വിവാഹഘോഷയാത്ര തുടങ്ങിയത്. ശീലാവതി ഒന്നുകൂടി ഉള്ളിലേക്ക് വലിഞ്ഞു. നാദസ്വരത്തിന്റെയും ഷഹനായിയുടെയും ബാന്റിന്റെയുമൊക്കെ ചെകിടടപ്പിക്കുന്ന ബഹളത്തിനിടയിൽ, കാലുകൾ മണ്ണിൽത്തട്ടി വേദനിക്കുക കാരണം അയാൾ പെട്ടെന്നുനിന്നു.

''പ്രിയേ...'' അയാൾ പറഞ്ഞു: ''എനിക്ക് നടക്കാനാവുകയില്ല.''

അപ്പോഴാണ് ഭാര്യ അയാളുടെ മുരടിച്ച കാൽപാദങ്ങൾ കണ്ടത്. ഉടനെ അവയ്ക്ക് താഴെയുള്ള ദിവ്യമായ പൂഴി അവൾ നെറുകയിലണിഞ്ഞു. പൊടുന്നനെ, ആകാശത്തിൽനിന്ന് മാലാഖമാർ ആദരവോടെ എറിഞ്ഞുകൊടുത്ത കുട്ട പെട്ടെന്ന് അവളുടെ മുൻപിലെത്തി.

പറന്നുവന്ന ആ കുട്ട തീരെ പ്രതീക്ഷിക്കാത്തതായതിനാൽ ആദ്യം അന്തംവിട്ടുപോയെങ്കിലും ചുറ്റുമുള്ളവർ പറഞ്ഞതുകേട്ട് വേഗം അവൾ ഇപ്രകാരം പറഞ്ഞു: ''അങ്ങയെ ഏറ്റിനടക്കാനുള്ള യോഗ മുണ്ടായ ഞാൻ ഭാഗ്യവതിയാണ്. അതിനാൽ അങ്ങിതിൽ കയറി ഇരിക്കുക. ഈ ചുമടിന്റെ ഭാരം എന്റെ അവകാശമത്രേ.''

അന്നുരാത്രി, ആപൽശങ്കയും അധർമച്ഛായയുമേൽക്കാത്ത പവിത്രമൈഥുനത്തിന്റെ എന്തെന്നില്ലാത്ത ശാന്തിയുമായി അയാൾ മനം വിട്ട് ഉറങ്ങി. പുലർച്ചെ ഉണർന്നപ്പോൾ തൊട്ടടുത്തു കിടക്കുന്ന അവളുടെ നഗ്നശരീരത്തിന്റെ ഭംഗി വീണ്ടും അയാളെ കോരിത്തരിപ്പിച്ചു.

''പ്രിയേ...'' വികാരംകൊണ്ട് ഇടറിയ ശബ്ദത്തിൽ അയാൾ പറഞ്ഞു: ''കാൽച്ചിലങ്കകളണിയൂ. അവയുടെ പൊട്ടിച്ചിരി എന്നെ ഇനിയും ഉന്മത്തനാക്കും.''

അവൾ അമ്പരന്നുപോയി, നിശ്ശബ്ദയായി, അപരാധിനിയെപ്പോലെ അവൾ അയാളുടെ മുൻപിൽ തലതാഴ്ത്തി.

''നൃത്തവും ഗാനവും ചതുരംഗവും എനിക്കറിഞ്ഞുകൂടാ.'' അവൾ താഴ്മയോടെ പറഞ്ഞു: 'മംഗള'വും 'മനോരമ'യും മാത്രമേ ഞാൻ വായിക്കാറുള്ളൂ.''

''എന്ത്!'' ആദ്യരാവാണെന്നതുപോലും മറന്ന് അയാൾ അലറി. ''പിന്നെ, എന്റെ രാവുകൾ ഇങ്ങനെ നിശ്ശബ്ദമാവുകയോ? ഹോ! എന്നോട് നീ ഒരുവാക്ക് ഇതിനെപ്പറ്റി പറഞ്ഞില്ലല്ലോ. ഭർത്താവിന്റെ ഇംഗിതങ്ങൾ അറിയുക ഭാര്യയുടെ ധർമമാണെന്ന് ഇനി ഞാൻ പറയണോ നിന്നോട്? മിനിമം നമ്മുടെ ബ്രോക്കറോടെങ്കിലും നിനക്കിത് പറയാമായിരുന്നു.''

''അവിടുന്ന് ക്ഷമിക്കൂ.'' അവൾ പറഞ്ഞു: ''ഇതൊന്നും കുലവധുക്കൾക്കു വിധിച്ചതേയല്ലല്ലോ.''

''ആരു പറഞ്ഞു?'' അയാൾ വീണ്ടും അലറി. ''ചിലങ്കകളുടെ ശബ്ദം കേട്ടാണ് ഞാൻ ഉറങ്ങാറ്. തംബുരു മീട്ടിയാണ് നീയെന്നെ ഉറക്കേണ്ടത്.''

''അങ്ങ്...'' പിടിക്കപ്പെട്ട മാനിനെപ്പോലെ ഉഴറിയ അവൾ കെഞ്ചി: ''അങ്ങിതൊന്നും എന്നോട് ചോദിച്ചില്ലല്ലോ. ആരും പറഞ്ഞുമില്ല, പ്രഭോ. വേദങ്ങളിലും ശാസ്ത്രങ്ങളിലും നിപുണനായ അവിടുന്ന് അപക്വമതിയും അറിവില്ലാത്തവളുമായ എന്നെ കൈവെടിയരുതേ. ഒരിക്കൽ അങ്ങയുടെ കിടക്ക പങ്കിട്ട എന്നെ മറ്റുള്ളവർ എച്ചിലില പോലെ വലിച്ചെറിയും. അതുകൊണ്ട് വരൂ. ചിലങ്കകളുടെ മന്ത്ര

ധ്വനിയും തംബുരുവിന്റെ നാദവും ഉള്ളിടത്തേക്ക് ഞാൻ അങ്ങയെ ചുമന്നുകൊണ്ടുപോകാം.''

അങ്ങനെ ഞാൻ വീണ്ടും നിന്നിലെത്തി. ശീലാവതിയുടെ മടിയിൽ തലവെച്ചുകിടന്ന്, അടുത്തമുറിയിൽ കുട്ടയുമായി തന്നെ കാത്തിരിക്കുന്ന ഭാര്യയേയും സ്വന്തം വിധിയേയും കുറിച്ചോർത്തോർത്ത് അയാൾ ആകുലചിത്തനായി.

അയാളുടെ തലമുടിയിലൂടെ പതുക്കെപ്പതുക്കെ വിരലോടിച്ച് ശീലാവതി നിശ്ശബ്ദതയാണ്ടു.

''വിധി.'' അയാൾ തുടർന്നു: ''എത്ര പേരുണ്ടായിരുന്നു വേറെ. എന്റെ കുട്ടികളെ പ്രസവിക്കാനുള്ളവൾ, എന്റെ കിടക്കയും ജീവിതവും പങ്കുവെയ്ക്കേണ്ടവൾ, എന്റെ സ്വപ്നങ്ങൾക്ക് നിറവും പകിട്ടും കൊടുക്കേണ്ടവൾ, എന്റെ ആശ്രയവും അഭയവും ഉത്തേജനവും പ്രൗഢിയുമാകേണ്ടവൾ എന്റെ രാപകലുകളെ നിർജീവവും വിരസവുമാക്കുന്നു. പ്രിയേ, രാത്രിയിലുണരുമ്പോൾ നിന്റെ ചിലങ്കകളേയും നിന്റെ കണ്ണുകളേയുമാണ് ഞാൻ ഓർക്കാറ്.''

കട്ടിലിൽ നിന്നെഴുന്നേറ്റ് അയാൾക്കുവേണ്ടി ഒരു കാറ്റിനെപ്പോലെ നൃത്തം ചെയ്യുന്നതിന്റെ ചടുലതയിൽനിന്ന്, മറ്റൊന്നും കേൾക്കാനാകാത്തവിധം ഒരു വെള്ളച്ചാട്ടംപോലെ മുഴങ്ങിയ ചിലങ്കകളുടെ ശബ്ദത്തിൽനിന്ന്, ഒരുനിമിഷം പിൻവാങ്ങി ശീലാവതി ആരാഞ്ഞു.

''അവളുടെ.'' അവൾ പെട്ടെന്നു നിറുത്തി: ''അവരുടെ പേരെന്താണ്?''

''എന്റെ ഭാര്യയുടെയോ?'' അയാൾ ചോദിച്ചു: ''ശീലാവതി.''

■

* നവംബറിന്റെ നഷ്ടം : ഒരു മാലയുടെ പേര്

മുരളീധരൻ നായരുടെ ഒരു ദിവസം

മുരളീധരൻനായർ എല്ലാ ദിവസത്തേയുംപോലെ രാവിലെ ഒൻപത് മണിക്ക് ഓഫീസിലേക്കു പോകാനൊരുങ്ങി. അമ്മയുടേയും ദൈവത്തിന്റേയും മുൻപിൽ നമസ്കരിച്ചു തിരിഞ്ഞപ്പോഴാണ് ജലദോഷമുള്ള മൂക്ക് ഒന്നുകൂടി വലിച്ചുകയറ്റി, ചോറ്റുപാത്രം സഞ്ചിയിലാക്കി ഭാര്യ അയാളെ ഏല്പിച്ചത്. തന്റെ മുഖത്ത് നോക്കാൻ കൂട്ടാക്കാതെ, അകത്തു കരയുന്ന കുട്ടിയെ ശ്രദ്ധിക്കാതെ ഒരു കുറ്റികണക്കെ നിന്ന് ഭാര്യയെ അവഗണിച്ച് മുരളീധരൻനായർ അകത്തേക്കുപോയി.

''അച്ഛൻ വേഗം വരാം.'' കുട്ടിയെ ആശ്വസിപ്പിച്ചുകൊണ്ട് മുരളീധരൻനായർ പറഞ്ഞു.

''വരുമ്പോൾ പമ്പരം കൊണ്ടുവരാം.''

''ഓ, ഒരുത്തരവാദിത്തം.'' പുറത്തുനിന്ന് മുരളീധരൻനായരുടെ ഭാര്യ ചീറി.

''ഒരു ദിവസം ഓഫീസിൽ ചെന്ന് പേനയുന്തിയില്ലെങ്കിൽ ആകാശം ഇടിഞ്ഞുവീഴില്ല്യേ പിന്നെ! എന്റെ മൂക്കൊലിക്കുന്നു. തലവേദനിച്ചിട്ടു നിൽക്കാൻ വയ്യ. മകൾക്കാണെങ്കിൽ തന്തയുടെ വാശിയാണ്. ആപ്പീസിനോടുള്ള ഉത്തരവാദിത്തത്തിനേക്കാൾ കുറവാണോ നിങ്ങൾക്കെന്നോട്? നാലുനേരവും നിങ്ങൾ കുമ്പിട്ടുതൊഴുന്ന ഈ ദൈവം അങ്ങനെ നിങ്ങളോടു പറഞ്ഞോ?''

ഓഫീസ് സംബന്ധമായ കടലാസുകളും കുടയും കൈയിലെടുത്തു പുറത്തേക്കുള്ള വാതിൽക്കൽ മുരളീധരൻനായർ തിരിഞ്ഞു നിന്നു.

''അമ്മിണീ!'' അയാൾ പറഞ്ഞു: ''എനിക്കിന്നു പോകേണ്ട അത്യാവശ്യം ഉള്ളതിനാലാണ് ഞാൻ പോകുന്നത്. അതും നിങ്ങളോടുള്ള ഉത്തരവാദിത്തവും കൂട്ടിക്കുഴയ്ക്കരുത്. ഞാൻ കഴിയുന്നതും വേഗം വരാം.''

പുറത്തെ വെയിൽ റോഡിനു മുകളിൽ എത്തിയിരിക്കുന്നതുകണ്ട് മുരളീധരൻനായരുടെ മുഖം മങ്ങി. ഇനി രാമസ്വാമിയുടെ മുൻപിൽ

ചെന്നു വേണം മസ്റ്ററിൽ ഒപ്പിടാൻ. രാമസ്വാമി ഒരു ചിരി ചിരിക്കും. ''ചുമതലകളെക്കുറിച്ചു പറഞ്ഞുതരേണ്ട പ്രായമല്ലല്ലോ നമുക്കൊക്കെ.'' മസ്റ്റർ മുന്നിലേക്കു നീക്കിവെച്ചു രാമസ്വാമി പറയും: ''എന്തെങ്കിലും തക്ക കാരണം കാണും.''

ഓഫീസിൽ വൈകി എത്തുന്നതോ തന്റെ ചുമതലകളെക്കുറിച്ചു പറയാൻ ആർക്കെങ്കിലും ഇടം കൊടുക്കുന്നതോ അത്തരം ചിരികളോ ഒന്നും മുരളീധരൻനായർക്കിഷ്ടമായിരുന്നില്ല. ആ ചിരി തെളിയുമ്പോഴൊക്കെ മുരളീധരൻനായർക്ക് അമ്മയെ ഓർമ്മവരും.

''നന്നായി ജീവിക്ക്.'' അമ്മയെ ഉദ്ധരിച്ചു മുരളീധരൻനായർ പറയാറുണ്ട്.

''അതേ നമ്മളൊക്കെ ചെയ്യേണ്ടൂ.''

''ആർക്ക് നന്നായി?'' അമ്മിണി ചോദിച്ചു. ഇരുന്നിടത്തുനിന്നും തട്ടിത്തെറിപ്പിക്കുംപോലെയുള്ള ആ ചോദ്യം മുരളീധരൻനായരെ തെല്ലൊന്നമ്പരപ്പിക്കാതിരുന്നില്ല. അതൊന്നമർന്നപ്പോഴാണ്, അമ്മിണി ചോദിച്ചാൽ ഇനി ആ വാക്കിനെന്തർത്ഥം പറയും എന്ന് മുരളീധരൻനായർ ആലോചിച്ചത്. അമ്മിണി പക്ഷേ, ചോദിച്ചില്ല. ചോദ്യങ്ങൾ ചോദിക്കുന്ന സ്വഭാവം അമ്മിണിയെപ്പോലെ മുരളീധരൻനായർക്കും പൊതുവേ കുറവായിരുന്നു. അമ്മ ഒരിക്കലും തനിക്കു വിരോധമായി പ്രവർത്തിക്കാതിരുന്നതിനാൽ അതിന്റെ ആവശ്യം മുരളീധരൻനായർക്ക് അനുഭവപ്പെട്ടിരുന്നതേയില്ല. ആകെ ഒരിക്കൽ ദേഷ്യവും സങ്കടവും തോന്നിയത് അടുത്തിരുന്ന കുട്ടിയുടെ പേന കട്ടു എന്ന കുറ്റത്തിന് ഹെഡ്മാസ്റ്റർ തല്ലിയപ്പോഴാണ്.

''വല്ലാണ്ട് വേദനിച്ചോ?'' അമ്മ തുടയിൽ തടവി ചേർത്തിരുത്തി ചോദിച്ചു. ''എന്തിനേ പേന കട്ടത്?''

''ഞാൻ കട്ടില്ല.'' മുരളീധരൻനായർ പറഞ്ഞു.

''പിന്നെ എന്തേ, മാഷ്ക്കങ്ങനെ തോന്നാൻ?''

അത് അന്നുമുതൽ മുരളീധരൻനായരേയും കുഴക്കിയ പ്രശ്നമായിരുന്നു. അതുകൊണ്ട്, ദേഷ്യമാണോ ജാള്യതയാണോ തോന്നേണ്ടത് എന്ന പരിഭ്രമത്തിനിടയിൽ മുരളീധരൻനായർ പറഞ്ഞു: ''അറിയില്ല.''

''എന്നിട്ട്?'' അമ്മ ചോദിച്ചു: ''കുട്ടി മാഷോട് പറഞ്ഞ്വാ?'

ഒരു കാരണത്തിന്റെ പിൻബലമില്ലാതിരുന്നതിനാൽ പറയപ്പെടാതിരുന്ന ആ ഉത്തരവും വലിച്ചിഴച്ച് ഇത്രത്തോളമെത്തിയ മുരളീധരൻനായരുടെ മനസ്സിൽ ആ ചോദ്യം, അമ്മയുടെ ചിതയ്ക്ക് തീകൊളുത്തുമ്പോൾ, ഒരു അപ്രസക്തിയുടെ, അരിശത്തിന്റെ

ചുവയോടെ തികട്ടി. പിന്നെ ചിലപ്പോഴൊക്കെ ഉറങ്ങാൻ കിടക്കുമ്പോൾ, ഊണുകഴിക്കുമ്പോൾ എല്ലാം കൈയിൽ തിരുപ്പിടിച്ചു കൊണ്ടു നടക്കുന്ന ഒരു കുപ്പിക്കഷ്ണംപോലെ അതു മനസ്സിൽ കോറി.

നേരം വൈകിയ കാരണം വണ്ടിയിൽ നല്ല തിരക്കുണ്ടായിരുന്നു. രാമസ്വാമി ചിരിക്കാൻ തുടങ്ങുന്നതിനു മുൻപേ അരദിവസത്തെ ലീവ് എഴുതിക്കൊടുക്കണം. മുരളീധരൻനായർ തന്നോടുതന്നെ പറഞ്ഞു. ചുമതലകൾ വഴികാട്ടികളാണ് എന്നാണ് രാമസ്വാമി പറയാറ്. തന്റെ അടുത്തിരുന്ന പതിനഞ്ചുകാരൻ വണ്ടിയിൽ ഇരുന്നതോടെ, സ്വന്തം കൈയിലുള്ള നോട്ടുപുസ്തകം നിവർത്തി വായിക്കാൻ തുടങ്ങിയിരുന്നു. അയാളുടെ ഏകാഗ്രത തടസ്സപ്പെടുത്താത്ത വിധം മുരളീധരൻനായർ ഒന്നുകൂടി ഒതുങ്ങിയിരുന്നു.

''കഴിയുന്നതും ആരേയും ഉപദ്രവിക്കാതിരിക്ക. ഗുണം അവനവനുതന്നെയാണ്.'' അമ്മ പറയും: കിടന്നാൽ ഉറക്കം വരും.''

പൊടുന്നനെ, ഭാര്യയുടെ ജലദോഷം വന്ന് വീർത്ത മുഖം മുരളീധരൻനായരുടെ മനസ്സിൽ തെളിഞ്ഞു. തനിക്കാണ് ഈ ജലദോഷമെങ്കിൽ ഇന്ന് ഓഫീസിൽ വരുമായിരുന്നോ? തനിക്ക് ഓഫീസിലെ അത്യാവശ്യകാര്യം വേണമെങ്കിൽ മാറ്റിവെക്കാമായിരുന്നില്ലേ എന്ന ചിന്ത, മുരളീധരൻനായരെ ആകെ പരിഭ്രമിപ്പിച്ചു, ചെറിയ ചോദ്യങ്ങളാണ് ആകെ കുഴയ്ക്കുന്നത്. ചോദിക്കാത്തവ എന്നുതന്നെ പറയാം. ആൾക്കാരുമായി സംസാരിച്ചിരിക്കുമ്പോഴും അവരെ ശ്രദ്ധിച്ചിരിക്കുമ്പോഴും പലപ്പോഴും മുരളീധരൻനായർ ആലോചിക്കുന്നത് അയാൾ ആ വാചകം പറയുമ്പോൾ എന്തിനു ചിരി വന്നു എന്നോ വഴിയിലെ പിച്ചക്കാരൻ കുട്ടിക്കു പത്തുപൈസയെങ്കിലും കൊടുക്കേണ്ടിയിരുന്നില്ലേ എന്നൊക്കെയാവും. അതൊരു ചീത്ത ശീലമായി മാറുന്നതും അയാൾ അറിഞ്ഞിരുന്നു. തന്മൂലം സംഭാഷണത്തിന്റെ മധ്യത്തിൽ വെച്ചു അത്രനേരവും എന്തിനെപ്പറ്റിയാണ് പറഞ്ഞിരുന്നതെന്ന് മുരളീധരൻനായർ മറന്നുപോകും. ഇത് വിരുന്നുകാർക്കും സുഹൃത്തുക്കൾക്കും വല്ലാത്ത മടുപ്പും അസൗകര്യവും ഉണ്ടാക്കി. വല്ലാത്ത ജാള്യതയോടെ പക്ഷേ, സംസാരം തുടങ്ങുമ്പോൾ വീണ്ടും അയാളുടെ മനസ്സിൽ പിച്ചക്കാരൻ കുട്ടിയും ധർമപുത്രരും അമ്മിണിയുടെ ജലദോഷവും ഒരു പുറ്റുപോലെ നിറയും. അവയ്ക്കുമീതെ ഒരു കാര്യവുമില്ലാതെ, ചലിക്കുന്ന ചോദ്യങ്ങൾ കുമിഞ്ഞു. അങ്ങനെ പുഴുക്കൾ മൂടിയ ചപ്പുകൂന പോലെയായി അയാളുടെ മനസ്സ്.

''കുട്ടി ഒന്നെഴുന്നേല്ക്ക്.'' രണ്ട് മാന്യന്മാരാണ് മുരളീധരൻനായരുടെ തൊട്ടുമുന്നിൽ നിന്നിരുന്നത്. പതിനഞ്ചുകാരൻ നോട്ടുപുസ്തകത്തിൽനിന്നും മുഖമുയർത്തി നോക്കി.

''ഒന്നെഴുന്നേൽക്കൂ.''

''എന്തിനാ?'' കുട്ടി ചോദിച്ചു.

''അത് ശരി.'' അവരിലൊരാൾ പറഞ്ഞു: ''ഒരു മിനിറ്റ് ഒന്നെഴുന്നേല്ക്കൂ. എല്ലാവരുടെ മുഖത്തും മാറിമാറി നോക്കി, കുട്ടി മനസ്സില്ലാമനസ്സോടെ എഴുന്നേറ്റു. പെട്ടെന്നാണ് മാന്യരിലൊരാൾ ആ സ്ഥലത്ത് കയറിയിരുന്നത്.

''അതാ അവിടെ'' അകലെ വെയിൽ തട്ടുന്ന ഒരു സ്ഥലം ചൂണ്ടിക്കാട്ടി അയാൾ പറഞ്ഞു: ''അവിടെ ഇരുന്നോളൂ.''

മുരളീധരൻനായർ തന്റെ അടുത്ത് സ്ഥലംപിടിച്ച ആളുടെ മേലിൽ തട്ടാതിരിക്കാൻ ഒന്നുകൂടി ഒതുങ്ങി ഇരുന്നു. എന്നിട്ട് ചുറ്റുമുള്ള എല്ലാവരേയും നോക്കി. അവരൊക്കെ ചെറുപ്പക്കാരനേയും മറ്റു രണ്ടുപേരെയും ശ്രദ്ധയോടെ നോക്കിയിരിക്കുകയാണ്.

''വേണ്ട.'' ചെറുപ്പക്കാരൻ പറഞ്ഞു: ''അവിടെ നിങ്ങളിരുന്നോളൂ.''

അതിനു മറുപടി പറയാതെ രണ്ടാൾക്കാരും വർത്തമാനങ്ങളിൽ മുഴുകുകയാണ് ചെയ്തത്. ചെറുപ്പക്കാരന്റെ മുഖം ചുവന്നു. അതുവരേയും നിവർത്തിപ്പിടിച്ചിരുന്ന നോട്ടുപുസ്തകം അയാൾ ശബ്ദത്തോടെ അടച്ചു. എന്നിട്ട് തന്റെ സ്ഥലത്ത് കയറി ഇരുന്ന ആളുടെ തോണ്ടി ഗൗരവത്തിൽ എഴുന്നേല്ക്കാൻ പറഞ്ഞു.

കണ്ണട നേരെ വെച്ച് ചെറുപ്പക്കാരന്റെ നേരെ അയാൾ ഇമവെട്ടാതെ നോക്കി. അകലെ വെയിൽ വീണ സീറ്റിലേക്ക് അയാൾ വീണ്ടും ചൂണ്ടി.

''അവിടെ.'' അയാൾ പറഞ്ഞു.

''നിങ്ങളെന്റെ സ്ഥലത്തുനിന്ന് എഴുന്നേൽക്കൂ.'' ചെറുപ്പക്കാരന്റെ ശബ്ദത്തിൽ അത്ര കടുപ്പം ആരും പ്രതീക്ഷിച്ചിരുന്നില്ലാത്തതിനാലാവണം ചുറ്റുമുള്ള എല്ലാവരും ഒന്നിച്ചു തലപൊക്കി.

''ഇല്ലെങ്കിലോ'' എല്ലാവരുടെ മുഖത്തുകൂടെയും ഒന്ന് കണ്ണോടിച്ച് ഒരു ചെറുചിരിയോടെ അയാൾ ചോദിച്ചു: ''മുട്ടപൊട്ടി പുറത്തുന്നിട്ടില്ല. അപ്പോഴേക്കും...''

ഇരുന്നിടത്തുനിന്നും എഴുന്നേറ്റ് ചെറുപ്പക്കാരനോട് തന്റെ സ്ഥലത്തിരുന്നോളൂ എന്ന് പറയണോ എന്ന് മുരളീധരൻനായർ ആലോചിച്ചു. കാര്യങ്ങൾ, അതാത് ആൾക്കാർ തമ്മിൽ തീരട്ടെ എന്ന ഭാവത്തിൽ പക്ഷേ, എല്ലാവരും പുറത്തേക്കും സ്വന്തം പുസ്തകങ്ങളിലേക്കും നോക്കിയിരിക്കുകയാണ് ചെയ്തത്. അനാവശ്യമായ ഇടപെടൽ കാര്യങ്ങൾ കൂടുതൽ വഷളാക്കിയേക്കുമോ എന്നയാൾ

പേടിച്ചു. എന്തുകൊണ്ടാണ് എല്ലാവരും ഇങ്ങനെ മിണ്ടാതിരിക്കുന്നതെന്ന് മുരളീധരൻനായർ വല്ലാതെ അത്ഭുതപ്പെട്ടു.

ചെറുപ്പക്കാരന്റെ മുഖം ചെവിത്തട്ടുകൾ വരെ ചുവന്നു. വികാരം കൊണ്ട് അവിടവിടെ മുറിയുന്ന ശബ്ദത്തിൽ തന്നോടു ചെയ്ത മര്യാദകേടിനെപ്പറ്റി അയാൾ പറയാൻ ശ്രമിച്ചു.

''നിങ്ങൾ എന്നോടാണ് അന്യായം ചെയ്തത്.'' അയാൾ പറഞ്ഞു.

ഒരു വടിക്കു കീഴിൽ പിടയുന്ന പാമ്പുകളെന്നപോലെ അന്യായം എന്ന വാക്കിനുകീഴെ നിർത്തി മുരളീധരൻനായർ അവരെ രണ്ടു പേരെയും നോക്കി. അവർ ചിരിക്കുകയാണ് ചെയ്തത്.

''ഞങ്ങളെ മര്യാദ പഠിപ്പിക്കാൻ വാ.'' അവരിലൊരാൾ പറഞ്ഞു. ''ഞങ്ങൾ ഇവിടെത്തന്നെ നിന്നുതരാം.''

ഇരുന്നിടത്തുനിന്നും മുരളീധരൻനായർ ഒന്നനങ്ങി. എല്ലാവരും പുറത്തേക്ക് നോക്കിയിരിക്കുകയാണ്. എത്ര ചെറിയ കാര്യങ്ങൾ! എന്ന ഭാവമായിരുന്നു എല്ലാവരുടെ മുഖത്തും. ഇത്ര പോന്നിട്ടും തന്റെ നിയന്ത്രണമില്ലായ്മയിൽ പെട്ടെന്ന്, മുരളീധരൻനായർക്ക് ജാള്യത തോന്നി. അതു മറയ്ക്കാൻ മുരളീധരൻനായർ കൃതിയിൽ അവരോടൊപ്പം പുറത്തേക്കുതന്നെ നോക്കി.

അപ്പോഴായിരിക്കണം, ചെറുപ്പക്കാരൻ സ്വന്തം സ്ഥലത്തിരുന്ന ആളുടെ മടിയിൽ കയറിയിരുന്നത്. പ്രതീക്ഷിച്ചപോലെ, അയാൾ ചെറുപ്പക്കാരനെ ആഞ്ഞുതള്ളി. മുരളീധരൻനായരുടെ കാല്ക്കൽ ഒരു ചെറിയ ശബ്ദത്തോടെ ചെറുപ്പക്കാരൻ കമിഴ്ന്നു വീണു. കൈയിൽനിന്നും തെറിച്ച നോട്ടുപുസ്തകം കുറച്ചകലെ ആൾക്കാരുടെ കാൽക്കൽ തുറന്നു കിടന്നു. ഏതാണ്ടിതേ നേരത്താണ് വണ്ടി സ്റ്റേഷനിൽ നിന്നതും. എഴുന്നേറ്റു നിൽക്കാൻ ശ്രമിക്കുന്ന ചെറുപ്പക്കാരനു മുകളിലൂടെ ആൾക്കാർ ഇറങ്ങാൻ ധൃതികൂട്ടി. രണ്ടുമിനിറ്റാണ് വണ്ടി സ്റ്റേഷനിൽ നിൽക്കുക. നിരവധി കാലുകൾക്കിടയിലൂടെ വീണുകിടക്കുന്ന കുട്ടിയുടെ മുഖം കണ്ടപ്പോൾ, ഹെഡ്മാസ്റ്ററുടെ മുന്നിൽ തല്ലും പ്രതീക്ഷിച്ച് ചുവട്ടിലേക്ക് നോക്കിനിന്ന സ്വന്തം മുഖമാണ് മുരളീധരൻനായർക്ക് ഓർമ്മ വന്നത്. ധൃതിയിൽ ഒരു തെറ്റുതിരുത്തലിന്റെ ഭവ്യതയോടെ, ചെരുപ്പുകൾക്കും ഷൂസുകൾക്കും ഇടയിൽ അകലെ കിടന്ന പുസ്തകം ഊളിയിട്ടെടുത്ത് അയാൾ ചെറുപ്പക്കാരന് നീട്ടി. കുട്ടി, അയാളുടെ കൈയിൽനിന്നും പുസ്തകം തട്ടിപ്പറിക്കും പോലെയാണ് വാങ്ങിയത്. ഒരു ശരിക്ക് വിധേയനായപോലെ മുരളീധരൻ നായർക്ക് സന്തോഷം തോന്നി. 'അതുതന്നെ' എന്നു ചെറുപ്പക്കാരനോട് പറയണമെന്നുപോലും തോന്നിയതാണ്. വണ്ടിക്കകത്തേക്ക് അലയടിച്ച തിരക്കിൽ പക്ഷേ, എല്ലാം മുങ്ങിമറിഞ്ഞു.

ചെറുപ്പക്കാരൻ എഴുന്നേറ്റ് മുതിർന്ന ആ രണ്ടുപേരുടെ നേരെ തിരിയുന്നതും അവർ കുട്ടിയുടെ തല ട്രെയിനിന്റെ ഭിത്തിയോട് ചേർത്തുവെച്ചടിക്കുന്നതുമാണ് മുരളീധരൻനായർ പിന്നെ കണ്ടത്. കുട്ടിയുടെ മുഖം ഉറഞ്ഞ ചോരപോലെ നീലച്ചു. വണ്ടി വിടാൻ ഇനി രണ്ടു മൂന്നു സെക്കന്റുകൂടിയേ ഉണ്ടാവൂ എന്നാലോചിക്കുമ്പോൾ വിസിലിന്റെ ശബ്ദം ഒരു നിലവിളിപോലെ മുരളീധരൻനായരുടെ കാതിലെത്തി. ഭാര്യയുടെ ജലദോഷമുള്ള മുഖം, രാമസ്വാമി, അമ്മ എല്ലാവരും കൂടി ശടപടേന്ന് മുരളീധരൻനായരുടെ മനസ്സിലേക്ക് ഒരു ഭയങ്കര ശബ്ദത്തോടെ തട്ടിമറിഞ്ഞു വീണു. ഒരു നേർത്ത നിലവിളിയോടെ അയാൾ ഇളകിത്തുടങ്ങിയിരുന്ന വണ്ടിയിൽനിന്നും ചാടി ഇറങ്ങി. ''അമ്മേ,'' തന്നെ പിന്നിലാക്കിപായുന്ന വണ്ടിയെ നോക്കി പ്ലാറ്റ്ഫോമിൽത്തന്നെ നിൽക്കെ മുരളീധരൻനായർ പറഞ്ഞു; ''അമ്മ പറയും ചെറുപ്പക്കാരന് അവർ കാണിച്ചുകൊടുത്ത സീറ്റിൽ ഇരിക്കാമായിരുന്നു എന്ന്. അത് അവർക്കും ആവാമായിരുന്നു.''

നിറഞ്ഞ വെയിലിനു കീഴിൽ, തന്റെ ഇരുഭാഗങ്ങളിലും ചാട്ടവാറുകൾപോലെ പുളഞ്ഞ റെയിൽപാളങ്ങളെ നോക്കി മുരളീധരൻ നായർ പിന്നെ നടന്നു.

''എന്നിട്ട് മുരളി വണ്ടിയിൽ നിന്ന് ചാടിയിറങ്ങി.'' ഊണ്പാത്രം ശബ്ദത്തിലടച്ച് കസേര തട്ടിമാറ്റി എഴുന്നേറ്റ് ഓഫീസിൽ ഗീത പറയും: പറയാൻ!''

അമ്മയാണെങ്കിൽ എന്തുത്തരം പറയും? ഗീതയെ അമ്മയ്ക്കറിയില്ല. തീനാളങ്ങളുടെ അറ്റങ്ങളിൽ ആയുന്ന ചുവപ്പു നിറവും മുഖത്തേന്തി അവൾ ''ഹേ, മുരളീ!' എന്നു പറയുമ്പോൾ, ഞാൻ സ്കൂൾ മുറ്റത്ത് സർവസമക്ഷം തല്ല് ഏറ്റുവാങ്ങാൻ അനങ്ങാതെ നിന്ന കുട്ടിയാണെന്നാണ് എനിക്ക് തോന്നാറ്. അവിടെനിന്ന് ഞാൻ വളർന്നിട്ടേ ഇല്ല എന്നും. പൂച്ച എലിയെ പിടിക്കുമ്പോൾ താൻ ആരുടെ കൂടെ നിൽക്കും എന്നാണ് രവീന്ദ്രൻ ചോദിച്ചത്. അമ്മ അതിനെപ്പറ്റി ആലോചിച്ചിട്ടുണ്ടോ? ചെറിയ ചോദ്യങ്ങൾ എല്ലാവരുടെ വായിലും നിറച്ചുവെച്ചിരിക്കയാണെന്ന് തോന്നുന്നു. വല്ലാതെ വയറു നിറഞ്ഞവന്റെ ഏമ്പക്കംപോലെ, അപശബ്ദത്തോടെയാണ് അതൊക്കെ ക്ഷണത്തിൽ പുറത്തു ചാടുന്നത്. ചെള്ളിച്ചെറുമനെ കാര്യസ്ഥൻ അടിച്ചുകൊണ്ടിരുന്നപ്പോൾ വേഷ്ടിത്തലപ്പുകൊണ്ട് എന്റെ കണ്ണുപൊത്തി അമ്മ എന്നെ പിന്നിലേക്ക് മാറ്റി നിർത്തി. ''അങ്ങോട്ട് കുട്ടൻ നോക്കണ്ടാട്ടൊ.'' അമ്മ ഇപ്പോഴും പറയും. ''നമ്മളല്ല ഇതിന് ഉത്തരവാദികള്.'' പക്ഷേ, നോക്കൂ, ടെയിനിൽ വഴിയിൽ ഒറ്റക്കണ്ണുപൊത്തി ഇരിക്കാൻ പറ്റോ? എത്ര നേർരേഖയിൽ നടന്നാലും കുറെയൊക്കെ

കാണും. അല്ലെങ്കിൽ ചെരിഞ്ഞ മനസ്സുംകൊണ്ട് നടന്ന് ഉറഞ്ഞ രക്തം പോലെ നീലച്ച മുഖങ്ങൾ തട്ടിവീഴാൻ ആർക്കാണ് മോഹം? ചോദ്യങ്ങൾ നമ്മുടെ തൊലിയിൽത്തന്നെ വളരുന്ന രോമങ്ങളെപ്പോലെ തൊട്ടടുത്താകുമ്പോൾ വിഷമം ഏറുകയാണെന്ന് അമ്മയോട് ഞാൻ പറയാനാഞ്ഞിട്ടുണ്ട്. ഞാനതു പറയുന്നതിനുമുമ്പ് അമ്മ മരിച്ചു. ഗീത ചിരിക്കുകയാണ് ചെയ്യുക. ഭാര്യയുടെ ജലദോഷത്താൽ നമുക്ക് ലീവെടുക്കാമോ, എടുക്കുമോ? എനിക്ക് കുളിക്കാൻ അമ്മ നിറച്ചിട്ട കുട്ടകത്തിലെ വെള്ളത്തിൽ വീണ കൂറയെ രക്ഷിക്കണോ കൊല്ലണോ എന്നാലോചിച്ച് നിൽക്കുമ്പോൾ അത് മുങ്ങിച്ചത്തു. കണ്ണ് പൊത്തിയിട്ടെന്താ കാര്യം? ഗീതയുടെ മുഖം എന്റെ കൈയ്ക്കും കണ്ണുകൾക്കും ഇടയിലെവിടെയോ ആണ്.

ഇപ്പോൾ മുരളീധരൻനായർ റെയിലിനു സമാന്തരമായി പോകുന്ന റോഡിലൂടെ ഓഫീസിലേക്ക് നടക്കുകയായിരുന്നു. ഊണുകഴിക്കുമ്പോൾ, ഇന്ന് ഇക്കഥ ഗീതയോട് പറയേണ്ടെന്ന് അയാൾ തീരുമാനിച്ചു. അപ്പോഴാണ് രണ്ടു പൊലീസുകാർക്കൊപ്പം സ്ട്രെച്ചറിൽ ഒരു ചെറുപ്പക്കാരന്റെ ശരീരവുമായി രണ്ടുപേർ റോഡിലേക്ക് കയറിവന്നത്. വണ്ടിയിൽനിന്നു വീണുപോയ ആ ശരീരത്തിന്റെ സാധ്യത മുരളീധരൻനായർ പ്രതീക്ഷിച്ചിരുന്നതുകൊണ്ട്, അതാരാണെന്ന് മുരളീധരൻനായർക്ക് ആലോചിക്കേണ്ടിവന്നില്ല. റോഡിൽ കൂടിയ ആൾക്കൂട്ടത്തിനിടയിൽനിന്ന് ഒരു പ്രതിജ്ഞ നിറവേറ്റുന്നതുപോലെ അയാൾ ചെറുപ്പക്കാരന്റെ മുഖത്തേക്കെത്തിനോക്കി.

''ഈ ആളെ താനറിയുമോ?'' പൊലീസുകാരൻ ചോദിച്ചു.

തീരെ പ്രതീക്ഷിക്കാത്ത ആ ചോദ്യം കേട്ട് മുരളീധരൻനായർ ഞെട്ടി. അയാൾ ആ പൊലീസുകാരനെ തുറിച്ചുനോക്കി. ചോദ്യങ്ങൾ എപ്പോഴും തനിക്കുനേരെ വരുന്നതെന്താണ്?

ആവർത്തിക്കപ്പെടുന്ന ആ ചോദ്യത്തിന്റെ അസംബന്ധത്തിനും അപ്രസക്തിക്കും നടുവിൽനിന്ന്, ആ കിടക്കുന്നതാണോ അവിടെ നിൽക്കുന്നതാണോ താനെന്ന് മുരളീധരൻനായർ അമ്പരന്നു.

''അവസാനം'' ഗീത പറഞ്ഞു: 'ഇല്ല'' എന്നു പറഞ്ഞു.

''ഞാൻ ശരിയാണ് പറഞ്ഞത്.'' ചോറ്റുപാത്രം ശബ്ദത്തിലടയ്ക്കുമ്പോൾ മുരളീധരൻ നായർ കെഞ്ചി. ''ഞാനാ ചെറുപ്പക്കാരനെ ഒട്ടും ദ്രോഹിച്ചില്ല.''

''അതെ.'' ഗീത പറഞ്ഞു: ''മുരളി പുറത്തേക്കുനോക്കി ഇരിക്കുകയായിരുന്നു.''

''എല്ലാവരെയുംപോലെ.'' രവീന്ദ്രൻ ചിരിച്ചു. ''നിഷ്പക്ഷമായി.''

''എല്ലാവർക്കും ദൈവങ്ങളെയാണ് വേണ്ടത്. ഒരുനിമിഷം കൊണ്ട് വിരൽ ഞൊടിച്ച് ശത്രുക്കളെ നിർവീര്യരാക്കുന്ന ദൈവമല്ല ഞാൻ എന്ന് എന്താ ഗീതയ്ക്കു മനസ്സിലാവാത്തത്.''

''ശരിക്കും മുരളീ.'' ഗീത പറഞ്ഞു: ''ദൈവമാണെങ്കിൽ ഒരുത്തനെ വണ്ടിയിൽനിന്നു തള്ളിയിടുമ്പോൾ അത് തടയുകയും നമുക്ക് കൂട്ടത്തിൽ വീഴാതിരിക്കുകയും ചെയ്യാമായിരുന്നു.''

വൈകുന്നേരം ഡിസ്പെൻസറിയിൽനിന്നും തിരിച്ചുവരുമ്പോൾ മുരളീധരൻനായർക്ക് എന്തെന്നില്ലാത്ത ആശ്വാസം തോന്നി. അങ്ങനെ ഒരു ദിവസം അവസാനിക്കുന്നു. വണ്ടിയിലെ കഥ അറിഞ്ഞ കാരണം അരദിവസത്തെ ലീവ് എഴുതേണ്ടെന്ന് രാമസ്വാമി പറഞ്ഞിരുന്നു.

തുറന്ന വാതിലിലൂടെ സന്ധ്യയിലെ ഇരുട്ട് അകത്തേക്ക് കിനിയാൻ തുടങ്ങിയത് മുരളീധരൻനായർ കണ്ടു. മരുന്ന് വാതില്ക്കൽ നിന്നിരുന്ന ഭാര്യയുടെ കൈയിലേല്പിച്ച് കാലും മുഖവും കഴുകി അയാൾ വിളക്ക് കൊളുത്തി.

''ദൈവമേ...'' മനസ്സുറയ്ക്കുന്നതിനും മുൻപേ പറഞ്ഞു ശീലിച്ച ആ ശീലിൽ മുരളീധരൻനായർ വിളിച്ചു. ''ചുമതലകൾ നിറവേറ്റി നേരാംമാർഗം കാണിച്ചുതരണേ.''

''ഓ'' എന്ന് ആരെങ്കിലും പറഞ്ഞോ എന്ന് ഇത്രയും കാലത്തെപ്പോലെ അന്നും മുരളീധരൻനായർ ചോദിച്ചില്ല. ചോദ്യങ്ങൾ വല്ലാതെ കൂടുന്നു. മുങ്ങിച്ചാവാനനുവദിച്ച കൂറ മുതൽ, പകരം ചോദിക്കലിന്റെ പരിവേഷത്തോടെ ഗ്രാമമധ്യത്തിൽ പ്രദർശിപ്പിക്കപ്പെട്ട വെട്ടിയ തലയും നാസ്വാദ്വാരങ്ങൾ അടച്ചുകൊന്ന ആടിന്റെ അകിടിൽനിന്ന് വേദോച്ചാരണങ്ങൾക്കൊപ്പം ചുരന്ന മഴയും കുരിശിന്റെ മുകളിലൂടെ ചീറിപ്പോകുന്ന മിസൈലുകളും ഒക്കെ വളക്കൂനയിലെ കൃമികളെപ്പോലെ മനസ്സിൽ പുളയ്ക്കുകയാണ്. ഇനി, പറഞ്ഞാൽതന്നെ അത് അമ്മയുടെ ചില്ലിട്ട ഫോട്ടോയോ ദൈവമോ അതോ ഗീതയോ എന്ന ശങ്ക ബാക്കിയാവും.

മുരളീധരൻ നായർ നിലവിളക്കൂതി കെടുത്തി. അടുത്തുണ്ടായിരുന്ന ചാരുകസേരയിൽ ഒരു ദിവസം മുഴുവൻ സമ്പാദിച്ച തളർച്ചയോടെ മലർന്നു കിടന്നു. അതോടെ നിലവിളക്കിന്റെയും അയാളുടെയും ചുറ്റുമുണ്ടായിരുന്ന ഇരുട്ട് സമാധാനംപോലെ പതുക്കെ മുരളീധരൻനായരെ മൂടി.

■

ഒരിതൾ

നഗരത്തിലെ ഒരു വലിയ ഹോട്ടലിലെ മുറിയിൽ കസേരയിൽ ഇരിക്കുകയായിരുന്നു ഞാൻ. വാതിൽക്കൽ വന്നുനിന്ന ചെറുപ്പക്കാരൻ തീരെ അപരിചിതനായതിനാൽ ഞാനവിടെ ഇരുന്നുകൊണ്ടുതന്നെ ചോദിച്ചു. ''യെസ്?''

''വിരോധമില്ലെങ്കിൽ നമുക്കു കുറച്ചു സംസാരിക്കാം. അയാൾ പറഞ്ഞു; ''എന്റെ പേർ ബാലു. അടുത്ത റൂമിലാ താമസം.'' നോർത്തിൽ നിന്നുള്ള ഡെലിഗേഷൻ.

എനിക്കു പേടിയാണ് ആദ്യം തോന്നിയത്. റൂമിന്റെ വാതിൽ കടന്നുകഴിഞ്ഞിരുന്നു ബാലു. അതിനാൽ ഞാൻ പറഞ്ഞു: ''എനിക്കിപ്പോൾ പുറത്തുപോകേണ്ടതുണ്ടായിരുന്നു. വൈകുന്നേരം താങ്കൾക്കു സൗകര്യമാവുമെങ്കിൽ...''

ബാലു എന്റെ മുഖത്തുതന്നെ നോക്കിയാണ് നിന്നിരുന്നത്. അയാളുടെ മുഖം പെട്ടെന്ന്, ഒരു വിളക്കു കെടുന്ന വേഗതയോടെ മ്ലാനമായി. ''അതെ, അത് ഞാനോർക്കേണ്ടതായിരുന്നു.'' അയാൾ പറഞ്ഞു: ''ഞാൻ വല്ലാത്ത ഒരു സമയത്താണ് വന്നത്. ക്ഷമിക്കൂ. ഏതായാലും വൈകുന്നേരം ഞാനിവിടെ ഉണ്ടാവില്ല. അതുകൊണ്ടു ഗുഡ് ബൈ.'' വാതിലിൽ പിടിച്ചു പുറത്തു പോകാനായവെ അയാൾ പെട്ടെന്നു തിരിഞ്ഞുനിന്നു. ''പക്ഷേ, നിങ്ങൾ നിങ്ങളുടെ പേർ പറയൂ. എനിക്ക് നിങ്ങളുടെ നൃത്തം വളരെ ഇഷ്ടപ്പെട്ടു.''

ചെറുപ്പക്കാരന്റെ വിളർത്ത കുട്ടിത്തമുള്ള മുഖം ഞാൻ ശരിക്കു ശ്രദ്ധിച്ചതപ്പോഴാണ്. അയാൾ ഇത്രയധികം ധൃതിയിൽ സംസാരിക്കുന്നതെന്തിനാണെന്ന് എനിക്കു തീരെ മനസ്സിലായില്ല. ധൃതികാരണം വാക്കുകൾ ഇടയ്ക്കിടെ വിഴുങ്ങിക്കൊണ്ടിരുന്നു. ബാലുവിന്റെ മുഖത്ത് താടിയെല്ലിൽ ഒരു മുറിവിന്റെ വലിയ കല വിലങ്ങനെ കിടന്നു.

''ബാലൂ ഇരിക്കൂ.'' ഞാൻ പൊടുന്നനെ പറഞ്ഞു. ബാലുവിന്റെ തൊട്ടു തൊടാതെയുള്ള സംസാരവും അതിലെ ധൃതിയും ചപ്പില വീണുപാറുന്ന ഒരു മുറ്റത്തിന്റെ അടുക്കില്ലായ്മയെയാണ് എന്നെ ഓർമ്മിപ്പിച്ചത്.

''എന്റെ പേര് നീലിമ. പോകാനുള്ളിടത്ത് ഞാനല്പം വൈകി പോകാം. പറയൂ. ബാലു എന്താണ് പറയാൻ വന്നത്?''

നേർത്ത, സന്തോഷം നിറഞ്ഞ ഒരു ചിരിയോടെ ബാലു വേഗം കസേരയിലിരുന്നു. എനിക്ക് ആ ചിരി വല്ലാതെ ഇഷ്ടപ്പെട്ടു എന്നു തന്നെ വേണം പറയാൻ. ചിലപ്പോൾ നമ്മുടെ മനസ്സിൽ തുളകളുണ്ടാക്കിക്കൊണ്ട് കടന്നുപോകുന്ന ചില ചിരികളുണ്ട്. മടിയിൽ നിന്നും വായിച്ചുകൊണ്ടിരുന്ന പുസ്തകം കട്ടിലിലേക്കിട്ട് ഞാനാ ചിരിക്കെതിരെ കട്ടിലിൽ ചാരിയിരുന്നു.

ബാലുവിന്റെ പുരികങ്ങൾ നേർത്ത നേർവരകൾപോലെയായിരുന്നു. കണ്ണുകൾ പെൺകുട്ടികളുടേതുപോലെ വിടർന്നു നീണ്ടവ. മൂക്ക് അസാധാരണമായി കൂർത്തതും. കവിളിലെ രോമങ്ങൾ നിറഞ്ഞ ഭാഗവും ഈ കൂർത്ത മൂക്കും എന്നെ എന്തോ ഓർമ്മപ്പെടുത്തിക്കൊണ്ടിരുന്നു. എന്താണെന്ന് പക്ഷേ എനിക്കൊരു പിടിയും കിട്ടിയില്ല.

നിലത്തുറച്ചിരുന്ന കണ്ണുകൾ ഉയർത്തി ബാലു എന്നെ നോക്കിയത് പെട്ടെന്നാണ്. അപ്പോഴത്തെ അയാളുടെ മുഖം ഞാൻ വാതിൽക്കൽ കണ്ട പോലയേ അല്ലായിരുന്നു. അത് ചുകപ്പോ കറുപ്പോ എന്നെനിക്ക് സംശയമായി. ''എന്താ മിണ്ടാത്തത്?'' ബാലു. ''സമയം വെറുതെ പോകുന്നു.''

ബാലുവിന്റെ മുഖം ഒരു വാളുപോലെ മൂർച്ചയാർന്നുവോ എന്നെനിക്ക് ഒരു നിമിഷം സംശയം തോന്നി.

''ബാലുവല്ലേ സംസാരിക്കാൻ വന്നത്.'' ഒരു ചെറിയ അസ്വാരസ്യം മനസ്സിലേക്ക് കയറി നിൽക്കുന്നതുകണ്ട് ഞാൻ പെട്ടെന്ന് പറഞ്ഞു: ''ബാലു തുടങ്ങൂ.''

അതുവരെ മുറിയിലുണ്ടായിരുന്ന ലാഘവം ഞാനിതു പറഞ്ഞതോടെ പൊടുന്നനെ നഷ്ടപ്പെട്ടു. ഘനം തൂങ്ങുന്ന നിശ്ശബ്ദത എന്ന് കലാകാരന്മാർ പറയാറുള്ള ഒരുതരം നിശ്ശബ്ദത ഞങ്ങൾക്കിടയിലേക്ക്, ഔദ്ധത്യത്തോടെ എന്നു പറയാനാവുംവിധം കയറിനിന്നു. ആര് ആദ്യം തുടങ്ങണം എന്നു വാദിക്കാനല്ല ഞാനും ബാലുവും അവിടെ ഇരുന്നത്. ഇതിങ്ങനെയായത് എങ്ങനെയാണെന്ന് എനിക്കാണെങ്കിൽ ഒട്ടും മനസ്സിലായില്ല. എനിക്ക് വല്ലാതെ ഉഷ്ണം തോന്നി. ആ ചൂട് വരുന്നത്, അകാരണമായിതന്നെ ബാലുവിൽ നിന്നാണെന്നും എനിക്കുതോന്നി. അസഹ്യമായി തുടങ്ങിയിരുന്നു എന്റെ അസ്വസ്ഥത എന്നുവേണം പറയാൻ. ഈ ദിവസം ശുഭമായ വസാനിക്കുകയില്ല എന്ന് എനിക്ക് പെട്ടെന്ന് ബോധ്യമായി.

ഞാൻ മാറ്റിവെച്ചിരുന്ന പുസ്തകം വീണ്ടും കൈയിലെടുത്ത് അലക്ഷ്യമായി ചുരുട്ടാൻ തുടങ്ങി.

‘‘ഉച്ചയ്ക്ക് എനിക്ക് പന്ത്രണ്ട് മണിക്ക് പോണം. ഇപ്പോൾ എത്ര യായി സമയം?

‘‘ഓ, വാച്ചില്ല അല്ലേ? ഞാനും എടുക്കാൻ മറന്നു. പക്ഷേ സമയ മല്ല പ്രധാനം. നമുക്കൊക്കെ പോകേണ്ടിവരുന്നു എന്നതാണ്.’’

‘‘നീലിമയ്ക്ക് കുടുംബം?’’ ബാലു പെട്ടെന്ന് ചോദിച്ചു. ‘‘കുട്ടി കൾ?’’

ഉണ്ടെന്നു ഞാൻ തലയാട്ടി. ‘‘പക്ഷേ, ആ ചോദ്യം തികച്ചും അനാവശ്യമായി തോന്നിയതിനാൽ ശബ്ദത്തിൽ മടുപ്പ് കലങ്ങി. ഇതൊന്നും ചോദിക്കാനല്ലല്ലോ ബാലു ഇങ്ങോട്ട് വന്നത്?’’

‘‘പരസ്പരം മനുഷ്യർ പിന്നെ എന്താണ് ചോദിക്കുക?’’ മനഃപ്പൂർവമെന്നപോലെ ബാലു ആവശ്യത്തിലധികം ഉറക്കെ ചിരിച്ചു. ‘‘നീലിമയുടെ നാട്ടിൽ വായുമലിനീകരണമുണ്ടോ എന്നോ, നീലിമ കമ്മ്യൂണിസത്തിൽ വിശ്വസിക്കുന്നോ എന്നോ?’’

ഞാൻ ഒന്നും പറഞ്ഞില്ല. തികച്ചും അപ്രതീക്ഷിതമായി മുഖ ത്തേക്കെറിഞ്ഞപോലെ വന്നു വീണ ചോദ്യങ്ങൾ കാരണം എന്റെ ഉള്ള് അപ്പാടെ കലങ്ങി. ഇനി ഇപ്പോൾ ബാലു എഴുന്നേറ്റ് പോവുക യാണെങ്കിൽകൂടി സംഭാഷണം തുടരാത്തതിൽ ഒരുതരം ആശ്വാസം തോന്നാനാണിട.

ബാലു പിന്നെ ഒന്നും പറഞ്ഞില്ല. എന്റെ മേശപ്പുറത്ത് കിടന്നി രുന്ന രണ്ടു പളുങ്കുഗോളങ്ങൾ മുട്ടി താളമടിച്ചുകൊണ്ട് പെട്ടെന്ന് ബാലു തലേന്ന് പാടിയ നാടോടിപ്പാട്ടിന്റെ ഈണം മൂളാൻ തുടങ്ങി. തല ഒരുവശത്തേക്ക് ചരിച്ച് കണ്ണുകൾ അടച്ചാണ് ബാലു പാടിയി രുന്നത്. പളുങ്കു ഗോളങ്ങളുടെ ‘കി’ എന്ന ശബ്ദവും നാടോടിപ്പാട്ടി ലുണ്ടായിരുന്ന ആ എന്തോ ഒന്നും എനിക്ക് തീരെ ഇഷ്ടപ്പെട്ടില്ല. ബാലുവിനോട് പാട്ട് നിർത്താൻ പറയാനാഞ്ഞ ആ നിമിഷത്തിൽ തന്നെ, എന്റെ മുഖം കണ്ടിട്ടാവണം, വരിക്കു നടുവിൽ വച്ചുതന്നെ ബാലു പാട്ടു നിർത്തി.

‘‘എന്നെ യാത്രയയയ്ക്കാൻ നീലിമയ്ക്ക് വരാമോ?’’ പളുങ്കു ഗോളങ്ങൾ മേശപ്പുറത്ത് വെച്ച് എന്റെ മുഖത്തു നോക്കാതെയാണ് ബാലു ചോദിച്ചത്. ‘‘വരൂ. നീലിമ. സ്റ്റേഷൻ വളരെ അടുത്തല്ലേ. അതൊരു ബുദ്ധിമുട്ടായി കണക്കാക്കരുത്.’’

ഞാനൊന്നും പറഞ്ഞില്ല. പകുതി വെച്ച് മുറിഞ്ഞുപോയ ആ പാട്ട് തുടരരുതേ എന്നാശിച്ചുകൊണ്ട് ഞാൻ മേശപ്പുറത്ത് നിന്ന് വെള്ളമെടുത്തു. ബാലുവിന്റെ ആ ചോദ്യവും എനിക്കൊട്ടും ഇഷ്ട പ്പെട്ടില്ല. തീരെ അപരിചിതയായ എന്നോട് ഇതൊക്കെ പറയാൻ ബാലുവിന് ഒരു കാരണവും ഞാൻ കണ്ടില്ല. അതിനാൽ തന്നെ, അത് അപാകതയായിരുന്നോ അനിവാര്യതയായിരുന്നോ എന്ന്

ഞാനൊരു നിമിഷം അന്തിച്ചുപോയി. ബാലുവും എഴുന്നേറ്റ് കഴി ഞ്ഞിരുന്നു. വാതിലിന്റെ ലാച്ചിൽ പിടിച്ചുകൊണ്ട് അയാൾ പിന്നെയും ഒരു നിമിഷം എന്നെ നോക്കി. അയാളുടെ താടിയിലെ കലയും നേർത്ത പുരികവും ഞാൻ വീണ്ടും ശ്രദ്ധിച്ചു. മുഖത്ത് ഒരു കലി പ്പിന്റെ ഭാവമായിരുന്നു. എന്തിന് എന്നാണ് എനിക്കത്ഭുതം തോന്നി യത്. പക്ഷേ അതെല്ലാം വീണ്ടും എന്നെയെന്തോ ഓർമ്മ പ്പെടുത്തി ക്കൊണ്ടിരുന്നു.

സ്യൂട്ട്കേസെടുത്ത്, പോകാൻ തയ്യാറായി ബാലു മടങ്ങിവന്ന പ്പോൾ കട്ടിലിൽതന്നെ ഇരിക്കുകയായിരുന്നു ഞാൻ. ശ്വാസം മുട്ടി ക്കുന്ന എന്തോ ഒന്ന് ബാലു എന്റെ മുറിയിൽ ഇട്ടിരുന്നു എന്ന് ഉറപ്പായതിനാൽ, അത് തിരഞ്ഞു കണ്ടുപിടിക്കാതെയും വയ്യ.

''ഗുഡ്ബൈ നീലിമ'' ബാലു പറഞ്ഞു. ''നീലിമ വരാൻ ഒരുങ്ങി യില്ലല്ലോ. ശരിയാണ്. വന്നാൽ എനിക്ക് സന്തോഷം തോന്നുമായി രുന്നു. ഒരുപിടി നിമിഷങ്ങളെ നമുക്ക് മനോഹരങ്ങളാക്കാം. അത ല്ലാതെ ആത്യന്തികമായി മനുഷ്യർക്ക് എന്താണ് ചെയ്യാൻ കഴിയുക? കല്ലു നിറഞ്ഞ ഒരു റോഡിന്റെ വക്കത്ത് ഒറ്റയ്ക്കു വിരിഞ്ഞു നിന്ന ഒരു സൂര്യകാന്തിപ്പൂ എനിക്കിപ്പോഴും ഓർമ്മയുണ്ട്. പട്ടാളത്തിൽ ജോയിൻ ചെയ്യാൻ പോയ ആ ദിവസത്തെ ആ കാഴ്ച എന്നെ വല്ലാതെ സന്തോഷിപ്പിച്ചു. ഒറ്റയ്ക്ക് വിരിയുന്ന പൂക്കളാണ് പല പ്പോഴും നമ്മളൊക്കെ.

''അയാം സോറി ബാലൂ. എനിക്ക് വരാൻ കഴിയില്ല.''

''ഞാനിപ്പോഴേ വൈകി.''

'സോ, ഗുഡ്ബൈ.''

അയാൾ തീരെ പ്രതീക്ഷിക്കാത്ത ഉത്തരമായിരിക്കണം ഞാൻ കൊടുത്തത്. ബാലുവിന്റെ മുഖം പെട്ടെന്ന് വീണ്ടും മ്ലാനമായി. തീരെ അപരിചിതയായ ഞാൻ അയാളെ യാത്രയാക്കാൻ പോകുമെന്ന് പ്രതീക്ഷിക്കുന്നതിലെ മര്യാദകേടാണ് എന്നെ അലോസരപ്പെടു ത്തിയതെന്ന് തോന്നുന്നു. സത്യത്തിൽ, പോകാതിരിക്കാൻ ഒരു കാരണവും എനിക്കുണ്ടായിരുന്നില്ല. കത്തിക്കാളി നിൽക്കുന്ന ഒരുച്ച മുഴുവനും വെറുതെ എന്റെ മുന്നിൽ കിടക്കുന്നുണ്ട്.

ബാലു, റൂമിന്റെ വാതിൽ തുറന്നിട്ടുകൊണ്ടുതന്നെ ലിഫ്റ്റിന്റെ ബട്ടണമർത്താൻ പോയി. എതിരെ വന്ന മറ്റാരേയോ അഭിവാദനം ചെയ്യാൻ ബാലു തിരിഞ്ഞപ്പോൾ ഞാൻ വേഗം വാതിലടച്ചു. വാതി ലടയ്ക്കുന്നതിലെ പരിഭ്രമവും വേഗവും എന്നെതന്നെ അമ്പരപ്പിച്ചു എന്നുവേണം പറയാൻ. പുറത്തുനിന്നാരോ മുറിയിലേക്ക് തള്ളി ക്കടക്കുന്നത് തടയാനെന്ന ഭാവമായിരുന്നു എനിക്ക്, വാഷ്ബേസി നിൽ ഞാൻ രണ്ടുമൂന്നു തവണ മുഖം കഴുകി. സൂര്യകാന്തിപ്പൂ ഒരു

വാശിയോടെയെന്നപോലെ അവിടെത്തന്നെ നില്പാണ്. രാവിലെ ഉണരുമ്പോൾ അരുൺകുമാർ എന്ന വക്കീലിനെ കണ്ട്, പോകുന്നതിനുമുൻപ് ചില കാര്യങ്ങൾ ഏല്പിക്കണമെന്നേ എനിക്കുണ്ടായിരുന്നുള്ളൂ. തൊട്ടമുറിയിൽ താമസിക്കുന്ന ഒരു ചെറുപ്പക്കാരൻ വന്ന് എന്റെ കൈയിൽ ഒരു സൂര്യകാന്തിപ്പൂ പിടിപ്പിച്ചിട്ടു പോകുമെന്ന് ഞാൻ ഒട്ടും കരുതിയതല്ല. അതെവിടെ വയ്ക്കണമെന്ന് ഒരു പിടിയും കിട്ടാതെ, അത് മനസ്സിലിട്ട് അങ്ങോട്ടുമിങ്ങോട്ടും ഇട്ടുരുട്ടാൻ തുടങ്ങിയിരുന്നു ഞാൻ. ഇനി ഇപ്പോൾ അരുൺകുമാറിനെ കണ്ടാൽത്തന്നെ, കണ്ണിലെ കരടെടുത്ത് കളയും പോലെ, ആദ്യം ഈ സൂര്യകാന്തിപ്പൂവിനെക്കുറിച്ചെനിക്ക് പറയേണ്ടിവരും.

ഒരിക്കൽകൂടി ഞാൻ മുഖം കഴുകി, കണ്ണാടിയിൽ നോക്കാതെ, കട്ടിലിൽ വായിച്ചിട്ടിരുന്ന പുസ്തകം നിവർത്തി. തുന്നി പകുതിയാക്കിയിരുന്ന സ്വെറ്റർ വീണ്ടും കൈയിലെടുത്തു. ബാലുവിനെ യാത്രയയയ്ക്കാൻ പോകാത്തതിന് ഞാനൊരു നൂറുകാരണങ്ങൾ കണ്ടുപിടിച്ചു. ഒന്ന് ബാലു അപരിചിതനാണ്. പിന്നെ എനിക്ക് അരുൺകുമാറിനെ കാണേണ്ടതുണ്ട്. യാത്ര പറയുന്നത് എനിക്കിഷ്ടമുള്ള കാര്യമല്ല. പുറമെ, ഉച്ചവെയിലിൽ പുറത്ത് നടക്കുന്നത് എന്റെ ആരോഗ്യത്തിന് മോശമാണ്. കാരണങ്ങൾ പിന്നേയും ഏറെയുണ്ടായിരുന്നു. കാരണങ്ങൾ എല്ലാറ്റിനും എപ്പോഴും എത്രവേണമെങ്കിലും ഉണ്ടാവുമെന്ന് നമ്മൾക്കൊക്കെയറിയാം. അവ നമ്മെത്തന്നെ ബോധ്യപ്പെടുത്തേണ്ടിവരുമ്പോഴാണ് കാര്യങ്ങൾ ആകെ താറുമാറാകുന്നത്. ഒന്നിനും വ്യക്തമായ ഒരു കാരണവും ഇല്ലാതെ വരുന്നതപ്പോഴാണ്.

എനിക്കെന്തെന്നില്ലാത്ത വിഷമം തോന്നിത്തുടങ്ങി. ബാലുവിന്റെ അല്പം അസാധാരണമെന്നു തോന്നുന്ന പെരുമാറ്റവും മുഖം കീറിമുറിക്കുംപോലെ അനാവശ്യമായി മുഖത്ത് മാറിമാറിത്തെളിയുന്ന ഭാവങ്ങളും വായിൽപ്പെട്ട ഒരു തലനാരിഴപോലെ എന്നെ വിടാതെ അലോസരപ്പെടുത്തിയിരുന്നു എന്നത് ശരിയാണ്. പോകാനുള്ള കാരണങ്ങളും പോകാതിരിക്കാനുള്ള കാരണങ്ങളും തുല്യാനുപാതത്തിൽ മുന്നിൽ ഒരുമിച്ചു കുഴഞ്ഞു മറിഞ്ഞു. അതിനാൽ, വാതിലിൽ മുട്ടു കേട്ടപ്പോൾ, രക്ഷപ്പെടലിന്റെ പ്രതീതിയോടെയാണ് ഞാൻ ഊക്കിൽ വാതിൽ തുറന്നത്. അരുൺകുമാറായിരുന്നു മുന്നിൽ. അയാൾക്കു പിന്നിൽ വരാന്തയ്ക്ക് പുറത്ത് തിളയ്ക്കുന്ന വെയിൽ.

''എന്തേ?'' അരുൺ ചോദിച്ചു: ''നിങ്ങൾ പുറത്തുപോകാനൊരുങ്ങുകയാണോ?''

''അതെ.'' അത് പറയാൻ ഒരു നിമിഷംകൂടി ഞാൻ ആലോചിച്ചില്ല എന്നത് എന്നെത്തന്നെ അത്ഭുതപ്പെടുത്തി. ''വേഗം മടങ്ങിവരാം.

അസൗകര്യമാവില്ലെങ്കിൽ, ഇവിടെ വിശ്രമിച്ചോളൂ. റിയലി സോറി. പക്ഷേ പോകാതെ പറ്റില്ല.''

അരുൺകുമാറിന്റെ മറുപടിക്കു കാത്തുനിൽക്കാതെ വാതിൽക്കൽ നിന്ന് ഞാനെന്റെ പുറത്തുപോകാനുള്ള ചെരുപ്പുകളിട്ടു. ''സാരമില്ല'' എന്ന് പറഞ്ഞ് അരുൺകുമാർ എന്നെ പതിവുപോലെ ആശ്വസിപ്പിച്ചുകൊണ്ടിരുന്നു.

ടാക്സിയിൽ കയറുമ്പോൾ ഞാനോർത്തത്, അരുൺകുമാർ ആ സമയത്ത് വന്നില്ലായിരുന്നെങ്കിൽ ബാലുവിനെ യാത്രയയയ്ക്കാൻ ഞാൻ പോകുമായിരുന്നില്ലല്ലോ എന്നാണ്. താക്കോൽ നമ്മുടെ കൈയിലുള്ളപ്പോൾപോലും അടഞ്ഞ വാതിലുകൾ നമുക്ക് വിലങ്ങുതടികളാവുന്നതങ്ങനെയാണ്.

പ്ലാറ്റ്ഫോമിന്റെ ഒരു മൂലയിൽ കൊക്കോകോളയുടെ പാതിതീർന്ന കുപ്പിയുമായി നിൽക്കുകയായിരുന്നു ബാലു. ഞാൻ സന്തോഷത്തോടെ കൈയുയർത്തി വീശി. കവിളിലെ രോമം നിറഞ്ഞ ഭാഗവും കൂർത്ത മൂക്കും എന്നെ എന്തോ വീണ്ടും ഓർമ്മപ്പെടുത്തിക്കൊണ്ടിരുന്നു. അതെന്താണെന്ന് എനിക്ക് അപ്പോഴും മനസ്സിലായില്ല.

ഒരു കുപ്പി കൊക്കോകോള വാങ്ങി കൈയിൽത്തന്ന് ബാലു ബഞ്ചിൽ എന്റെ അരികിലിരുന്നപ്പോൾ ഇപ്പോൾ സന്തോഷമായില്ലേ എന്ന് ആഹ്ലാദത്തോടെ ചോദിക്കാൻ ഞാനൊരുങ്ങിയതാണ്. പക്ഷേ ബാലുവിന്റെ മുഖം കണ്ടതും നീട്ടിയ കൈ പിൻവലിക്കുംപോലെ ഞാനത് വേണ്ടെന്നുവച്ചു. എന്നെ പ്രതീക്ഷിച്ചിരുന്നില്ല എന്ന ഭാവമായിരുന്നു ബാലുവിന്റെ മുഖത്ത്. എന്റെ കവിളുകൾ ആവശ്യത്തിലധികം ചുവന്നിരിക്കണം.

''നിങ്ങൾ വളരെ ധൃതിപ്പെട്ടാണ് വന്നതെന്ന് തോന്നുന്നു.'' പാതി ക്ഷമാപണമെന്നപോലെ ബാലു എന്റെ മുഖത്തെ വിയർപ്പിലേക്ക് നോക്കി പറഞ്ഞു. ''വണ്ടി വരാൻ ഇനിയുമുണ്ട് സമയം. ഞാൻ മനപ്പൂർവം നേരത്തെ വന്നതാണ്.''

മിണ്ടുന്നത് ഒരു വിഡ്ഢിത്തമായി പോകാവുന്ന എത്രയോ സന്ദർഭങ്ങളുണ്ട് എന്ന് എനിക്കെന്നപോലെ നിങ്ങൾക്കുമറിയാം. ഒഴിഞ്ഞ റെയിൽ പാളങ്ങളും അതിനപ്പുറം വരണ്ട, കുറ്റിച്ചെടികൾ നിറഞ്ഞു തുറന്ന സ്ഥലവും എന്റെ മുൻപിൽ കലങ്ങി മറിഞ്ഞു നിന്നു. അവയ്ക്കൊക്കെ ഇടയിലെന്നപോലെ, കലങ്ങുന്ന കണ്ണുകൾ തുടച്ചു തുടച്ച് സ്വന്തം ഹൃദയങ്ങളോട് യാത്ര പറയുന്ന മുഖങ്ങൾ. ഒരു ചെറിയ ഇളക്കത്തോടെ വന്നും പോയുമിരിക്കുന്ന തിരമാലകളെപോലെ നിരന്തരം മാറിക്കൊണ്ടിരിക്കുന്ന ജനങ്ങളുടെ പതച്ചിലുകളുടെ വരകൾ. വെള്ളത്തിനുമുകളിൽ അനങ്ങിക്കൊണ്ടിരിക്കുന്ന

ചപ്പുചവറുകൾപോലെ അറിയാതെ തട്ടിയും മുട്ടിയും അകലുകയും മുങ്ങുകയും ചെയ്യുകയാണെങ്കിലും അങ്ങനെ തട്ടിമുട്ടി നിന്ന ഒരു ചെറിയ നിമിഷത്തിൽ ബാലു എന്നെ ഏല്പിച്ച സൂര്യകാന്തിപ്പൂവിനെപ്പറ്റിയാണ് ഞാനപ്പോഴും ഓർത്തത്. എനിക്കതിഷ്ടമായി. ബാലുവിനോട് അപ്പോൾ പറയാതിരിക്കാനാണ് പക്ഷേ തോന്നിയത്. വാക്കുകൾ മനസ്സിനൊപ്പം ഒരിക്കലും എത്തില്ലെന്ന തോന്നൽ. മുൻപിൽ ഇരമ്പി ആർക്കുന്ന തിരമാലയെ എനിക്ക് ശരിക്ക് കാണാം ഇപ്പോൾ.

തൊട്ടടുത്ത് ഒന്നും മിണ്ടാതെ കുറച്ചുനേരമായി ഇരുന്നതുകൊണ്ടാവണം, പാതി നിർത്തിയ ഒരു സംഭാഷണത്തിന്റെ തുടർച്ചപോലെ ബാലു എന്റെ കൈയിൽനിന്നും ഒഴിഞ്ഞ കുപ്പി മേടിച്ചു. ‘‘വരൂ.’’ ബാലുവിന്റെ ശബ്ദത്തിൽ വീണ്ടും ക്ഷമാപണം കലിച്ചു. ‘‘കുപ്പി മടക്കിക്കൊടുത്തു വരാം.’’

കുപ്പി മടക്കിക്കൊടുത്തു ബാലു മടങ്ങി വരുമ്പോഴായിരുന്നു അകലെനിന്ന് വണ്ടി വരുന്നതിന്റെ ശബ്ദവും അതിന്റെ അറിയിപ്പും ഞങ്ങൾ കേട്ടത്. കുറച്ചുനിമിഷങ്ങളേ വണ്ടി അവിടെ നിൽക്കുമായിരുന്നുള്ളൂ എന്നതിനാലാവണം, ബാലു ഓടി വന്നു. സൂട്ട്കേസിന്റെ പിടിയിൽ പിടിച്ച് മുന്നോട്ട് ഓടാൻ തുടങ്ങും മുൻപ് ബാലു എന്നെ വീണ്ടും ഒരിക്കൽകൂടി നോക്കി. ചിരിയോടെ എന്നുതന്നെ വേണം പറയാൻ. വണ്ടി നേരത്തേ വന്നല്ലോ എന്നാണ് ഞാൻ ഓർത്തത്. വണ്ടിയുടെ പുറപ്പെടാനുള്ള സിഗ്നൽ ചൂളം വിളി ഞങ്ങൾ രണ്ടുപേരും അപ്പോഴേക്കും കേട്ടു. അതിന്റെ സ്വാഭാവികമായ അവസാനമെന്നപോലെ ബാലു എന്റെ നേരെ കൈനീട്ടി.

ബാലുവിന്റെ കൈപ്പടത്തിലെ തടിച്ച ഞരമ്പുകൾ അപ്പോഴാണ് ഞാൻ ശ്രദ്ധിച്ചത്. എന്റെ കൈയിൽ ആവശ്യത്തിലധികം ശക്തിയായി ബാലു പിടിച്ചിരുന്നിരിക്കണം. വളരെ പെട്ടെന്ന്, ഏതാണ്ടൊരു വെളിപാടുപോലെ, ബാലുവിന്റെ കവിളുകളും ഉയർന്ന മൂക്കും ഓർമ്മപ്പെടുത്തിക്കൊണ്ടിരുന്നത് എന്താണെന്ന് എനിക്ക് മനസ്സിലായി. കുട്ടിയായിരിക്കുമ്പോൾ ഞാൻ വായിച്ച് ഒരു നോവലിലെ കഥാപാത്രമായിരുന്നു അത്.

എന്റെ കൈയിൽനിന്നും കൈ എടുക്കാതെ, കുറച്ചുനേരം കൂടി നിന്നു ബാലു. പിന്നെ, വണ്ടി പോകുമെന്നത് അപ്പോഴാണറിഞ്ഞതെന്ന ഭാവത്തിൽ വളരെ വേഗത്തിൽ ഓടാൻ തുടങ്ങി. വണ്ടിയുടെ മുൻഭാഗത്തിന് ഏറെക്കുറെ അടുത്തായിരുന്നു ഞങ്ങൾ നിന്നിരുന്നത്. ബാലു അതിവേഗമോടുന്നതും വണ്ടി പ്ലാറ്റ്ഫോമിലെ ജനങ്ങളെ ഒന്നാകെ പിന്നിലേക്കാക്കി പെട്ടെന്ന് വേഗം വെയ്ക്കുന്നതും ഞാനവിടെതന്നെ നിന്നു കണ്ടു. പിന്നെ, ഓടിക്കൊണ്ടിരിക്കുന്ന വണ്ടിയിലേക്ക് ചാടിക്കയറുന്ന മെയ്‌വഴക്കത്തോടെ, വണ്ടിക്കു മുന്നിൽ ചാടിയ

ബാലുവിന്റെ ചാരനിറമുള്ള ഷർട്ട് വായുവിൽ ഒന്ന് കോറി അപ്രത്യക്ഷമായി.

വണ്ടിക്ക് മുന്നിൽ, വില്ലുപോലെ കോറി വീണ മെലിഞ്ഞ, ചാര നിറമുള്ള ഒരു വര. പിന്നെ ദ്രുതഗതിയിൽ വണ്ടിയുടെ ചക്രങ്ങളുടെ താളത്തിനൊപ്പം ഓടിമറയുന്ന കുറെ മുഖങ്ങൾ. അവസാനം, ഒഴിഞ്ഞ പാളങ്ങൾക്കു മുകളിൽ കത്തിയടങ്ങുന്ന ചിതയുടെ ചൂടുപോലെ അമരുന്ന വണ്ടിയുടെ ശബ്ദം. ഏറ്റവുമൊടുവിൽ, റെയിൽപാളത്തിൽ ചിതറിയ ബാലുവിന്റെ ചിരിയുടെ തുണ്ടുകളിലേക്ക് ഇറങ്ങിയെത്തുന്ന ആൾക്കൂട്ടം.

ഞാനത് വളരെ നേരം നോക്കിനിന്നു. സാരിയുടെ തുമ്പ് തലയിലൂടെ വലിച്ചിട്ട് വെയിലിൽനിന്നും പിന്നെ പുറത്തു കടക്കുമ്പോൾ, നിങ്ങൾക്കെന്നപോലെ എനിക്കും നാളങ്ങളില്ലാത്ത കനലുകൾ എന്റെ അകത്തെവിടെയോ ആണെന്ന് മനസ്സിലായി. എന്തിനായിരുന്നു ബാലു എന്നെ ഇതിനായി തിരഞ്ഞെടുത്തത്? എന്തായിരുന്നു ഞാൻ ചെയ്ത തെറ്റ്? അല്ലെങ്കിൽ ശരി? ഓരോ അടിവയ്ക്കുമ്പോഴും കനലുകൾ ഒന്നാകെ ഉരഞ്ഞു. പാത മുന്നിൽ വല്ലാതെ നീണ്ടു.

എല്ലാം മുൻകൂട്ടിക്കണ്ട്, തന്നെ യാത്രയാക്കാൻ അപേക്ഷിച്ച ബാലുവിന്റെ കണക്കുകൂട്ടലിൽ എന്നോടുള്ള അപരിചിതത്വം ഒരു പ്രധാന ഘടകമായിരുന്നിരിക്കണം. തന്റെ വരവ് ബാലുവിന് തികച്ചും അപ്രതീക്ഷിതമായിരിക്കണം. ഇനി അല്ലെങ്കിൽത്തന്നെ, ആരോടൊക്കെയോ ഉള്ള പകവീട്ടലിൽ, ഞാൻ വരുമോ എന്ന് ഒരു തമാശപോലെ പരീക്ഷിച്ചു നോക്കിയതാവണം. ചതിക്കപ്പെട്ടതുപോലെ ഞാൻ നിന്നിടത്തുനിന്ന് പിടഞ്ഞു, ഉടഞ്ഞു. ഇപ്പോൾ സൂര്യകാന്തിപ്പൂവിനെക്കുറിച്ച് ബാലുവിനോട് പറയാനുള്ള വാക്കുകൾ കൃത്യമായി എന്റെ മനസ്സിലുണ്ട്. കൂടാതെ, ബാലുവിന്റെ മുഖത്ത് രാവിലെ മുതൽ അപ്രതീക്ഷിതമാംവിധം മാറിമറിഞ്ഞ ഭാവങ്ങൾ കരയ്ക്കടിഞ്ഞ കക്കകൾപോലെ അവിടം മുഴുവൻ ചിതറിക്കിടപ്പാണ്. എനിക്ക് കലശലായ ദേഷ്യവും വെറുപ്പും സങ്കടവും തോന്നി. പൊള്ളം പൊട്ടി നുരയ്ക്കുന്ന കുനിപ്പുകൾക്കിടയിലൂടെ, അവയിൽ തൊടാതിരിക്കാൻ കാലുയർത്തിവെച്ച് അറപ്പോടെ നടക്കുന്ന പോലെയാണ് എനിക്ക് തോന്നിയത്. അതൊരുപക്ഷേ, വെയിലിന്റെ വെള്ളവസ്ത്രം പുതച്ച് ഈ പ്ലാറ്റ്ഫോമിൽ നിന്നും ജീവിതം മുഴുവൻ എന്നെ അനുഗമിക്കാനെത്തിയ നിശ്ശബ്ദത കാരണമാകാനും മതി. ■

മതിലുകൾ

എന്റെ വീടിന്, അകത്തുനടക്കുന്നതൊന്നും പുറത്തൊരാൾക്കും അറിയാൻ കഴിയാത്തവിധം കനത്ത മതിലുകളാണുണ്ടായിരുന്നത്. എന്റെ അമ്മാവൻ നാടുവാഴിയായിരുന്നു. ഉമ്മറത്തെ കോലായച്ചുവരിൽ, അമ്മാവന്റെ വലിയ ഫോട്ടോയുടെ അടുത്ത് അത്രതന്നെ വലിപ്പമുള്ള ഗാന്ധിജിയുടെ ചിത്രവും അമ്മാവൻ വച്ചിരുന്നു. വലിയ ഭസ്മക്കുറിയും വലിയ കൈകളുമുണ്ടായിരുന്ന അമ്മാവന്റെ മുൻപിൽ എല്ലാവരും, രണ്ടാംമുണ്ട് അരയിൽക്കെട്ടി വായ്പൊത്തി മാത്രമേ നിന്നിരുന്നുള്ളൂ. വെളുത്ത അരിപ്രാവുകൾ മാത്രം അമ്മാവനെ ശ്രദ്ധിക്കാതെ, ഞങ്ങളുടെ മുറ്റത്ത് ചിറകുകൾ വിടർത്തി പറക്കുകയും ഉറക്കെ കുറുകുകയും ചെയ്തു. അതുകൊണ്ടായിരിക്കണം, അമ്മാവൻ കോലായിലിരുന്ന് അവയെ ഇടയ്ക്കു വെടിവെച്ചു. പക്ഷേ, അരിപ്രാവുകളെ എനിക്ക് വലിയ ഇഷ്ടമായിരുന്നു. ഏതായാലും തീരെ പണിയെടുക്കേണ്ടതില്ലാത്തതിനാൽ അമ്മാവന്റെ കൈകൾക്ക് ഉണ്ടായിരുന്ന എന്തെന്നില്ലാത്ത മാർദ്ദവം അമ്മാവന്റെ മനസ്സിനും ഉണ്ടെന്ന് നാട്ടുകാർ അമ്മാവൻ കേൾക്കെ പറഞ്ഞു. ഞാൻ കേൾക്കെയും അവർ അതുതന്നെയാണ് പറഞ്ഞത്.

സന്ധ്യ മയങ്ങുമ്പോൾ അമ്മാവൻ വീട്ടിലെ കുട്ടികളെ മുഴുവൻ വിളിച്ചിരുത്തും. വീട്ടികൊണ്ടുണ്ടാക്കിയ വലിയ ചാരുകസേരയിൽക്കിടന്ന്, ഉയർന്ന നെറ്റി പതുക്കെത്തടവി അമ്മാവൻ പറയും:

''മിടുക്കരായി പഠിക്കണം. നുണയും കളവും ഒന്നും പറയരുത്. നമ്മുടെ തറവാട്ടിൽ നല്ലവർ മാത്രമേ ഉണ്ടായിട്ടുള്ളൂ.''

ഒരു ദിവസം എന്റെ വീട്ടിലെ തൊടിയിൽ നിന്നും ഒരു വലിയ വെള്ളരിക്കപ്പിഞ്ച് പറിച്ച് തിന്നു. അമ്മയെ കബളിപ്പിച്ച്, എന്റെ ആയയെ കബളിപ്പിച്ച്, ഞാനും പരമു ഏട്ടനും കൂടിയാണ് അതു പറ്റിച്ചത്. പിറ്റേദിവസം ഞാനുണർന്നത് വീട്ടിൽ കന്നുമേയ്ക്കുന്ന ചെള്ളിച്ചെറുമന്റെ നിലവിളി കേട്ടാണ്. അവനെ ഞങ്ങളുടെ ഉമ്മറ

ക്കോലായിലെ വലിയ തൂണിൽ ചേർത്തു കെട്ടിയിരുന്നു. ഒരു കൈയിൽ ചായയും മറുകൈയിൽ ചാട്ടയും ആയി അമ്മാവൻ ഒരു യർന്ന പീഠത്തിൽ. ഓരോ അടിക്കും ചെറുമൻ ചൂളി. അവന്റെ മേൽ ചാട്ടയുടെ പാടുകൾ തിണർത്തു കിടന്നു. മുകളിലെ നീലവിരിയിട്ട ജനലുകളിലെ അഴികൾക്കിടയിലൂടെ ''ഞാൻ വെള്ളരിക്കപ്പിഞ്ചു കട്ടു'' എന്ന 'സത്യം' പറയാത്തതിന് തല്ലുകിട്ടുന്ന ചെള്ളിയെ ഒരു പാടുനേരം ഞാൻ നോക്കിനിന്നു. ശക്തിപ്പെടാൻ തുടങ്ങിയിരുന്ന വെയിലിന്റെ ഒരു ചെറിയ കീറ് ചെള്ളിയുടെ ഉണങ്ങിയ കവിളിൽ ആണ് വീണിരുന്നത്. അവന്റെ കണ്ണുകൾ, ഒരിക്കലും വെള്ളം കിനിയുകയില്ലെന്ന് തോന്നുമാറ് വരണ്ട് കിടന്നു.

അന്നു വൈകുന്നേരം ഞങ്ങളെ വിളിച്ചിരുത്തി അമ്മാവൻ പറഞ്ഞു: ''ഇന്നുരാവിലെ ചെള്ളിച്ചെറുമനെ ഞാൻ തല്ലിയതുപോലെ, കക്കു കയും നുണപറയുകയും ചെയ്താൽ നിങ്ങളെയും ആൾക്കാർ തല്ലും.'' ഞാനും പരമു ഏട്ടനും പെട്ടെന്ന് പരസ്പരം നോക്കി. പരമു ഏട്ടന്റെ കണ്ണിൽ ചിരി മിന്നി, ഞാൻ പെട്ടെന്നോർത്തത് ചെള്ളിയുടെ വരണ്ട കണ്ണുകളെയാണ്. അന്ന് ഞാനിത്രയൊന്നും വളർന്നിരുന്നില്ലല്ലോ. കുട്ടിയായിരുന്നു. അരിപ്രാവുകൾക്കും ചെള്ളിയുടെ കണ്ണുകൾക്കു മൊക്കെ നല്ല ഭംഗിയുണ്ടെന്നു തോന്നിയിരുന്ന കാലം. അതുകൊണ്ട് ഞാൻ പറഞ്ഞു: ''പിഞ്ച് കട്ടുതിന്നത് ഞാനാണ് അമ്മാവാ.''

അമ്മാവന് പെട്ടെന്ന് ദേഷ്യം വന്നു. ''അതു പറയാനിപ്പോ നി ന്നോട് ആരെങ്കിലും എന്തെങ്കിലും ചോദിച്ചോ? എന്തായാലും ചെള്ളി ഇനി കക്കാതിരിക്കാനാണ് തല്ലിയത്.''

ഞങ്ങളുടെ കാര്യസ്ഥൻ രാമുനായർക്കും മൂക്കത്തായിരുന്നത്രെ ശുണ്ഠി. അയാളുടെ മരുമകൾക്ക് കല്യാണം കഴിയാതെ തന്നെ ഗർഭമുണ്ടായി. അതറിഞ്ഞ ദിവസം രാത്രി അയാൾ ലക്ഷ്മിക്കുട്ടിയെ ചുവരോടു ചേർത്തു നിറുത്തി ചവിട്ടി. നാലുചെവി അറിയാതെ രാത്രിക്കുരാത്രി ശവം മറവു ചെയ്തത് നാടു മുഴുവൻ പാട്ടായി. വറുത്ത മാംസക്കഷണം വായിലിട്ട്, ചവച്ചുകൊണ്ട് പക്ഷേ, അമ്മാ വൻ ചിരിച്ചു:

''രാമ്വാരെ, ഞാൻ ഇവിടിരിക്കുമ്പോ നിങ്ങളുടെ ഒരു രോമത്തിന് കേടു പറ്റില്ല. പൊലീസിലെ ആ ശങ്കരമേനോനോട് ഒന്നിവിടത്തോളം വരാൻ പറയണം. ആശ്രിതന്മാരെ കൈയൊഴിയാറില്ല, ഈ തറവാ ട്ടിലുള്ളോര്.''

ശങ്കരമേനോൻ വരുന്ന ദിവസം അമ്മാവൻ മുയലിനെ വെടി വെച്ചു കൊണ്ടുവന്നു. വയറുനിറച്ച് ഊണുകഴിച്ച് മൂന്നും കൂട്ടി മുറുക്കി

ശങ്കരമേനോൻ തിരിച്ചുപോകുമ്പോൾ അയാളുടെ മുഖത്തുകണ്ട ചിരി എന്റെ മനസ്സിൽ ഏറെ നേരം നിന്നു. അത്തരം ചിരികൾ പിന്നെ ഞാനൊരുപാടു കണ്ടിട്ടുണ്ട്.

രാമുനായരുടെ കൂടെ, പൂട്ടിക്കെട്ടിയ കാളവണ്ടിയിൽ അമ്പലത്തിലേക്കു പോകുമ്പോൾ അതുകൊണ്ടാണ് ഞാൻ വീണ്ടും ലക്ഷ്മിക്കുട്ടി എങ്ങനെയാണ് മരിച്ചത് എന്ന് ചോദിച്ചത്. രാമുനായരുടെ മുഖം ഒരു നിമിഷം വല്ലാതെ കറുത്തു.

''അത് പോട്ടെ,'' അയാൾ പറഞ്ഞു: ''ഇവിട്ന്ന് എന്തിനാ അതൊക്കെ ആലോചിക്കുന്നത്?''

''നിങ്ങള് ചവിട്ടിക്കൊല്ലേ്വാ?''

''ഏയ്, ത്രിസന്ധ്യയ്ക്ക് മേല് കഴുകിവരുമ്പൊ വിഷം തീണ്ടീതാ. അതൊക്കെ അമ്മൂന്റെ അമ്മാവനറിയാലോ. ഒന്നാം തരം സർപ്പേര്ന്ന്. അമ്മൂന്റെ അമ്മാവനറിയാലോ.''

എനിക്ക് പത്തിരുപത് വയസ്സായിരുന്നു. ഗ്രാമത്തിലെ വായനശാലയിൽ നിന്ന് നോവലുകൾ കിട്ടി വായിക്കാൻ തുടങ്ങിയിരുന്ന കാലം. ഞാൻ രാമുനായരുടെ മുഖത്ത്, ആ പുസ്തകങ്ങളിലൊക്കെ പറയാറുള്ളതുപോലെ തറച്ചുനോക്കി. എന്നിട്ടും രാമുനായർ പറഞ്ഞു: ''അമ്മാവൻ ഈ നാട്ടിന് ഒരു ദൈവാണ്.'' വെറ്റിലത്തുപ്പൽ തുടച്ചുകളഞ്ഞ് പിന്നെ വണ്ടിയുടെ ഓരത്ത് അയാൾ ചാരിയിരുന്നു.

''ചെള്ളിച്ചെറുമനും ഇതാ പറഞ്ഞത്?'' ഞാൻ ചോദിച്ചു.

ചെള്ളിച്ചെറുമൻ മരിച്ചിട്ട് കൊല്ലങ്ങളായി, പിന്നെ ഞാനോർത്തു. അമ്മാവനാണ്, അവന്റെ പതിനാറടിയന്തിരം ഗംഭീരമായി കഴിച്ചത്.

''എന്റെ കൈകൊണ്ട് തല്ല് കുറേയെറെ കൊണ്ടതാ അവൻ.'' അമ്മാവൻ പറഞ്ഞു: ''അവന്റെ അടിയന്തിരം ഗംഭീരമാവണം.''

ചെള്ളിച്ചെറുമന്റെ സുന്ദരനായ മകൻ ചാമിയുമായി ഞാൻ പ്രണയത്തിലായത് എന്റെ ഇരുപതാം വയസ്സിലാണ്.

''ചാമി,'' ഞാൻ പറയും, ''എന്നെ വിളിച്ചാൽ ഞാനീ ലോകത്തിന്റെ അറ്റംവരെ അങ്ങയുടെ കൂടെ വരാം.''

ഞാൻ ആർത്തിയോടെ വായിച്ചിരുന്ന നോവലുകളിൽ നിന്നു തന്നെയാണ് എനിക്ക് ഈ വാചകവും കിട്ടിയത്.

ഒരുച്ചയ്ക്ക്, ഞങ്ങളുടെ പത്തായപ്പുരയിൽവച്ച് അമ്മാവൻ എന്നെയും ചാമിയേയും ഒരുമിച്ചുകണ്ടു.

ചാമിയും അമ്മാവനും പരസ്പരം ഏറെ നേരം നോക്കിനിന്നു. അമ്മാവൻ എന്റെ മുഖത്ത് നോക്കിയതേയില്ല. ഒന്നമർത്തി മൂളി ക്കൊണ്ട് അമ്മാവൻ തിരിഞ്ഞു നടക്കെ ചാമി എന്നെ വിളിച്ചു: ''വരൂ, ലോകത്തിന്റെ അറ്റംവരെ പോകാം നമുക്ക്.''

ഞാൻ പക്ഷേ, അവിടെത്തന്നെ നിന്നു. ചാമി ചുമലിലെ തോർത്ത് ശബ്ദത്തിൽ കുടഞ്ഞു തലയിൽക്കെട്ടി മുറ്റത്തേക്കിറങ്ങി.

പിന്നെ, ചാമിയുടെ കത്തുന്ന കണ്ണുകളുടെ ഓർമ്മയുമായി, ഞാൻ അടുത്ത ഗ്രാമത്തിലെ നാടുവാഴിയുടെ മകന്റെ ഭാര്യയായി. രാത്രി യിലെ ഞങ്ങളുടെ സമാഗമസ്ഥലത്തുവെച്ച് രാമുനായരാണ് എന്റെ മുൻപിൽ നിന്ന് ചാമിയെ പിടിച്ചുകൊണ്ടു പോയത്. പ്രതിഷേധ മെന്ന നിലയ്ക്ക്, നോവലുകളിലെപ്പോലെ എനിക്ക് ആത്മഹത്യ ചെയ്യാമായിരുന്നു. പക്ഷേ, എന്റെ വരനും ചാമിയെപ്പോലെ തന്നെ സുന്ദരനായിരുന്നു. പിന്നെ ചാമി മരിച്ചിരുന്നുതാനും.

കല്യാണത്തിന്റെ തലേദിവസം അമ്മാവനുള്ള കോറക്കഞ്ഞിയു മായി അദ്ദേഹത്തിന്റെ അടുത്തുചെന്നു ഞാൻ. അമ്മാവൻ ഭഗവദ് ഗീത വായിക്കുകയായിരുന്നു. കോറക്കഞ്ഞി കൈയിൽക്കൊടുത്ത് ഞാൻ ചോദിച്ചു: ''എങ്ങനെയാണ് ചാമിയെ കൊന്നത്?''

''തല്ലിയിട്ട്,'' അമ്മാവൻ പറഞ്ഞു. ''ഉം?''

''വെറുതെ. അമ്മാവൻ നുണ പറയുമോ എന്ന് നോക്കിയതാണ് ഞാൻ.''

ഉടുത്ത മുണ്ടിന്റെ തല പൊക്കി ചിറിതുടച്ച് അമ്മാവൻ ഗ്ലാസ് തിരിച്ചുതന്നു.

ഗ്രാമസേവകന്മാർ കാര്യമായി ഗ്രാമങ്ങളെ ഉദ്ധരിച്ചുകൊണ്ടിരുന്ന ഒരു സുപ്രഭാതത്തിലാണ് അമ്മാവൻ വീട്ടിന്റെ കനത്ത മതിലുകൾ ക്കുള്ളിൽ കോഴിവളർത്തൽ തുടങ്ങിയത്. എന്റെ വീട്ടുമുറ്റത്തു പുരോഗമനം എത്തിയതങ്ങനെയാണ്. മീറ്റിങ്ങുകളിൽ അമ്മാവൻ പാവങ്ങൾക്കുവേണ്ടി സ്ഥിരം പ്രസംഗിച്ചു. വായനശാലയുടെ കോലാ യിലിരുന്ന്, ചെറിയമ്മയുടെ മകൻ രഘു അമ്മാവനെ ബൂർഷ്വാ എന്നുവിളിച്ചു. അമ്മാവന്റെ തലയെടുക്കുമെന്ന് പറഞ്ഞു നടക്കാ റുള്ള നസ്രാണിയായ അന്തോണിയും അമ്പലക്കുന്നിലെ മീറ്റിങ്ങിൽ വെച്ച് അമ്മാവനെ മുരാച്ചിത്തന്ത എന്നു വിളിച്ച ഗോപിയും ഉണ്ടാ യിരുന്നു രഘുവിന്റെ കൂടെ. നാലുകെട്ടിലെ ഇരുട്ടിലൂടെ തലങ്ങും വിലങ്ങും മുരണ്ടുനടക്കുന്ന അമ്മാവനെ വടക്കിനിയുടെ മരയഴി കളിലൂടെ താൻ പലതവണ കണ്ടിട്ടുണ്ട്. ചെറിയമ്മ വേഷ്ടിയുടെ തലപ്പുകൊണ്ട് മൂക്കും കണ്ണും തുടച്ച് വടക്കിനിയുടെ മൂലയിലി രുന്ന് മാറി മാറി ദൈവങ്ങളെ വിളിക്കുന്നുണ്ടാവും.

''അമ്മാവാ,'' മുണ്ട് മടക്കിക്കുത്തി പത്രക്കടലാസ്സ് ചുരുട്ടി ഉള്ളം കൈയിലടിച്ച് അന്ന് രഘു പറഞ്ഞു: ''പാലൻ ചെറുമൻ, ശങ്കര മേനോന്റെ അടികൊണ്ടല്ല, വിഷംതീണ്ടിയാണ് മരിച്ചതെന്ന് മോഹനൻ ഡോക്ടർ എഴുതിത്തന്നിട്ടുണ്ട്. രാമുനായരുടെ കൈയിലാണ് സർട്ടിഫിക്കറ്റ്.''

ഉമ്മറപ്പടിയിൽ നിന്നും അകത്തേക്കു കടക്കുമ്പോൾ അമ്മാവൻ രഘുവിനെ തടഞ്ഞു:

''നിക്കടാ അവിടെ.''

''എന്തിനാ?'' സാവകാശം തിരിഞ്ഞുനിന്ന് രഘു ചോദിച്ചു; ''എനിക്കൊന്ന് ഉറങ്ങണം.''

രഘുവിന്റെ മുഖത്തേക്കു നോക്കിയതു കൊണ്ടോ എന്തോ, അമ്മാവൻ വളരെ വേഗം ഉമ്മറത്തേക്കു നടന്നു. രഘുവിന്റെ തട്ടുകുലുങ്ങുന്ന ചിരി പിന്നാലെ. ചെറിയമ്മയുടെ തേങ്ങൽ പെട്ടെന്ന് ഉറക്കെയായി. കാരണം, സർപ്പവിഷം തീണ്ടി മരിക്കുന്നവരുടെ എണ്ണം ഗ്രാമത്തിൽ ആയിടെ വല്ലാതെ വർധിച്ചിരുന്നു.

രഘു കോണി കയറിപ്പോകുന്ന ശബ്ദം കേട്ടപ്പോൾ അമ്മ പിറുപിറുത്തു:

''അങ്ങനെവേണം പാലന്. എന്തൊരു ദൈവദോഷാ ആ ചെക്കൻ പറഞ്ഞേരുന്ന്!''

ദിവസങ്ങൾക്കു മുൻപ് ഞങ്ങളുടെ വീട്ടുമുറ്റത്ത് അമ്മാവന്റെ മുൻപിൽ മുണ്ടു മടക്കിക്കുത്തി ചുണ്ടത്തൊരു ബീഡിയുമായി നിന്നിരുന്നതാണ് പാലൻ. വർത്തമാനം പറയുമ്പോൾ ചുണ്ടുകൾ ദ്വേഷ്യംകൊണ്ട് വിറച്ചിരുന്നു. ചുണ്ടുകൾക്കുമേലെയുള്ള കറുപ്പിന് കനം വെച്ചിരുന്നില്ല. ചെറുപ്പത്തിൽ ആ പ്രായത്തിൽ ആർക്കുമുണ്ടാവുന്ന ആവേശവും ആത്മാർത്ഥതയും ആയിരുന്നു മുഖം നിറയെ.

വടക്കിനിയുടെ ജനലഴികളിലൂടെയാണ് ഞാൻ പാലന്റെ മുഖവും നോക്കി നിന്നത്. അവന്റെ ദേഷ്യം കണ്ടപ്പോൾ എനിക്കു വല്ലാതെ ചിരിവന്നു. വളരുന്തോറും നമുക്കെല്ലാവർക്കും ഒരൊറ്റ ഒന്നേ നഷ്ടപ്പെടാറുള്ളൂ. അത് പാലന്റെ മുഖത്ത് ഞാനപ്പോൾ കണ്ട തുടിപ്പും തുടുപ്പുമാണ്.

ഞങ്ങളുടെ ഗ്രാമത്തിലെ പത്താംതരം പാസായ ഒരേ ഒരു ചെറുമനായിരുന്നു പാലൻ. ''അതുകൊണ്ട്'' അമ്മാവൻ പറഞ്ഞു: ''നമുക്കവന്റെ വിജയം ഗംഭീരമാക്കണം.'' ആഘോഷത്തിന് ആദ്യവസാനം

ഉത്സാഹിച്ചു നടന്ന അമ്മാവന്റെ കാൽക്കൽ പാലന്റെ തള്ള കുമ്പിട്ടു കരഞ്ഞു. ''തമ്പ്രാനേ,'' അവർ പറഞ്ഞു: ''ഇവിടുന്ന് വലിയവനാണ്. തമ്പ്രാനെ ദൈവം തമ്പുരാൻ തുണയ്ക്കും.'' വർഷം പോലെ ഇരമ്പി വന്ന അവരുടെ കണ്ണീരിനെതിരെ, അമ്മാവന്റെ മുഖത്ത് ഇടിമിന്നൽ പോലെ ചിരി മിന്നി. എന്റെ മുറ്റത്ത് വരാനിരിക്കുന്ന എല്ലാ അരിപ്രാവുകളുടെയും ചിറകുകൾ ആ ഇടിമിന്നലിൽ കരിഞ്ഞു എന്ന് എനിക്കു തോന്നി.

ആ ചിരി മായ്ക്കാതെവച്ച് അന്നും അമ്മാവൻ കുട്ടികളോട് പറഞ്ഞു: ''മുതിർന്നവർ നിങ്ങളുടെ ഗുരുക്കന്മാരാണ്. ഗുരുനിന്ദയാണ് ഏറ്റവും വലിയ പാപം. കുട്ടികളേ, നിങ്ങളുടെ നന്മയല്ലാതെ എന്തുണ്ട് ഞങ്ങൾക്കു വേറൊരു ലക്ഷ്യം?''

രഘുവിന്റെ പൊട്ടിത്തെറിച്ച ചിരിയുടെ ശബ്ദം അന്ന് അമ്മാവൻ നിശ്ശബ്ദമായി നിന്നുകേട്ടു. പിന്നെ ചുണ്ടിൽ പൊടിഞ്ഞ നേർത്ത ചിരിയോടെ എന്റെ മകളെ മടിയിലെടുത്തുവെച്ചു. കൈക്കോട്ട് ഏൽക്കാത്ത ചരൽപ്പറമ്പുപോലെയായിരുന്നു അമ്മാവന്റെ മുഖം പിന്നെ.

ഇതെല്ലാം എനിക്കോർമ്മ വന്നത്, ഇന്ന് അമ്മാവന്റെ ഷഷ്ഠിപൂർത്തിയാഘോഷത്തിന് പാലന്റെ അമ്മ അവർ തോട്ടത്തിലുണ്ടാക്കിയ ഒരു വലിയ കുമ്പളങ്ങ കാഴ്ചയായി വീട്ടിൽ കൊണ്ടുവന്നപ്പോഴാണ്. ''തമ്പ്രാട്ടീ,'' അവർ പറഞ്ഞു: ''പാലനുണ്ടാരുന്നേങ്കില്. ഒരു വലിയ കുല കായ അടിയങ്ങൾ ഇവിടെ എത്തിച്ചേനീം.''

അവരുടെ നരച്ച മുടിയിഴകളിലും കാഴ്ചമങ്ങിയ കണ്ണുകളിലും ഞാൻ കുറെ നേരം നോക്കിനിന്നു. എന്നിട്ട് ചോദിച്ചു: ''പാലൻ മരിച്ചിട്ട് എത്ര കൊല്ലമായി?''

''പതിനാല്,'' കുറുമ്പയുടെ ശബ്ദം വേച്ചു: ''എന്തേ തമ്പ്രാട്ടി അത് ചോയ്ക്കാൻ?''

''വെറുതെ,'' ഞാൻ പറഞ്ഞു: ''എന്ത് വേഗാ കാലം പോണ്, കുറുമ്പ ഊണുകഴിച്ചിട്ടല്ലേ പോണുള്ളൂ?''

ഇടനാഴിയിലേക്കു കടന്നതും എതിരെ വന്ന രഘു പെട്ടെന്നു നിന്നു.

''ഓപ്പളേ,'' രഘു പറഞ്ഞു: ''കുറുമ്പ കൊണ്ടുവന്ന ആ ഇളവൻ അകത്തേക്ക് എടുത്തുവെയ്ക്കാൻ വേലുവിനോടു പറയൂ. ആ തള്ളയ്ക്ക് ഒരു മുണ്ടു കൊടുക്കാനും പറയണം. നമ്മുടെ പാലന്റെ തള്ളയാണ് അത്.''

രഘുവിന്റെ ചെന്നിയിൽ മുടി നരയ്ക്കാൻ തുടങ്ങിയിരുന്നു. വെള്ളക്കുപ്പായത്തിന്റെ മുകളിൽ വെറ്റിലത്തുപ്പൽ തെറിച്ച ചെറിയ പാടുകളുണ്ടായിരുന്നു. ചോരയുടെ മങ്ങിയ പാടുകൾപോലെ. രഘു വളർന്നു. ഞാനോർത്തു: ഇപ്പോൾ നിവർന്നു നിന്നാൽ രഘുവിന്റെ തല പൂമുഖത്തേക്കു കടക്കുന്ന ഉമ്മറപ്പടിയിൽ മുട്ടും.

''ഓപ്പളെന്തേ നിന്നപാട് നിന്നത്?'' ഇടനാഴിയിൽനിന്നും നാലകത്തെ ഇരുട്ടിലേക്കു കടക്കുകയായിരുന്ന രഘു തിരിഞ്ഞുനിന്നു.

''വേലു പത്തായപ്പുരയുടെ കോലായയിലുണ്ട്.''

''അറിയാം.'' രഘുവിന്റെ മുഖം മറച്ച അകത്തെ കറുപ്പിലേക്ക് നോക്കി ഞാൻ പെട്ടെന്ന് പറഞ്ഞു: ''പാലന്റെ തള്ളയ്ക്ക് അമ്മാവൻ രണ്ടുമുണ്ടാണ് കൊടുക്കാറ്. നിനക്കും അതാവാം അല്ലേ?'' ■

മഴ

ചനുപിനെ, ഏകതാനതയോടെ ചാറുന്ന മഴ, നേർത്ത ദുകൂലം പോലെ ഇരുട്ട്. നിറം മങ്ങി, മനം മടുപ്പിക്കും വിധം മുനിഞ്ഞുകത്തുന്ന സൂര്യനെതിരെ ജനാലയ്ക്കൽ ഉണ്ണി വെറുതെയിരുന്നു. കത്തുന്ന തെന്താണെന്ന് തിരിച്ചറിയാത്ത, ആളുന്ന ഒരു തീക്കുണ്ഡംപോലെ യുണ്ട് മനസ്സ്. മഴയുടെ നിലയ്ക്കാത്ത ഒരേ സ്ഥായിയിലുള്ള ആക്രോശം ഏതോ ജന്തുവിന്റെ അറപ്പിക്കുന്ന സീൽക്കാരം പോലെ ചുറ്റും നിൽക്കുന്നു.

മഴ, ഒരു ശത്രുവിന്റെ രൂപം പൂണ്ടതെന്നാണെന്ന് ഒട്ടും ഓർമ്മ യില്ല. ഇതുപോലുള്ള ഏതെങ്കിലും വൈകുന്നേരങ്ങളിലായിരിക്കണം, മരയഴികൾക്കു പിന്നിൽ, പുറത്തെ ശത്രുവിനെ ഭയന്ന് കുനിക്കൂടിയ ദിവസങ്ങൾ ഏറെയാണ്. പിന്നെ രാത്രി ഇരുട്ടിൽ ഒറ്റയ്ക്ക്, കണ്ണു തുറന്നുകിടക്കുമ്പോൾ ബാക്കിയാവുന്നത് അവജ്ഞയും കഠിനമായ ദേഷ്യവുമായിരിക്കും. തലയിണ കടിച്ചു കീറിയത് അങ്ങനെയൊരു ദിവസമാണ്. നടുമുറ്റത്ത് കൊണ്ടുനിറുത്തി അന്ന് അമ്മാവൻ പൊതിരെ തല്ലി. മഴ തിമിരെ പെയ്തിരുന്നു, പുറത്ത്. നാലകം മുഴു വൻ ഇരുട്ടും. പതിമ്മൂന്നുവയസ്സായിട്ടും ഉടുവസ്ത്രത്തിലൂടെ അന്നു താൻ മൂത്രമൊഴിച്ചു. അതിന് വീണ്ടും കിട്ടി തല്ല്.

''ഇതു നല്ല കുത്ത്.'' അമ്മ പറയും. ''ഇങ്ങനേം ഒരു പേട്യോ! ഉറങ്ങിക്കോളൂ കുട്ടൻ. ഞാനിരിക്കാം അടുത്ത്.''

സൂചിമുനകൾ പോലെ ഉതിരുന്ന മഴയെ ഉണ്ണി കണ്ണിമയ്ക്കാതെ നോക്കിയിരുന്നു. കഥകളിലെ ദേവകുമാരന്മാരെപ്പോലെ തപസ്സനു ഷ്ഠിച്ച് വരം വാങ്ങി ഈ ഭീമാകായനെ ഒരു ദിവസം തുണ്ടം തുണ്ടമായി അരിയണം. ഉണ്ണി ഓർത്തു. ചുറ്റുമുള്ള എല്ലാറ്റിനേയും, ചിറക് നനഞ്ഞൊട്ടിയ പക്ഷികളെപ്പോലെയാക്കുന്നത് ഈ മഴയാണ്. എന്തെന്നില്ലാത്ത മടുപ്പും ഭീതിയും മനസ്സിൽ കൂമ്പാരം പോലെ കുമിയും. പേടികൊണ്ട് കരച്ചിലിന്റെ വക്കത്തെത്തവേ ഉണ്ണി മരയഴി കളിൽ അമർത്തിപ്പിടിച്ചു. അമ്മാവന്റെ കാറിത്തുപ്പലിന്റെ ശബ്ദം

പൂമുഖത്തുനിന്ന് ഉയർന്നു. മഴച്ചാറ്റൽ നനച്ച ജനൽപ്പടിയിൽ ഉണ്ണി കല്യാണിക്കുട്ടിയുടെയും അമ്മയുടെയും പേര് മാറ്റിമാറ്റി എഴുതി നോക്കി. നേർത്ത ഇരുട്ടിൽ മുറിയിലെ സാധനങ്ങൾക്ക് എന്തിന്റെയൊക്കെയോ രൂപമാണ്. മരുന്നുകുപ്പിയുടെ വലിയ നിഴലിന് അമ്മ പറഞ്ഞുതന്ന കഥയിലെ രാക്ഷസന്റെ രൂപമാണ്. ചുമരിൽ വിലങ്ങനെ കിടന്ന അതിൽ ഉണ്ണി ഏറെനേരം നോക്കി നിന്നു. അങ്ങനെയാണ് അതിന് രണ്ടു കണ്ണുകളുണ്ടെന്ന് ഉണ്ണിക്കു മനസ്സിലായത്.

നിഴൽ കൂടെവരുമോ എന്ന് പേടിച്ച് ഉണ്ണി വാതിൽ ശബ്ദമില്ലാതെ തുറക്കാനാഞ്ഞു. വാതിൽ പുറത്തുനിന്ന് അടച്ചിരുന്നത് ഉണ്ണി അറിഞ്ഞത് അപ്പോഴാണ്. ജനാലയുടെ അപ്പുറത്ത് മഴ തകർത്തു പെയ്യുന്നു. കനവും വേഗവും വെച്ച വെള്ളച്ചാലുകൾ കലങ്ങി മറിഞ്ഞൊഴുകി. പേനാക്കത്തിയുടെ മുന കൊണ്ട് നഖത്തിലെ ചളി തോണ്ടിയെടുത്ത് കത്തി ചുമരിൽ ആഞ്ഞുതറച്ചു ഉണ്ണി. അടർന്നു വീണ കുമ്മായത്തിനും മണ്ണിനും മുകളിൽ ചുമരിലെ തുള വലുതായി വലുതായി വന്നു.

വാതിൽ തുറന്ന് കടന്നുവരുമ്പോൾ ഓപ്പോൾ കിതച്ചിരുന്നു.

‘‘പേട്യായോ ഉണ്ണിക്ക്? മഴയുള്ളപ്പോൾ ഈ ജനാല്ക്കൽ ഇങ്ങനെ നിൽക്കരുതെന്ന് എത്ര തവണ പറഞ്ഞുതന്നിട്ടുണ്ട് ഞാൻ.’’ ഓപ്പോൾ പറഞ്ഞു; ‘‘ആ കത്തി ഇങ്ങോട്ടുതരൂ. എന്തിനാ അത് കയ്യില്?’’

മരുന്നുകുപ്പി തുറന്ന് മറന്നുവെച്ച പേനക്കത്തി ധൃതിയിൽ കയ്യിലെടുത്ത് ചായക്കോപ്പ സ്റ്റൂളിൽ വച്ച് ഓപ്പോൾ തിരിഞ്ഞു. നേർത്ത ബ്ലൗസിന്റെ അടിയിൽ ബ്രേസിയറിന്റെ വടിവൊത്ത വര. കൈയിൽ നീലഞരമ്പുകൾ. മുടിയിൽ ഓപ്പോൾ കൈതപ്പൂ ചൂടിയിരുന്നു.

ഉണ്ണിയെ ഓപ്പോൾ കട്ടിലിൽ പിടിച്ചിരുത്തി.

‘‘തണുപ്പത്തു നിൽക്കരുതെന്ന് എത്ര തവണ പറയണം. ഉണ്ണീ. ഇനി ഇതുമതി ഒരാഴ്ച കിടപ്പാവാൻ.’’

ഓപ്പോളുടെ നിഴൽ ചുമരിൽ വ്യക്തമാണ്. നിറഞ്ഞ മാറിൽ ഉണ്ണിയുടെ കണ്ണുതറഞ്ഞു. പെരുമഴയത്ത് ഈറൻ തോർത്തു പുതച്ച് കല്യാണിക്കുട്ടി കുളിച്ചുകയറിപ്പോകുന്നത് ഒരിക്കൽ കണ്ടിട്ടുണ്ട്. ഉടുത്തിരുന്ന തുണിയിൽ നിന്നും വെള്ളം കാൽവണ്ണകളിലൂടെ ഒഴുകിയിരുന്നു. നഗ്നമായ മുതുകിൽ മുടിയിഴകൾ വെള്ളത്തിൽ ഒട്ടിപ്പിടിച്ചു കിടന്നിരുന്നു.

‘‘ഉം?’’ ഓപ്പോൾ ചോദിച്ചു: ‘‘എന്തേ ഉണ്ണീ?’’

ചീറ്റുന്ന മഴ. ഉണ്ണി ഓപ്പോളുടെ മുഖത്തുതന്നെ നോക്കിയിരുന്നു. ഓപ്പോളുടെ താടിയിലെ ചെറിയ അരിമ്പാറ അല്പം വലുതായിട്ടുണ്ട്.

കഴുത്തിലെ കുഴിയിൽ ചന്ദനത്തിന്റെ തരികൾ പിന്നെ... അതിനു ചുവട്ടിൽ...

''ഞാനിപ്പൊ വരാം.'' ഉണ്ണിയുടെ മുഖത്തുനിന്നു കണ്ണെടുക്കാതെ ഓപ്പോൾ പെട്ടെന്ന് പറഞ്ഞു: ''വെളക്ക് കാണിച്ചിട്ട് വേഗം വരാം.''

ഓപ്പോളുടെ മുഖത്തെ പരിഭ്രമം ഉണ്ണിക്കിഷ്ടമായി. ഇരമ്പിപ്പെയ്യുന്ന മഴയുടെ തുടർച്ചപോലെ അമ്മാവന്റെ രാമായണം വായന. നെടു നാക്കിലയിൽ കിടത്തിയ അമ്മയുടെ കാല്ക്കൽ നമസ്കരിക്കുമ്പോൾ വളരെ ചെറിയ കുട്ടിയായിരുന്നു. അമ്മാവന്റെ തല നരച്ചിരുന്നില്ല ഒട്ടും. എറായിൽനിന്ന് വെള്ളം വീണുണ്ടായ കുഴികൾ വലുതായി വരുന്നത് ഉണ്ണി കണ്ടു. വെള്ളത്തിനു മീതെ നിറയെ പൊള്ളങ്ങൾ. അവയിലോരോന്നിലും നാക്കിലയിൽ കിടത്തിയ അമ്മയുടെ രൂപം. ചുമരിൽനിന്ന് അടർന്നുവീണ മൺകട്ടകൾ പെറുക്കി ഉണ്ണി പൊള്ള ങ്ങൾക്കു നേരെ ആഞ്ഞെറിഞ്ഞു.

ഓപ്പോൾക്കു പിന്നിൽ മുറ്റത്തേക്കിറങ്ങിയതും മഴ കാത്തു നിന്ന ഒരു ശത്രുവിനെപ്പോലെ മേലിൽ ചാടി വീണു. ഉണ്ണി, അടിക്കുകീഴെ ചൂളുന്ന പട്ടിക്കുട്ടിയെപ്പോലെ ചൂളി. കൂലംകുത്തിമറിഞ്ഞൊഴുകുന്ന പുഴയിലെ ചത്തുവീർത്ത പെരുമ്പാമ്പുപോലെയായി അമ്മാവന്റെ രാമായണം വായന.

പൊടുന്നനെ മുകളിൽ ഉതിർന്നുവീഴുന്ന പ്രകാശത്തരികൾക്കിട യിൽ ഉണ്ണി അമ്മയുടെ മുഖം കണ്ടു.

''ഉണ്ണീ.'' അമ്മ പറഞ്ഞു: ''ഇതാ കാറ്റാടി.''

പനയോല കൊണ്ടുണ്ടാക്കിയ കാറ്റാടി കാറ്റിനെതിരെ പിടിച്ച് ഊക്കിൽ ഉണ്ണി ഓടി. കാറ്റാടിയുടെ തലപ്പുകൊണ്ടിടത്തൊക്കെ മഴ മുറിഞ്ഞു മുറിഞ്ഞു പോയി. പിന്നെ മഴ ഉണ്ണിയുടെ വഴിയിൽനിന്നു മാറി ഉണ്ണിക്ക് വഴിയൊരുക്കി.

''ഇതാ കാറ്റാടി, കല്യാണിക്കുട്ടീ,'' ഉണ്ണി പറഞ്ഞു: ''അമ്മ തന്നതാ...''

''എനിക്കെന്തിനാ?'' കല്യാണിക്കുട്ടി പറഞ്ഞു. ''ഞാൻ വലുതാ യില്ലേ?''

അപ്പോഴാണ് ഉണ്ണി നോക്കിയത്. കല്യാണിക്കുട്ടി ഓപ്പോളോളം പോന്നിരുന്നു. തലമുടിയിൽ മുഴുവൻ പൂക്കളായിരുന്നു. നക്ഷത്രങ്ങൾ പോലെ. ഈറൻ തോർത്തു പുതച്ച കല്യാണിക്കുട്ടിയേക്കാൾ സുന്ദരി യായിട്ടുണ്ട് ഇപ്പോൾ. കൈത്തണ്ടയിലെ രോമങ്ങൾ മഴവെള്ളം തട്ടി പതിഞ്ഞുകിടന്നിരുന്നു.

''ഇങ്ങോട്ടുപോരൂ,'' ഉണ്ണി പറഞ്ഞു: ''ഈ കാറ്റാടിക്കടുത്ത് മഴ വരില്ല. ഇത് കല്യാണിക്കുട്ടി എടുത്തോളൂ. അമ്മ തന്നതാണ്.''

''എനിക്ക് വേണ്ട,'' കല്യാണിക്കുട്ടി പറഞ്ഞു: ''ഉണ്ണി പൂവ്വൂ.'' കല്യാണിക്കുട്ടി ഓടിത്തുടങ്ങിയിരുന്നു. കല്യാണിക്കൂട്ടിയുടെ മുഖത്ത് ഭയം തളംകെട്ടി. ഉണ്ണിക്ക് തമാശ തോന്നി. മഴയും കല്യാണിക്കുട്ടിയും ഒക്കെ എന്നെ ഭയക്കാൻ തുടങ്ങുന്നു. കാറ്റാടിയുമായി കല്യാണിക്കുട്ടിയുടെ പിന്നിൽ ഉണ്ണിയും ഓടിത്തുടങ്ങി. നേർത്ത വഴിയുടെ ഇരുപുറത്തും മഴയും പൂക്കളും തോരണം ചാർത്തിനിന്നു. പൊടുന്നനെ കല്യാണിക്കുട്ടി കരയാൻ തുടങ്ങി. ''ഉണ്ണീ, വിടൂ,'' കല്യാണിക്കുട്ടി പറഞ്ഞു: ''വിടൂ ഉണ്ണീ.''

കാറ്റാടിയുടെ വഴിയിൽ നിൽക്കാത്ത കാരണം ആകെ നനഞ്ഞിരുന്നു കല്യാണിക്കുട്ടി. നനഞ്ഞ സാരിക്കടിയിൽ തുടകളുടെ ഭംഗി വ്യക്തമായി കാണാം. തോളെല്ലുകളിൽ മഴത്തുള്ളികൾക്കൊപ്പം കണ്ണുനീരും വീണു. ഉണ്ണിക്ക് അത് തീരെ പിടിച്ചില്ല. ഉണ്ണി കാറ്റാടി കല്യാണിക്കുട്ടിയുടെ തലയ്ക്കുമുകളിൽ പിടിക്കാനാഞ്ഞു.

കല്യാണിക്കുട്ടി കാറ്റാടിയിൽ ഊക്കിൽ തട്ടിയത് അപ്പോഴാണ്. കാറ്റാടി പൊടുന്നനെ കൈയിൽനിന്നും ആകാശത്തിലേക്കുയർന്നു. മുകളിൽ പിന്നെ ഭ്രാന്തമായി ആക്രോശിക്കുന്ന മഴയല്ലാതെ ഒന്നുമുണ്ടായിരുന്നില്ല. മഴത്തുള്ളികൾ പകയോടെ ഉണ്ണിയുടെമേൽ വന്നു വീണു. ആ നിമിഷത്തിലായിരിക്കണം കല്യാണിക്കുട്ടിയെ അടിച്ചു വീഴ്ത്തിയതെന്ന് ഉണ്ണിക്കുതോന്നി. വീണുകിടക്കുന്ന കല്യാണിക്കുട്ടിയുടെ കാൽവണ്ണകളിലും കണ്ണുനീർത്തുള്ളിപോലെ മഴവെള്ളം കെട്ടിനിന്ന പൊക്കിളിലും നോക്കി ഉണ്ണി ആഗ്രഹം പൂണ്ടു. നേർത്ത പട്ടുരോമങ്ങൾ അലങ്കരിക്കുന്ന കുമ്പാളപോലുള്ള വയറിൽ ഉണ്ണി പതുക്കെ തലോടി. വെറളി പിടിച്ച ആകാശത്തിനു കീഴിൽ ഭൂമി പതിവുപോലെ വിറങ്ങലിച്ചുനിന്നു. ക്ഷീണം ഒരു ലഹരിപോലെ തന്നെ കീഴ്പ്പെടുത്താനെത്തുന്നത് ഉണ്ണി അറിഞ്ഞു. മഴയുടെ ഭീകരമായ സീൽക്കാരത്തിനടിയിൽ കല്യാണിക്കുട്ടിയെ ഉണ്ണി അഭയം പോലെ, തെളിവുപോലെ, ആയുധംപോലെ ചേർത്തുപിടിച്ചു. ആളുന്ന ജ്വരത്തിന്റെ തീക്ഷ്ണതയിൽ കണ്ണുകളടയവേ, ഓപ്പോളുടെ അരിമ്പാറ കല്യാണിക്കുട്ടിക്ക് എങ്ങനെ കിട്ടിയെന്ന് പക്ഷേ, ഉണ്ണിക്ക് മനസ്സിലായില്ല.

■

മങ്ങുന്ന വെയിൽ

പാട്ടീലിന്റെ കൂടെ, വരമ്പത്തെ പുൽത്തലപ്പുകളിൽ കാലുരസി നടക്കെ, അമ്മാവന്റെ കൂടെയാണെന്നാണ് എനിക്ക് തോന്നിയത്. മുണ്ടിന്റെ കോന്തല കക്ഷത്തിറുക്കി വടിയുടെ അറ്റം ഗമയിൽ മണ്ണിൽ കുത്തിനടക്കുന്ന അമ്മാവന്റെ മുൻപിൽ, വിളിപ്പാടകലെ ചാമിയുണ്ടാവും. തറവാട്ടിലെ കണ്ണിലുണ്ണിയായ താൻ അമ്മാവന്റെ വിരലിൽ തൂങ്ങി ഒപ്പമാണ് നടക്കുക. പാടത്തെ നിരവധി പണിക്കാർ നിന്ന നില്പിൽ നിന്ന് തലയുയർത്തുക പോലുമില്ല, താറാവുകളെ പാടത്തുവിട്ട് മേയ്ക്കുന്ന അയ്നുമാപ്ല പക്ഷേ, തലചൊറിയും. തലയിൽ ക്കെട്ടിയ തോർത്തെടുത്തു ചുമലിലിട്ട് വഴിയിൽനിന്ന് ചുവട്ടിലെ കണ്ടത്തിലേക്കിറങ്ങിനിന്ന് വായ്പൊത്തി ചിരിക്കും.

‘‘അമ്മുക്കുട്ടിക്ക് താറാവിനെ വേണോ ആവോ.’’

അയ്നുമാപ്ലയുടെ നേരെ അമ്മാവൻ തലതിരിക്കുകയോ മൂളുകയോ ഒന്നും ചെയ്യില്ല.

അമ്മാവൻ നായാട്ടിനു പോകുമായിരുന്നു. വലിയ വിളക്കുകളും ഏറെ ബഹളവും അനുചരന്മാരുമൊക്കെയായി രാത്രി തിരിച്ചെത്തുന്ന അമ്മാവനെ മൂന്നാംനിലയിലെ മരയഴികൾക്കിടയിലൂടെ പല തവണ നോക്കി കിടന്നിട്ടുണ്ട്. പിന്നിൽ ആർഭാടത്തോടെ തോളിലേറ്റിക്കൊണ്ടുവരുന്ന ചോരപ്പാടുകൾ നിറഞ്ഞ മൃഗത്തെ തൊടിയിലിട്ട് തൊലി പൊളിക്കുമ്പോൾ ഇരുട്ടിൽ തന്റെ അടുത്തേക്ക് കുറെക്കൂടി നീങ്ങിക്കിടന്ന് താഴ്ന്ന ശബ്ദത്തിൽ ഉണ്ണ്യേട്ടൻ ചോദിക്കും.

‘‘ജാനു ഒറങ്ങ്യോ?’’

‘‘ഏയ്, അല്ല.’’’

ഉരുണ്ടുരുണ്ട് താഴേക്കു വന്ന പക്ഷിയെ പ്രസാദും ഞാനും നോക്കി നിന്നു. നൂൽപൊട്ടിയ പട്ടംപോലെ ആകാശത്തിൽ ഒരു നിമിഷം അതു വിറച്ചിരുന്നു.

പിന്നിൽ കാത്തുനിന്നിരുന്ന സാംബന്റെ കൈകളിലേക്ക് തോക്കെറിഞ്ഞു കൊടുത്തു പാട്ടീൽ ഉറക്കെ ചിരിച്ചു.

''അയ്യ്യായ്യ്യോ...! ആൺകുട്ടികൾക്കിത്ര പേട്യോ.''

സിനിമകളിലല്ലാതെ തോക്ക് കണ്ടിട്ടില്ലാത്ത പ്രസാദ് പാട്ടീലിന്റെ മുഖത്തേക്ക് അവിശ്വസനീയതയോടെ നോക്കി. അവന്റെ അമ്പരപ്പു പാട്ടീലിനെ ചിരിപ്പിച്ചിരിക്കണം. പാട്ടീൽ പ്രസാദിന്റെ പുറത്തുതട്ടി. തോട്ടിലെ തെളിഞ്ഞ വെള്ളത്തിലാണ് സാംബൻ പക്ഷിയെ കഴുകിയത്. ചോര, കെട്ടുപിണഞ്ഞ നേർത്ത നുലുകളെപ്പോലെ സാംബന്റെ കാലിനുചുറ്റും പടർന്നു. പ്രസാദ് വീണ്ടും പാട്ടീലിനെ നോക്കി.

''ഉം?'' പാട്ടീൽ ചോദിച്ചു.

പ്രസാദ് ഒന്നും പറയാത്തതുകൊണ്ടാവണം പാട്ടീൽ വീണ്ടും ചോദിച്ചു.

''എന്തേ?''

''വെറുതെ.'' കണ്ണുകൾ പാട്ടീലിന്റെ മുഖത്തുനിന്നും ധൃതിയിൽ പിൻവലിക്കവേ പ്രസാദ് പറഞ്ഞു: ''എന്താ ഈ പൂവിന്റെ പേര്?''

''ചമേലി.''

പാട്ടീലിന്റെ ക്ഷണമനുസരിച്ച് നഗരത്തിന്റെ ചൂടിലും തിരക്കിലും നിന്ന് നാട്ടിൻപുറത്തിന്റെ കുളിർമയിലേക്ക് കുറച്ചുദിവസത്തേക്കു രക്ഷപ്പെട്ടതായിരുന്നു ഞങ്ങൾ. ബഹുവർണങ്ങളിലുള്ള നാടകൾ മെടഞ്ഞ ഭംഗിയാർന്ന കട്ടിലിൽ തുറന്ന ആകാശത്തിനുകീഴെ, പാട്ടീലിന്റെ വീട്ടുമുറ്റത്ത് ഞങ്ങൾ ആലസ്യമാണ്ടിരിക്കെ ചെടികൾക്കും അവയിലെ മുള്ളുകൾക്കുമിടയിലൂടെ അവയൊക്കെ തൊട്ടും താലോലിച്ചും പ്രസാദ് ഓടി നടന്നു. മാഞ്ഞവഴിയിലൂടെ ഒരുപാടുദൂരം തിരിച്ചുനടന്ന് ഒന്നുനിന്നപോലെ തോന്നി എനിക്ക്.

സ്വർഗം കാണാൻ, കോടിത്തോർത്തുകൊണ്ട് നെറ്റിയിൽ നൂറ്റൊന്നുരയ്ക്കാൻ ഉണ്ണ്യേട്ടനാണ് പറഞ്ഞത്.

തൊഴുത്തിനു പിന്നിലെ വളക്കൂനകൾക്കു മറവിൽ നട്ടുച്ചവെയിലത്തായിരുന്നു ശ്രമം.

അടി വീണത് ഓർക്കാപ്പുറത്താണ്.

''ഇനി തെരയാത്ത സ്ഥലല്ല്യ!'' വലിയമ്മ ദേഷ്യം കൊണ്ടു കിതച്ചു.

''ചെയ്യ്വോ ഇനി...? ആരും കാണാത്തോടത്ത് വന്നിരിക്യാന്ന്? ഈ വളപ്പില് ഒരു തലയ്ക്കൽ കെടന്ന് ചത്താ ഒരാളും അറിയില്ല.''

ചോര പൊടിഞ്ഞുവീർത്തു ചുകന്ന നെറ്റി ഒരു കൈപ്പടം കൊണ്ടു പൊത്തി ഉണ്ണ്യേട്ടൻ തേങ്ങി.

സ്വർഗം കണ്ടിരുന്നെങ്കിലോ! ഈ തല്ലണോരൊക്കെ അപ്പൊ പിന്നാലെ വന്നേനേ!''

തോട്ടിൽ നിന്നു കിട്ടിയ വലിയ മിനുത്ത വെള്ളാരംകല്ല് കഴുകി സാംബൻ തോടിന്റെ കരയിൽവെച്ചു. സാംബന്റെ നേർത്ത ചിരിയിൽ നിന്ന് തിരിഞ്ഞു പൊടുന്നനെ പ്രസാദ് പാട്ടീലിനെ നോക്കി.

''എടുത്തോളൂ'' പാട്ടീൽ പ്രസാദിനോട് പറഞ്ഞു: ''അവനങ്ങട് കേറിപ്പോട്ടെ.''

''എന്താ സാംബനെ തൊട്ടാൽ?''

ഇന്നലെ പ്രസാദ് ചോദിച്ചിരുന്നു.

തിളങ്ങുന്ന, മനോഹരമായ ചിത്രപ്പണികളുള്ള ഹുക്കയിൽ നിന്നും അടികൊണ്ടാലെന്നപോലെ പൊടുന്നനെ മുഖമുയർത്തി പാട്ടീൽ എന്നെ നോക്കി. ആരും ഒന്നും പറയാതിരുന്നതിനാലാവണം പ്രസാദ് വീണ്ടും ചോദ്യമാവർത്തിച്ചത്.

ഉരുണ്ട തലയണയിൽ ചാരി കാൽ നീട്ടി ഇരുന്നിടത്തുനിന്ന് ദേശ്പാണ്ഡെ എഴുന്നേറ്റ്, വിലകൂടിയ കോളാമ്പി അടുത്തേക്കുവലിച്ചു വെച്ച് അതിലേക്കു കാറിത്തുപ്പി.

''തൊടണ്ട.'' ഞാൻ പറഞ്ഞു: ''അല്ലെങ്കിലും അവനെ തൊട്ട് പുണ്യോന്നും നേടാനില്ല്യലൊ ഇപ്പൊ.''

''ദൈവത്തിനെ നമുക്ക് മറികടന്നുകൂടാ.'' പാട്ടീലാണ് തുടങ്ങിയത്.

''അദ്ദേഹത്തിന്റെ ഹിതം നടക്കുക തന്നെ ചെയ്യും. കൊല്ലണോനേം, ചാവണോനേം നിരീച്ചാ മറിച്ചിടാൻ വയ്യാത്തോണ്ടല്ല അദ്ദേഹം മിണ്ടാണ്ടിരിക്കണത്. ഈ ഞാൻ പോത്തിന്റെ തൊലി പൊളിക്കാൻ പോയാൽ ഒട്ടും നേര്യാവില്ല.''

ദേശ് പാണ്ഡെയുടെയും പാട്ടീലിന്റെയും മുഖത്തെ അതിരു കവിഞ്ഞ ഗൗരവമാവാം പ്രസാദ് പിന്നീടൊന്നും ചോദിച്ചില്ല. പാട്ടീലിന്റെ മുഖം, തിളങ്ങുന്ന, അഭേദ്യമായ ഒരു മതിൽപോലെയുണ്ട്. ഞാൻ പ്രസാദിനെ ഒന്നുകൂടി അടുത്തേക്കിരുത്തി തലതാഴ്ത്തി.

തറവാട്ടിൽ കന്നുമേയ്ക്കുന്ന വള്ളിപ്പെണ്ണിനെ, മണ്ണിൽ നാലു കാലിൽ കുനിപ്പിച്ചു നിറുത്തി അവളുടെ പുറത്തുകയറി നിന്ന് മാങ്ങ പൊട്ടിക്കാൻ ശ്രമിക്കവേ വള്ളി കെഞ്ചി.

''വേണ്ട ചെറ്യമ്പ്രാൻ,'' കുനിഞ്ഞിടത്തുനിന്നു നിവരാതെ വള്ളി കരഞ്ഞു: ''വല്ല്യമ്പ്രാൻ കണ്ടാൽ അടിയന്റെ തൊലിപൊളിക്കും.''

ഉണ്ണ്യേട്ടൻ കേട്ടില്ല. അന്ന് ആ നട്ടുച്ചയ്ക്ക് അവിടെ അമ്മാവൻ

എത്തിയതെങ്ങനെയെന്ന് ഇന്നുമറിയില്ല. താനും വള്ളിയും ഉണ്ണ്യേട്ടനെ മാവിൻകൊമ്പത്ത് തൂങ്ങാൻ വിട്ട് നിലവിളിച്ചുകൊണ്ടോടി.

പിന്നെ, അന്നു വൈകുന്നേരം പുറമുറ്റത്തുവെച്ച് വള്ളി, നിറുത്താതെ വീണ ചാട്ടയ്ക്കുകീഴിൽ പിടയുമ്പോൾ കോലായത്തലപ്പിൽ ഇരുപുറത്തുമായി ഇരിക്കുകയായിരുന്നു ഞാനും ഉണ്ണ്യേട്ടനും. വടക്കോറത്തെ മുറ്റത്ത് വള്ളിയുടെ അമ്മ ഞങ്ങൾക്കൊക്കെ ഉണ്ണാനുള്ള അരി ചേറി വൃത്തിയാക്കി.

അവസാനം, നാലകത്തെ ഇരുട്ടിൽ തൊട്ടുതൊട്ടുറങ്ങാൻ കിടക്കുമ്പോൾ ഉണ്ണ്യേട്ടൻ പതുക്കെ പറഞ്ഞു.

''വള്ളിപ്പെണ്ണിനെ തൊട്ടാ ഒന്നും പറ്റില്ല.''

''ഉം.'' താൻ മൂളി.

''അവളെ തല്ലണ്ടായിരുന്നു.''

''ഉം.''

''ഞാൻ പറഞ്ഞിട്ടാ അവളങ്ങനെ...''

''ഉണ്ണ്യേട്ടൻ മിണ്ടാണ്ടെ കിടക്കുണ്ണുണ്ടോ?''

തോട്ടിന്റെ കരയിൽ നിന്നെടുത്ത കല്ല് കുറച്ചുനേരം നോക്കിനിന്ന് പ്രസാദ് പോക്കറ്റിലിട്ടു.

മുൻപിൽ വിളിപ്പാടകലെ സാംബൻ, പിന്നെ പ്രസാദ്, പിന്നിൽ ഞാനും പാട്ടീലും. അതായിരുന്നു ഞങ്ങളുടെ നിര.

''അതെ. മിസിസ് നായർ'' നടത്തത്തിനിടയിൽ എന്തിന്റെയോ തുടർച്ചയെന്നപോലെ പാട്ടീൽ പറയുകയായിരുന്നു. ''നമ്മുടെ തെറ്റ്, ശരി, ഗർവ് ഒക്കെ വെറുതെ. എല്ലാം ആ അവിടുത്തെ ഇച്ഛപോലെയേ വരൂ. വെറും കരുക്കളാണ് നാം. കൃമികൾ.''

സ്വന്തം കുപ്പായത്തിന്റെ ആനക്കൊമ്പുകൊണ്ടുള്ള കുടുക്കുകൾ പാട്ടീൽ എന്തുകൊണ്ടോ തിരുപ്പിടിച്ചിരുന്നു. ഞങ്ങൾക്കു ചുറ്റും തെളിമയോടെ നിന്ന പോക്കുവെയിൽപോലെ അദ്ദേഹത്തിന്റെ മുഖം ശാന്തമാണ്. നിഷ്കളങ്കതയോളമെത്തുന്ന എന്തെന്നില്ലാത്ത ആ പവിത്രത, എന്നെ വല്ലാതെ സ്പർശിച്ചു എന്നു തോന്നുന്നു. നിരന്തരമായ ഒരു പീഡനം പോലെ പിന്നെ അതെന്നിലേക്കിറങ്ങവേ, ചിറകുകൾ നഷ്ടമായ പക്ഷിയോടെന്നപോലെ എനിക്കദ്ദേഹത്തോട് പാവം തോന്നി. ഇനി കാലുകൾതന്നെ വേണം പാട്ടീലിനോടാൻ. പറക്കാനും.

''ദാ, ഇവിടക്ക് ഒന്നും തോന്നരുത്.'' നാലുകെട്ടിനകത്തെ മുഷിഞ്ഞ വെളിച്ചത്തിൽ മുഖാഭിമുഖം നിന്ന് അമ്മോമ്മ അമ്മയോടു പറഞ്ഞു:

‘‘കർക്കിടകത്തിലെ പെരുംമഴയത്ത്, ന്റെ അമ്മിണി വെശന്ന് പൊരിഞ്ഞ് ന്റെ കൈയിൽക്കെടന്ന് ചത്തപ്പൊ ഞാനൊന്നും പറഞ്ഞില്ല, മുജ്ജന്മഫലാന്ന് കരുതി. പക്ഷേ, കഴിഞ്ഞ ജന്മത്തെ കണക്ക് ഈ ജന്മത്തേക്ക് എന്തിനാ ഒരു നീട്ടിക്കെട്ടല്. അപ്പപ്പത്തെ കണക്ക് അപ്പപ്പൊ തീർക്കാൻ വയ്യാണ്ടെ എന്തിനാ ഈശ്വരൻന്നും പറഞ്ഞ് ഇങ്ങനൊരുത്തൻ?’’

വേഷ്ടിത്തലപ്പെടുത്തു ചെവിപൊത്തി അമ്മ അകത്തേക്കോടി.

‘‘ദൈവദോഷം പറയരുത് അമ്മോ.’’ അമ്മ അന്ന് തന്റെ വേലക്കാരിയെ ശാസിച്ചു. ‘‘നെനക്കാ അദ്ദേഹത്തിനാ അധികം വിവരം?’’

ചായ്പിലെ ഇരുട്ടിൽ പക്ഷേ, അമ്മോമ്മ നിറുത്താതെ കരഞ്ഞു.

പമ്പരം ഉണ്ടാക്കിത്തരാൻ ആവശ്യപ്പെടാൻ ചെന്ന തന്നെയും ഉണ്ണ്യേട്ടനെയും അവർ നെഞ്ചോട് കൂട്ടിപ്പിടിച്ചിരുന്നു.

‘‘എന്തിനാ അമ്മോമ്മ കരയണ്?’’

‘‘ഗോവിന്ദൻകുട്ടിക്കേ തീരെ വയ്യ.’’ കണ്ണിലൂടെ കുതിച്ചുചാടിയ വെള്ളം വീണ്ടും തുടച്ച് അവർ തേങ്ങി, ‘‘അവന്... അവന് ദാഹിച്ചാലോന്നാ നിക്ക് പേടി. പക്ഷേ, ഇവടേം ഇപ്പൊ എന്താ കാട്ടാ.... ഈ തെരക്കില്...’’

‘‘ഞാൻ പറയാം അമ്മോട്,’’ ഉണ്ണ്യേട്ടൻ പറഞ്ഞു.

ഉണ്ണ്യേട്ടന്റെ തലയിൽ തടവി അമ്മോമ്മ പെട്ടെന്നാണ് ചിരിച്ചത്.

‘‘പമ്പരല്ലേ വേണ്ടത് കുട്ട്യോൾക്ക്,’’ അവർ ചിരിയോടെ തുടർന്നു. ‘‘ദാ പ്പൊ ഉണ്ടാക്കിത്തരാം അമ്മോമ്മ.’’

കുറ്റിക്കാട്ടിനു നടുവിൽ താരതമ്യേന തെളിഞ്ഞ ഒരു സ്ഥലത്തായിരുന്നു ഞങ്ങൾ വന്നുനിന്നത്. പടർന്നുനിന്ന ഒറ്റമരത്തിനു ചുവട്ടിൽ വാരിക്കൂട്ടിയ കരിങ്കൽച്ചീളുകൾ പോലെ കുറെ ആൾക്കാർ. പാട്ടീൽ അവർക്കെതിരെ ഇടതുവശത്തെ പാറപ്പുറത്താണിരുന്നത്. സാംബൻ പട്ടീലിൽനിന്നു വിടവാങ്ങി കരിങ്കൽക്കൂമ്പാരത്തിന്റെ മുന്നിൽ ഒരു വിളിപ്പാടകലെ നിന്നു. ഒരു യജ്ഞത്തിനെന്നപോലെ ഗൗരവം പൂണ്ട എല്ലാവർക്കും മുകളിൽ, പക്ഷികളുടെ ശബ്ദങ്ങൾ അനക്കമറ്റ വെള്ളത്തിനു മുകളിൽ വീണ ഉണങ്ങിയ ഇലകളെപ്പോലെ പാറി.

കൈകൾ പിന്നോക്കം കെട്ടി കുട്ടിയെ പാട്ടീലിന്റെ മുൻപിലേക്ക് കൊണ്ടുവന്നത് സാമാന്യത്തിലധികം തടിച്ച രണ്ടാൾക്കാരായിരുന്നു. കുട്ടിയുടെ ഉന്തിയ വയറ്റിലെ പാടുകളിൽ, കാൽമുട്ടിലെ ചിരങ്ങിൽ, കണ്ണിലെ പീളയിൽ, ചെവിയിൽ, എല്ലാം ഈച്ചയാർത്തു, നീരുവന്നു വികൃതമായ കാലുകളിൽ കയറിന്റെ പാടുകൾ തെളിഞ്ഞുകിടന്നു.

കരിഞ്ഞ ഒരു തീക്കൊള്ളിയുടെ അറ്റംപോലെ നിന്ന മുഖത്തിനു ചുറ്റും പാറിയ ഈച്ചകളെ അകറ്റാൻ അവൻ ഇടയ്ക്കിടെ മുഖം ഇളക്കിക്കൊണ്ടിരുന്നു.

കുട്ടി, ഒരു പരിചയക്കേടിന്റെ അസ്വാസ്ഥ്യത്തോടെ പാട്ടീലിനെ ത്തന്നെയാണ് നോക്കിയത്. അവന്റെ മുഖത്തെ, കുഴിഞ്ഞ വടു പോലെ കിടന്ന ക്ഷീണമാവാം, അഥവാ കഴുകിയാൽ നിറമൊന്നു മങ്ങുകപോലുമില്ലാത്ത കറ കണക്കെയുള്ള ആ മുഖഭാവമാവാം കാരണം, ഞാൻ പ്രസാദിനോട് വീണ്ടും ഒന്നുകൂടി ചേർന്നിരുന്നു.

പാട്ടീലിന്റെ മുഖം എന്റെ നേരെ ഒരു നിമിഷം തിരിഞ്ഞു. അസാ മാന്യമാം വിധം ശാന്തവും ശുഭ്രവും ആയ ആ മുഖം ആവശ്യത്തി ലധികം എന്റെ നേരെ നിന്നിരിക്കണം. വായിലെ വെറ്റിലച്ചാർ മുഴു വൻ മുന്നിലെ ഉണങ്ങിയ മണ്ണിലേക്ക് കാറിത്തുപ്പി ദേശ്പാണ്ഡെ ചിരിച്ചു. ഒരു പഴുപ്പിച്ച ഇരമ്പുകമ്പിപോലെ ആ ചിരി എന്റെ മന സ്സിലൂടെ കോറി. പിന്നെ നിരങ്ങി.

എതിരെ, മരത്തിൽ ചേർത്തു ബന്ധിക്കപ്പെട്ട സ്ത്രീ, ഞങ്ങൾ ക്കൊക്കെ നടുവിൽ ഒരു കാഴ്ചവസ്തുവിനെപ്പോലെ നിന്ന ആ കുട്ടിയെത്തന്നെയാണ് നോക്കിയത്. പോറലുകളില്ലാത്ത, എല്ലാവ രേയും നാണിപ്പിക്കും വിധം തിളക്കമാർന്ന അത്തരം സൗമ്യത ഒരു പക്ഷേ അമ്മമാരുടെ മാത്രം മുതലാവണം. ഞങ്ങളെയൊക്കെ കീഴിലൊതുക്കിപ്പിടിച്ച് അനന്തമായ മടുപ്പോടെ നിന്ന ആകാശം പോലെയായിരുന്നു അവരുടെ മുഖം. നക്ഷത്രങ്ങൾപോലെ തിളക്ക മാർന്ന കണ്ണുകൾ മാത്രം കുട്ടിയുടെ നീരുവന്ന കാലുകളിലെ, കൈ കളിലെ കയറുരഞ്ഞ പാടുകളിൽ ഒരു ശാഠ്യത്തോടെ നിന്നു. ആ കണ്ണുകൾ അതേപടി ആരുടെയെങ്കിലും നേരെ തിരിഞ്ഞെങ്കിൽ, ഞാൻ ഓർത്തു, ഒരുപക്ഷേ ഞങ്ങളാകെ കത്തിയേനേ!

''മുജ്ജന്മസുകൃതംന്നല്ലാണ്ടെ എന്താ പറയ്യാ?'' തന്റെ അമ്മ പറഞ്ഞു: ''അനുഭവിക്കാനുള്ളതൊക്കെ അനുഭവിക്ക്ണ്ണെ. കർമഫലം ഇറക്കി വെയ്ക്കാൻ പറ്റ്വോ?''

കല്യാണക്കാർക്കുള്ള വെറ്റിലത്താലങ്ങൾ തേച്ചു വെളുപ്പിക്കുക യായിരുന്ന അമ്മോമ്മ ഒരക്ഷരം മിണ്ടിയില്ല.

''ആ!'' അമ്മ തുടർന്നു: ''കണ്ണില്ലാത്ത ആളൊന്നല്ലല്ലോ മോളി ലിരിക്കണ്? അദ്ദേഹം എന്തെങ്കിലും കണ്ടിട്ടുണ്ടാവും.''

വേലക്കാരിയാണെന്നത് മറന്ന്, അമ്മോമ്മ പെട്ടെന്നാണ് അമ്മയെ നോക്കി ചിരിച്ചത്. ഏന്തിമറിഞ്ഞുവന്ന തിരയ്ക്കുമുന്നിലെ പുൽ ക്കൊടിയെപ്പോലെ അമ്മ അന്ന് ചൂളി.

പിന്നെ, ചായ്പിലെ ഇരുട്ടിൽ, ഒരു തുണിസഞ്ചിയിൽ സ്വന്തം സാധനങ്ങൾ നിറച്ച് പോകാനൊരുങ്ങവെ, ചില്ലറകൾ സൂക്ഷിച്ചിരുന്ന ചെറിയ അളുക്കിൽ നിന്ന് അവർ വലിയ ഒരു ഗോട്ടി ഉണ്ണ്യേട്ടനു സമ്മാനിച്ചു.

‘‘ഇപ്പോ ഗോവിന്ദൻകുട്ടി എവ്ടാണ്ടാവോ?’’ താനാണ് ചോദിച്ചത്.

‘‘സ്വർഗത്തില്.’’ ഒരു നിമിഷം തന്റെ മുഖത്തുതന്നെ തറച്ചു നോക്കി നിന്ന് അവർ പറഞ്ഞു:

‘‘എന്താ സംശയം?’’

കുട്ടി പെട്ടെന്നാണ് അമ്മയെ നോക്കി വാവിട്ട് കരയാൻ തുടങ്ങിയത്. ഒരുത്സവത്തിന്റെ തീവ്രതയോടെ തന്നെ പൊതിഞ്ഞുനിന്ന ആൾക്കൂട്ടത്തിന്റെ നേരെ അവൻ പിന്നെ മാറിമാറി നോക്കി. ആരും അതു പ്രതീക്ഷിച്ചിരുന്നില്ലെന്നു തോന്നുന്നു. യാഗാഗ്നിയിലേക്കു ചളിവെള്ളം തെറിപ്പിച്ചാലെന്നപോലെ, പാട്ടീലിന്റെ ബ്രാഹ്മണ്യം തികഞ്ഞ മുഖം കുട്ടിയുടെമേൽ ചാട്ടയുടെ ഊക്കോടെ വീണു. പക്ഷേ, മായാൻ തുടങ്ങുന്ന വെയിലിൽ പാട്ടീലിന്റെ മുഖത്തെ വിയർപ്പുത്തുള്ളികളും ഞാൻ കണ്ടു.

‘‘അവന് വെള്ളം കൊടുക്കണം,’’ ഒരു തുടർച്ചയെന്ന പോലെ സ്ത്രീ പറഞ്ഞു.

പിന്നിൽ ഒരു ചിത്രത്തിലെന്നപോലെ അനക്കമറ്റുനിന്നിരുന്നവർ ഒന്നാകെ ഇളകി. വായിലേക്കൊഴിച്ചുകൊടുത്ത വെള്ളം കുട്ടിയുടെ ഉന്തിയ വയറ്റിലൂടെ, ഈച്ചയാർക്കുന്ന ചിരങ്ങിലൂടെ ഒക്കെ ഒഴുകി, കാൽച്ചുവട്ടിലെ ഉണങ്ങിയുറച്ച ഭൂമിയുടെമേൽ പിന്നെ അതൊരു പാടുപോലെ കിടന്നു.

കരച്ചിൽ ഒരപസ്വരം പോലെ തുടർന്നതുകൊണ്ടാവണം, കുട്ടിയുടെ വായ് അവർ അടച്ചുകെട്ടിയത്. പടരുന്ന ദുർഗന്ധം പോലെ നിശ്ശബ്ദത ഞങ്ങൾക്കിടയിലൂടെ കിനിഞ്ഞു. ഇനി ചേർന്നിരിക്കാനാവാത്തവിധം ഞാൻ പ്രസാദിനോട് ചേർന്നിരുന്നു. കുട്ടിയുടെ കണ്ണിലൂറിയ വെള്ളം ചുവട്ടിലേക്കൊഴുകിയാൽ, ഒരു പക്ഷേ, പ്രസാദടക്കം ഞങ്ങളേവരും അടിതെറ്റിയേക്കും. ഞാൻ ഭീതിയോടെ ഓർത്തു. ആ പരിഭ്രമത്തിൽ വെള്ളാരംകല്ലുകളുടെ ഭംഗി പ്രസാദ് മറക്കും.

കെട്ടിന്റെ മുറുക്കവും വേദനയും അസഹ്യമായതുകൊണ്ടാവണം കുട്ടി തന്റെ ഇരുപുറത്തും നിന്നവരുടെ മുഖങ്ങളിലേക്ക് മാറിമാറി നോക്കിയത്. വിയർപ്പുതുള്ളികൾ പൊടിഞ്ഞ മുഖം സാവധാനത്തിലൊപ്പി കുട്ടിയെ നേരിടാൻ ശ്രമിക്കുകയായിരുന്നു പാട്ടീൽ. സ്വന്തം

തീരുമാനത്തിന്റെയും അഭയമേകാത്ത അതിന്റെ അനിവാര്യതയുടെയും ഭാരം പാട്ടീലിനെ ചൊടിപ്പിച്ചിരിക്കണം. എല്ലാറ്റിനും കാരണമായ തന്റെ പ്രതിയോഗിയെ പാട്ടീൽ അരിശത്തോടെ നോക്കി.

കണ്ണുകൾ സാധാരണപോലെ കൂട്ടിത്തിരുമ്മാൻ കൈകൾ സ്വതന്ത്രമല്ലാത്തതിനാൽ മുഖം മുഴുവൻ കണ്ണീരിന്റെ നനവുമായി നിൽക്കുകയായിരുന്നു കുട്ടി. നിന്ന നിൽപിൽനിന്ന് അനങ്ങാതെ നിന്ന അമ്മയുടെ മുഖത്തുനിന്നും ചപ്പിലകൾക്ക് തീപിടിച്ചേക്കാമെന്ന് ഞാനോർത്തിരിക്കെ, പിന്നിൽ ഒരു ചിത്രത്തിലെന്നപോലെ അനക്കമറ്റു നിന്നിരുന്നവർ കൂട്ടമായി ശക്തി കുറഞ്ഞ ശബ്ദത്തിൽ പാടി.

''ഈ ഭൂമിയിലെ വെള്ളം, കായ്കനികൾ എല്ലാം മധുരിക്കുന്നു.'' അവർ പാടി.

''ഈശ്വരാ,

ഈ വരുന്നവന്റെ തെറ്റുകൾ പൊറുത്ത് അവനെ ഞങ്ങളുടെ ഇടയിലേക്കുതന്നെ തിരിച്ചയയ്ക്കുക.

വേഗം തിരിച്ചയയ്ക്കുക.''

ദേശ്പാണ്ഡെയുടെ ഭാര്യയുടെ കളവുപോയിരുന്ന സ്വർണമാല എല്ലാവർക്കുമുള്ള മുന്നറിയിപ്പുപോലെ മുന്നിൽ ഇലച്ചീന്തിൽ.

മണ്ണെണ്ണ കൊണ്ട് അഭിഷിക്തനായ കുട്ടിയുടെ മേൽ തീ ഒരു മിന്നൽ പോലെ പടർന്നു. കുട്ടിയുടെ വായ് അമർത്തിക്കെട്ടിയതു നന്നായി. ആശ്വാസത്തോടെ ഞാൻ ഓർത്തു. അതേറ്റവും നന്നായി. പൊടുന്നനെ, മരണം ഏറെ ലളിതവും ശാന്തവുമായി എനിക്കു തോന്നി. ആളിപ്പടർന്ന തീ ഞങ്ങളെയാകെ പ്രകാശംകൊണ്ടു മൂടവേ നാലുകെട്ടിലെ മേശപ്പുറത്തുനിന്നു ചായസൽക്കാരം കഴിഞ്ഞെഴുന്നേൽക്കുന്ന അമ്മാവനെപ്പോലെ പാട്ടീൽ സാവധാനം എഴുന്നേറ്റു. എല്ലാവരുടെയും കടുത്ത അച്ചടക്കം എന്നെ അമ്പരപ്പിച്ചു എന്നുതന്നെ പറയണം. ശവദാഹം കഴിഞ്ഞ കൃതാർത്ഥതയോടെ, പവിത്രതയോടെ ഞങ്ങളെല്ലാവരും പാട്ടീലിനെ അനുഗമിച്ചു. ഇടുങ്ങിയ ആ വഴിയിൽ പ്രസാദിന്റെ കൈ ഞാൻ ഒരു തുണയ്ക്കെന്ന പോലെ കൂട്ടിപ്പിടിച്ചു. പിന്നെ അകലെ, പാടത്തിനു നടുവിൽ, മുന്നിൽ നടന്ന സാംബൻ വീശിക്കത്തിച്ച ചൂട്ടിന്റെ വെളിച്ചത്തിൽ മുന്നിലെ വഴിയുടെ പേടിപ്പെടുത്തുന്ന വീതികുറവ് മങ്ങിത്തെളിയവെ, പ്രസാദിന്റെ പോക്കറ്റിൽ വെള്ളാരംകല്ലുകൾ നേർത്ത ശബ്ദത്തിൽ കിലുങ്ങവെ, പാട്ടീൽ നടക്കുന്നിടത്തുനിന്ന് തിരിഞ്ഞുനിന്നു.

''മിസിസ് നായർ.'' അദ്ദേഹം പറഞ്ഞു: ''എനിക്കൊരാളെയേ ഉള്ളൂ പേടി... ദൈവത്തെ.'' ■

രാജകുമാരിയുടെ വാൾ

ഒരു മൊട്ടുപോലെ തീപ്പെട്ടിക്കൊള്ളിയിലെ തീനാളം തൊടാവുന്നത്ര അടുത്തുനിൽക്കെ ഞാനൊന്നേ ആലോചിച്ചുള്ളൂ. ഇത് എന്റെ ഉടുതുണിയുടെ തലപ്പത്ത് കത്തിച്ചാലെന്താണ്? എന്റെ വസ്ത്രം ഒരു മൊട്ടുവിടർന്ന ഭംഗിയോടെ പതുക്കെ കത്താൻ തുടങ്ങും. ഭംഗിയാർന്ന തീനാളങ്ങൾക്കുള്ളിൽ എന്റെ വീട്ടിലെ മച്ചകത്തെ കലണ്ടറിലെ താമരയിതളുകൾക്കു നടുവിലെ സരസ്വതിയെപ്പോലെ ഞാൻ ഭംഗിയോലും. മിന്നുന്ന തീനാളങ്ങളുടെ പ്രഭയിലും ചൂടിലും ഞാൻ ബോധരഹിതപോലും ആവും. പിന്നെ തീനാളങ്ങൾ കത്തുക ഒരു താളത്തോടെയാണ്. ഏറെക്കുറെ ശാന്തമായിട്ടുതന്നെ. ഒരു പക്ഷേ, പ്രൗഢിയോടെ കരകൾ ഒപ്പിച്ച് ഒഴുകുന്ന പുഴയെയായിരിക്കും ഞാനപ്പോൾ ഓർമിപ്പിക്കുക. തീനാളങ്ങളുടെ ഭംഗിയും ഒഴുക്കും എന്നെ ഓർമിപ്പിക്കുക എപ്പോഴും ഓളങ്ങളെയാണ്.

പക്ഷേ, ഇതെല്ലാം സംഭവിക്കുക, എന്നെ ചുറ്റി ആളുന്ന തീയിന്റെ അതേ പ്രൗഢിയും ശാന്തതയും എനിക്ക് കൈവരിക്കാൻ കഴിഞ്ഞാലാണ്. ഒരു മനുഷ്യന് പക്ഷേ, അതസാധ്യമാവും. അതുകൊണ്ട് എന്റെ ആഗ്രഹങ്ങൾക്കൊക്കെ വിപരീതമായി ഞാൻ ഉറക്കെ കരഞ്ഞേയ്ക്കും. എന്റെ ഭർത്താവ് ഉണർന്നുവരുമ്പോൾ തീനാളങ്ങൾക്കുള്ളിൽ നിൽക്കുന്ന എന്നെക്കണ്ട് തറച്ചുനിൽക്കും. എന്റെ അശ്രദ്ധയെ അനവരതം മനസ്സിൽ ശപിച്ചു കൊണ്ട് അദ്ദേഹം കുറെ വെള്ളത്തിനും ഒരു വലിയ കമ്പിളിക്കും വേണ്ടി പരതിയെന്നുവരും. ആ പരിഭ്രമങ്ങൾ കണ്ടുകൊണ്ട് തികച്ചും സന്തോഷവതിയായിത്തന്നെ ആയിരിക്കും ഞാൻ നിൽക്കുക എന്നെനിക്കു തോന്നുന്നു. ജയിക്കുക എനിക്കൊരാവശ്യമായി തീർന്നിട്ടുണ്ട്. തോറ്റുകൊടുത്തു കൊടുത്ത് എനിക്കേതാണ്ട് മടുത്തുകഴിഞ്ഞു. തുടർച്ചയായി എത്രയോ കാലമായി രാത്രികളിൽ എന്നെ നിരന്തരം പേടിപ്പിക്കുകയും അമ്പരപ്പിക്കുകയും നിസ്സഹായയാക്കുകയും ചെയ്യുന്ന സ്വപ്നങ്ങളേയും

എല്ലാറ്റിനും ഉണ്ണുന്നതിനും സ്നേഹിക്കുന്നതിനും ഞാൻ ഞാനായതിനും ഒക്കെ കവിഞ്ഞ ധിക്കാരത്തോടെ കാരണം അന്വേഷിക്കുന്ന അഹംഭാവിയായ എന്റെ ബുദ്ധിയേയും എനിക്കു ജയിക്കേണ്ടിയിരിക്കുന്നു. തീനാളങ്ങൾക്കുള്ളിൽ നിൽക്കുമ്പോൾ എനിക്കെങ്ങനെയോ അതു സാധിക്കുമെന്നാണ് എന്റെ വിശ്വാസം. എന്റെ ബുദ്ധിക്കും എന്റെ സ്വപ്നങ്ങൾക്കുമെതിരെ തൊടാനാവാത്ത അകലത്തിൽ നിൽക്കെ അവയുടെ ഒക്കെ മുഖത്തു എന്റെ ഭർത്താവിന്റെ മുഖത്തെപ്പോലെത്തന്നെ ചതിക്കപ്പെട്ട ഭാവമുണ്ടാവും. ഇര വായിൽ നിന്നോടിപ്പോയ ദുഃഖം, അങ്ങനെയാണ് എനിക്ക് അതിരുകവിഞ്ഞ സന്തോഷമുണ്ടാവുക. ഈ മിന്നുന്ന ചൂടിലേക്കു സ്വന്തം കൈകളോടെ വിരലുകൾ കത്തുമെന്ന ഭയം കാരണം ഇവരൊന്നും അടുത്തുവരില്ല. അങ്ങനെ ഇവർക്കൊക്കെ അപ്രാപ്യയായി, സന്തോഷവതിയായി നിൽക്കെ ഞാനുറക്കെ, കാതുള്ളവർക്കൊക്കെ കേൾക്കാവുന്നത്ര ഉറക്കെ പറഞ്ഞെന്നിരിക്കും. ''തീയിനേയും അതിന്റെ ചൂടിനേയും സ്നേഹിക്കുന്നവർക്ക് മനുഷ്യരെ സ്നേഹിക്കാതെ വയ്യ. കാര്യകാരണബന്ധങ്ങളുടെ ശുഷ്കമായ അപര്യാപ്തമായ വരകൾക്കു പുറത്തുനിന്ന് ഞാൻ പറയാൻ എപ്പോഴും ആഗ്രഹിച്ചതാണിത്.''

തീപ്പെട്ടിക്കൊള്ളി കെട്ടിരുന്നു. അടുപ്പിനു മുകളിലെ തണുത്ത വെള്ളവും എന്റെ ഉലഞ്ഞ സാരിയും എല്ലാം അതേപടി ഉണ്ടായിരുന്നു. കൈയിലെ തീപ്പെട്ടിക്കൊള്ളി മാത്രം ചെറിയ ചെറിയ പൊട്ടുകളായി വീതനയുടെ മുകളിൽ കിടന്നു. പിന്നെ, പതുക്കെപ്പതുക്കെ വെള്ളം തിളയ്ക്കാൻ വെയ്ക്കവെ, എനിക്കെല്ലാം അവിശ്വസനീയവും അപരിചിതവും ആയിത്തോന്നി. ഇന്നലെ രാത്രിയിൽ, ഒരു നീണ്ട ഇടനാഴിയുടെ ഒരറ്റത്ത് ഇരുട്ടിൽ ഒറ്റയ്ക്ക് കിടക്കുകയായിരുന്ന ഞാൻ. കനത്ത കന്മതിലുകൾ ചുറ്റും നിന്ന ആ ഇടനാഴിക്ക് പുറത്തേക്ക് വാതിലുകളേ ഉണ്ടായിരുന്നില്ല. ചെത്തി മിനുക്കിയ ആ ചുമരുകളുടെ ഒരു കഷ്ണംപോലെ ഉണ്ടായിരുന്ന എന്റെ മനസ്സ് തെളിഞ്ഞ വെള്ളത്തിനടിയിലെ കരികങ്കൽച്ചീളുപോലെ എന്റെ തൊലിക്കടിയിൽ കാണാം. എന്റെ ആ മനസ്സ് ഓളങ്ങളേ ഉണ്ടാവുകയില്ലാത്ത, വെള്ളം കട്ടപിടിച്ച ഒരു കുളത്തെപോലെ അതീവ ശാന്തമായി കിടന്നു. ഇടനാഴിയുടെ മിന്നുന്ന നിലത്ത് ആ മനസ്സും ഉള്ളിലിട്ട് ഒരറ്റം മുതൽ മറ്റേ അറ്റംവരെ പലതവണ ഞാൻ ഉരുണ്ടു. എത്രയോ തവണ. അവസാനം ഞാൻ ഉറക്കെ ഉറക്കെ കരയാൻ തുടങ്ങി, പക്ഷേ, എന്റെ ശബ്ദം ഒരു മനുഷ്യന്റേതേ ആയിരുന്നില്ല. എന്റെ തൊണ്ടയിൽനിന്നും വരാൻ സാധിക്കാത്തത്ര ഭീകരവും തുളയ്ക്കുന്നതുമായ ആ ഒച്ച ഉടനെ ഞാൻ നിർത്തി. എനിക്ക് കരയണമെന്ന് വല്ലാതെ മോഹമുണ്ടായിരുന്നിട്ടും എന്റെ ശബ്ദത്തെ പേടിച്ച്

വായ തുറക്കാതെ ഞാൻ മിണ്ടാതിരുന്നു. വീണ്ടും വീണ്ടും ഞാൻ ഉരുളാൻ തുടങ്ങിയത് അതുകൊണ്ടാണ്. എത്രയോ തവണ തലങ്ങും വിലങ്ങും ഉരുണ്ടുകഴിഞ്ഞ ആ നിലത്തു കിടന്ന ഒരു ചെറിയ ഇരുമ്പു കഷണം ഞാൻ അപ്പോഴാണ് കണ്ടത്. പിന്നെ, എനിക്കു ചുറ്റും തണുത്ത മുഖത്തോടെ നിന്ന ചുമരുകൾ ഞാനതുകൊണ്ട് മുറിക്കാനാഞ്ഞു. ആ ചുമരുകൾക്ക് തൊട്ടപ്പുറത്ത് എന്റെ കുട്ടിയും ലോകവും ഒക്കെ ഉണ്ടെന്നും ധാരാളം എരിവും ഉപ്പും ചേർത്തുണ്ടാക്കിയ കറികളുണ്ടെന്നും എനിക്ക് മനസ്സിലായി. ഞാനാ ചെറിയ തുരുമ്പുമൂടിയ ഇരുമ്പുകഷണം കൽച്ചുമരിൽ നിർത്താതെ വെച്ചുരച്ചു. ശാന്തമായ, അല്ലലുകളില്ലാത്ത മരണത്തിന്റെ ആ കൊട്ടാരത്തിൽ തുളകൾ വീഴ്ത്തി, പിന്നിട്ടുവന്ന ജീവിതത്തിലേക്കും എന്റെ കൂട്ടുകാരുടെ ഇടയിലേക്കും ചാടിവീണ് മനുഷ്യനെപ്പോലെ ഒന്ന് കരയാൻ ഞാൻ പിടഞ്ഞു. ഇരുമ്പുകഷണം തേഞ്ഞ് പകുതിയായി. ഞാനാ കല്ലിൽ തലയിട്ടടിക്കാൻ തുടങ്ങി, അത്ഭുതകരംതന്നെ, എനിക്കൊട്ടും വേദനിച്ചിരുന്നില്ല. പക്ഷേ, ഞാനുണർന്നത് അവിടെയെവിടെയോ വെച്ചാണ്. നേരം പതിവിലേറെ വൈകിയിരുന്നു. എന്തെന്നില്ലാത്ത ക്ഷീണവും ഉന്മേഷക്കുറവും തോന്നി എനിക്ക്. പതുക്കെ എഴുന്നേറ്റ് മുടി പോലും ഒന്നു ചീകാതെ പുറത്തെ പ്രഭാതത്തിന്റെ തണുപ്പിലേക്ക് ഇറങ്ങി നടക്കാനാണ് എനിക്കാകെ തോന്നിയത്. വീട്ടിൽ ഒരു നൂറുകൂട്ടം ചെയ്യാനുള്ളപ്പോൾ അതൊന്നും സാധിക്കുന്ന കാര്യമല്ലെന്ന് എനിക്കറിയാം. ഞാൻ ഒന്നിനും കൂട്ടാക്കാതെ അങ്ങനെത്തന്നെ കിടന്നു.

‘‘എഴുന്നേൽക്കിണില്ല്യേ ഇന്ന്?’’ ഭർത്താവ് ചോദിച്ചു.

‘‘തോന്നണേല്ല്യ എണീക്കാൻ. എന്തൊരു ക്ഷീണം.’’

‘‘ക്ഷീണിക്കാൻ എന്തേണ്ടായത്?’’ ഭർത്താവ് ചോദിച്ചു: ‘‘രാത്രി മുഴുവനും കൂർക്കം വലിച്ചുറങ്ങിയാലും ക്ഷീണം?’’

‘‘ഞാനെണീക്ക്ണു.’’ ധൃതിയിൽ എഴുന്നേറ്റിരിക്കെ ഞാൻ പറഞ്ഞു.

‘‘ഞാനിന്നലെ ഒരു വല്ലാത്ത സ്വപ്നം കണ്ടു.’’

‘‘ഓ... സ്വപ്നം നീയ് മാത്രമല്ല, ബാക്കിള്ളോരും കാണാറുണ്ട്. അതോണ്ട്?’’

ഞാൻ പിടഞ്ഞെണീറ്റു. ഉലഞ്ഞഴിഞ്ഞ സാരി അതേപടി ഇട്ട് മുഖം കഴുകി എന്നു വരുത്തി അടുക്കളയിലേക്കു നടക്കുമ്പോഴും ശരീരത്തിന്റെ ഓരോ അണുവിലും ക്ഷീണം തളം കെട്ടി നിന്നു. നീണ്ട ഇടനാഴിയിലൂടെ നിർത്താതെ ശരിക്കും ഇന്നലെ ഞാൻ ഉരുണ്ടിരിക്കണം. വാതിലുകളില്ലാത്ത ആ ഇടനാഴിയുടെ ഓർമ മിന്നിയതും ഞാൻ പെട്ടെന്നുനിന്നു. ഇരുണ്ട രാത്രികളിൽ വീട്ടിൽ തനിയെ

എത്തുമ്പോൾ വാതിൽ തുറന്ന് പിന്നിൽ കള്ളൻ പതുങ്ങിനിൽപ്പുണ്ടോ എന്ന് ആകാംക്ഷയോടെ പരിശോധിക്കാറുള്ളതു പോലെ, കൈ വിരലുകൾ ഞാൻ പതുക്കെ നിവർത്തി നോക്കി, വിഡ്ഢിത്തമാണെന്നറിഞ്ഞിട്ടുതന്നെ. എന്റെ ഭംഗിയുള്ള വിരലുകൾ നീണ്ടുചെമന്ന് വൃത്തിയോടെ ഇരുന്നിരുന്നു.

അടുക്കളയിലെത്തിയതും ആരോടോ പക വീട്ടുന്നതു പോലെ അടച്ച ജനലുകൾ ഉറക്കെ ശബ്ദത്തോടെ ഞാൻ തുറന്നിട്ടു. കാറ്റ് ഒരു ശത്രുവിനെപ്പോലെ പൊടുന്നനെ ഉള്ളിലേക്ക് തള്ളിക്കയറി. ശത്രുവിന്റെ സാന്നിധ്യംപോലും നാം ഒറ്റയ്ക്കാവുന്നതിലും എത്രയോ ഭേദമാണ്. കൈയിലെടുത്ത തീപ്പെട്ടിക്കൊള്ളി അവിടെതന്നെ പൊട്ടിച്ചിട്ട് കഠിനമായ ക്ഷീണത്തോടെ, ആലസ്യത്തോടെ ഞാൻ അടുത്തു കിടന്ന സ്റ്റൂളിൽ കയറി ഇരുന്നു. അവിടെ അങ്ങനെയിരുന്നാണ് ഞാൻ വീണ്ടും ഉറങ്ങിപ്പോയത് എന്നു തോന്നുന്നു.

ഭർത്താവ് പല്ലുതേയ്ക്കുന്ന ശബ്ദം കേട്ടാണ് ഞാനുണർന്നത്. ഭർത്താവിന്റെ മുഖം ദേഷ്യംകൊണ്ട് വീർത്തുകെട്ടിയിരുന്നു. ഞാനതു തീരെ കണ്ടില്ലെന്നു നടിച്ചു, എന്തിനൊക്കെ നേരെ ഞാൻ കണ്ടില്ലെന്നഭിനയിക്കണം. എന്റെ സ്വപ്നങ്ങളുടെ നേരെ, ഭർത്താവിന്റെ ദേഷ്യം പിടിച്ച മുഖത്തിനു നേരെ, ബാൽക്കണിയിൽനിന്നു ഞാൻ എറിഞ്ഞുകൊടുക്കുന്ന പഴയ ചപ്പാത്തിക്കുവേണ്ടി കൈ നീട്ടിനിൽക്കുന്ന പിച്ചക്കാരൻ കുട്ടിയുടെ മുഖം പതുക്കെ മാഞ്ഞുമാഞ്ഞ് എന്റെ കുട്ടന്റേതാവുന്നതിനുനേരെ, കഴുകാനിട്ട കിണ്ണങ്ങളിൽനിന്നും പെറുക്കിക്കൂട്ടിയ ഉച്ഛിഷ്ടങ്ങൾ വൃത്തികെട്ട അലുമിനിയ പാത്രത്തിൽ നിറച്ച് മക്കളെ തീറ്റാൻ കൊണ്ടുപോകുന്ന തീരെ ദരിദ്രയായ എന്റെ വേലക്കാരിയുടെ തലയ്ക്കും ദേഹത്തിനും ചുറ്റും പറന്നുനടക്കുന്ന വൃത്തികെട്ട ഈച്ചകളുടെ നേരെ.

ഭർത്താവ് ചായ ഉണ്ടാക്കിയിരുന്നു. ചായച്ചണ്ടിയും ഞാൻ പൊട്ടിച്ചിട്ട തീപ്പെട്ടിക്കഷണങ്ങളും വീതനയിൽ അതേപോലെ കിടന്നു. പാല് അടുപ്പത്തുവെച്ച്, മുഖം ധാരാളം തണുത്ത വെള്ളമൊഴിച്ച് കഴുകിക്കൊണ്ടുനിൽക്കെ കാരണമൊന്നുമില്ലാതെ തന്നെ ഞാൻ വീണ്ടും എന്റെ കുട്ടനെപ്പോലെയുള്ള പിച്ചക്കാരൻ കുട്ടിയെക്കുറിച്ചോർക്കാൻ തുടങ്ങി. ഒരു ദിവസം, ആരുമില്ലാതെ ഞാൻ തനിച്ചാകുന്ന ഒരുച്ചയ്ക്ക് അവനോട് വരാൻ പറയണം. എന്നിട്ട് കുളിമുറിയിൽ കൊണ്ടുപോയി നല്ലപോലെ സോപ്പുതേപ്പിച്ച് കുളിപ്പിച്ച്, പുതിയ വസ്ത്രങ്ങൾ ഇടുവിച്ച്, ധാരാളം ഭക്ഷണം കൊടുത്ത് മടിയിൽ കിടത്തി ഉറക്കണം. എന്നിട്ട്? അതവിടെ നിൽക്കട്ടെ, ഞാൻ മനസ്സിൽ പറഞ്ഞു. പടിക്കൽ കാവൽ നിൽക്കുന്ന ഗൂർഖയോട് എന്തു നുണ

പറഞ്ഞാണ് കുട്ടിയെ അകത്തു കയറ്റാൻ പറയുക? ഗൂർഖ അവജ്ഞ യോടെ തുറിച്ചു നോക്കും. അതൊക്കെ കണ്ടില്ലെന്നു നടിച്ച്, ഗൗരവ ത്തോടെ, ഞാൻ ദേഹം മുഴുവൻ വാരി അണിയാറുള്ള സ്വർണാ ഭരണങ്ങളും വിലകൂടിയ സാരിയും എനിക്ക് തരുന്ന ഗൗരവത്തോടെ ഞാൻ കുട്ടിയെ എന്റെ വീട്ടിലേക്കയയ്ക്കാൻ പറഞ്ഞാൽ അവൻ അതു ചെയ്യുമെങ്കിലും നാട് മുഴുവൻ അതു പാട്ടാക്കും. പിന്നെ ഞാൻ താമസിക്കുന്ന കെട്ടിടത്തിലെ മാന്യന്മാരായ അന്തേവാസി കൾ എന്റെ താന്തോന്നിത്തത്തേയും ഞാൻ കാണിക്കുന്ന വൃത്തി കേടുകളേയും പറ്റി വിലപിക്കാൻ തുടങ്ങും. അവനവന്റെ മാന്യത അളക്കാനുള്ള അളവുകോലുകൾ മറ്റുള്ളവരടെ കൈയിലാവുമ്പോൾ എല്ലായ്പ്പോഴും അങ്ങനെയാണല്ലോ സംഭവിക്കുക. പക്ഷേ കാര്യം പതുക്കെപ്പതുക്കെയാണെങ്കിലും ഭർത്താവറിയും. മുഖം കഴുകി ക്കൊണ്ട് ഞാൻ ഇതെല്ലാം ആലോചിച്ചു നിൽക്കെ അടുപ്പത്തുവെച്ച പാല് തിളച്ച് മുഴുവൻ പുറത്തുപോയി. അല്പനേരം നോക്കിനിന്ന് ഞാൻ പതുക്കെ സ്റ്റൗ കെടുത്തി. അതിരുകടന്ന എന്റെ സാവധാനം ഭർത്താവിനെ അരിശം പിടിപ്പിച്ചിരിക്കണമെന്നു തോന്നുന്നു. തേക്കാൻ കൈയിലെടുത്ത എണ്ണ, അതേപടിവെച്ചുകൊണ്ട് എന്നെ തുറിച്ചു നോക്കിനിന്നു ഭർത്താവ്.

വിരലുകൾക്കിടയിലൂടെ ഇറ്റിവീഴുന്ന എണ്ണത്തുള്ളികളെ നോക്കി ഒന്നും സംഭവിക്കാത്ത മട്ടിൽ ഞാൻ പറഞ്ഞു: ''ഞാനൊന്ന് പുറത്തു പോട്ടെ. എനിക്കൊട്ടും വയ്യ എന്നു തോന്നുന്നു?''

ഭർത്താവ് അതേപടി കൈ ഒന്നനക്കുക പോലും ചെയ്യാതെ നിൽക്കുകയാണ് ചെയ്തത്. അദ്ദേഹത്തിന്റെ മുൻപിലൂടെ നടന്നു പോരുമ്പോൾ പക്ഷേ, അദ്ദേഹം എന്നെ ബലമായി പിടിച്ചുനിർത്തി.

''വിട്ടേയ്ക്കൂ.'' ഞാൻ പറഞ്ഞു. ''ഞാൻ വേഗം മടങ്ങിവരാം.''

പക്ഷേ, ഭർത്താവിന്റെ പിടി എന്നെ വേദനിപ്പിക്കുംവിധം മുറുകി. മുഖം മുഴുവൻ കരിവാരിത്തേച്ചതുപോലെ ദേഷ്യം. ഞാൻ പൊടു ന്നനെ, ഒരു കാരണവുമില്ലാതെ, എത്രയോ തവണ ഞാൻ നിർ ത്താതെ ഉരുണ്ട വാതിലുകളില്ലാത്ത ആ ഇടനാഴിയെക്കുറിച്ചോർക്കാൻ തുടങ്ങി. എനിക്ക് ദേഷ്യം വരാൻ തുടങ്ങിയത് ആ നിമിഷത്തിലാ യിരിക്കണമെന്ന്, ഞാൻ പിന്നീടതിനെപ്പറ്റി ആലോചിക്കുമ്പോൾ തോന്നിയിട്ടുണ്ട്. എന്റെ ചുമലിലെ നേരിയ ഒരു ചലനംകൊണ്ടുതന്നെ ഭർത്താവിന്റെ കൈയുടെ പിടിവിടുവിക്കാമെന്നും അയാൾ ഒരു ചെറിയ കുട്ടിയെപ്പോലെ നിസ്സാരനാണെന്നും എനിക്ക് തോന്നി. പുക യുന്ന ഒരു തീക്കുണ്ഡത്തിൽ നിന്നും പൊട്ടിപ്പാറുന്ന തീപ്പൊരികളെ പ്പോലെ പുച്ഛവും ദേഷ്യവും കടുത്ത അവജ്ഞയും അന്ധമായ ശക്തിയുമൊക്കെ മനസ്സിൽ നിന്നു ചിതറി.

''വിടൂ.'' ഞാൻ പറഞ്ഞു. ''ഞാനുടനെ മടങ്ങിവരാം.'' തുടുത്ത പ്രഭാതം ജനലിനപ്പുറം നിന്നിരുന്നത് ഞാൻ കണ്ടു. കാറ്റിന്റെ മൂളക്കം പതുക്കെ എന്റെ തലയിൽ ലഹരിപോലെ പടർന്നു. ഇരുണ്ട ഇട നാഴി നാലുഭാഗത്തുനിന്നും ചുരുങ്ങിവരുന്നതും അവസാനം കൃത്യ മായി എന്റെ അളവുകളുള്ള ഒരു ശവപ്പെട്ടിയുടെ ആകൃതിയിൽ എനിക്കു ചുറ്റും പെട്ടെന്നു നിന്നതും ഞാൻ അറിഞ്ഞു.

''വിടൂ.'' ഞാനിത്തിരി ഉറക്കെപ്പറഞ്ഞു. ''ഞാനിപ്പോൾത്തന്നെ വരാം. എന്നെ തടയണ്ട.''

അപ്പോഴാണ് എന്റെ ഭർത്താവ് എന്നെ ഊക്കിൽ തള്ളിയത്. എന്റെ മനസ്സിൽ ഒരുമിച്ചു പൊട്ടിയ ഏതൊക്കെയോ ചരടുകളുടെ അറ്റം ധൃതിയിൽ തിരഞ്ഞുപിടിക്കെ ഭർത്താവ് വീണ്ടും പിന്നിൽ നിന്നും എന്നെ തള്ളി. കിടക്കറയുടെ വാതിൽ പിടിച്ചാണ് ഞാൻ പിന്നെ നിന്നത്. പടുതിരി കത്തുന്ന ഒരു തിരിയുടെ അറ്റം പോലെ ഭർത്താവിന്റെ മുഖം ഒരിക്കൽ ഞാൻ കണ്ടു. കറുത്ത തീ എന്നൊക്കെ ഞാൻ വിളിക്കുക ഒരു പക്ഷേ, അന്ന് ഭർത്താവിന്റെ മുഖത്തു കണ്ട ഭാവത്തെയാവും.

എണ്ണമിഴുക്കുള്ള കൈ സ്വന്തം മാറത്തും വയറിലും തുടച്ച് എന്നെ അദ്ദേഹം വീണ്ടും കട്ടിലിലേക്കു തള്ളിയിട്ടു. കട്ടിലിൽ പുളിച്ചുനുരഞ്ഞ അഭിമാനവുമായി മൂക്കുകുത്തി വീഴുമ്പോൾ എനിക്കു മനസ്സിലായി. ഇന്നലെ, ഇതേപോലൊരു നിമിഷത്തിലാണ് ഞാൻ അമാനുഷികമായി കരഞ്ഞത്. എനിക്ക് കഠിനമായ പേടിതോന്നി. ഒരുതരി വെളിച്ചം പോലും കടക്കാത്തവിധം കിടപ്പുമുറിയുടെ ജനലുകൾ കുറ്റിയിട്ട് പുറത്തേക്കുള്ള വാതിൽ അടയ്ക്കാൻ തുടങ്ങുകയായിരുന്നു ഭർ ത്താവ്. ഒരുപക്ഷേ, ഇനി അയാൾ തല്ലിയേക്കും. അതു കഴിഞ്ഞാലെ ങ്കിലും പുറത്തിറങ്ങി കടുത്ത വെയിലിൽ കുറേ നടക്കണം. വീണ്ടും തീ, ആളുന്ന തീ, മോഹിപ്പിക്കുന്ന വസ്തുവിനെപ്പോലെ മനസ്സി ലെത്തി. പൂവുപോലെ വിടർന്നു കത്തുന്ന തീ.

വാതിലിന്റെ താഴിൽ പിടിച്ചു ഭർത്താവ് എന്നെത്തന്നെ നോക്കി നിൽക്കുകയായിരുന്നു. മിനുത്ത കഴുത്തിൽ തുപ്പലിറക്കുമ്പോൾ ഉരുളുന്ന വലിയ ഉണ്ട. ഇരുണ്ട ഇടനാഴിയിലൂടെ ഒറ്റയ്ക്ക് ഞാൻ ഉരുളുമ്പോഴും അദ്ദേഹം ഇതേപോലെ നോക്കിനിൽക്കുകയാവും ചെയ്യുക, ഞാൻ ഓർത്തു. അതോടെ എനിക്കെല്ലാം സത്യമായി ത്തോന്നി. അടഞ്ഞ വാതിലുകളും അടഞ്ഞ ജനലുകളും. ഞാൻ കട്ടിലിൽ നിന്നും ഒരീറ്റുപാമ്പിനെപ്പോലെ ചീറി; ''എന്നെ പുറത്തു വിടൂ. എനിക്ക് ശ്വാസം മുട്ടുന്നു. എനിക്കു വയ്യ.''

എനിക്ക് യഥാർത്ഥത്തിലും ശ്വാസംമുട്ടിയിരുന്നു എന്നു തോന്നുന്നു. അസഹ്യമായ അസ്വാസ്ഥ്യവും വെറുപ്പും ദ്വേഷ്യവും ക്ഷീണവും തോന്നി. കിടപ്പറയുടെ ചുമരുകൾ പതുക്കെ പതുക്കെ കരിങ്കല്ലാവുന്നതും പൈപ്പിലൂടെ കിനിച്ചു വരുന്ന വെള്ളത്തെപ്പോലെ ചുറ്റും നിറഞ്ഞ ഇരുട്ടിൽ ഭർത്താവ് അലിഞ്ഞില്ലാതാവുന്നതും ഞാൻ നിന്ന നില്പിൽ നിന്നു കണ്ടു. കരയിക്കുന്ന ആ ഏകാന്തതയിൽ, മുങ്ങിപ്പോകുന്ന ഒരു തോണിയിൽ നിന്നും വെള്ളത്തിലേക്ക് രണ്ടും കല്പിച്ചു ചാടുന്ന യാത്രക്കാരനെപ്പോലെ വാതിൽക്കലേക്ക് പാഞ്ഞു. ദ്വേഷ്യവും നിരാശയും കഠിനമായ ഭയവും ആയിരുന്നു മനസ്സുമുഴുവൻ. ''എന്നെ പുറത്തുവിടൂ.'' ഞാനലറി. ''വാതിൽ ഞാൻ ചവിട്ടിപ്പൊളിക്കും.''

നിറഞ്ഞ നിശ്ശബ്ദതയിൽ എന്റെ ശബ്ദം ഒരശരീരിപോലെ കനം പൂണ്ടു. ഇരുട്ടിൽ ഭീകരമായ ഒരു സത്വത്തെപ്പോലെ എന്റെ മുന്നിൽ വിലങ്ങടിച്ചുനിന്ന വാതിലിനിപ്പുറത്ത് നിറഞ്ഞ നിശ്ശബ്ദമായ ഇരുട്ടിൽ ഞാൻ തനിച്ച്. ഭയംകൊണ്ട് പെട്ടെന്നു നിശ്ശബ്ദയായി. തുറിച്ച കണ്ണുകളുമായി വാതിലിനെ, യാതൊരർത്ഥവുമില്ലാതെ നോക്കിക്കൊണ്ടേ ഇരുന്നു. ഞാനാ പറയുന്നത് തെറ്റാണെന്നു തോന്നുന്നു. അവിടെ വാതിലേ ഉണ്ടായിരുന്നില്ല. ഞാൻ ആകാംക്ഷയോടെ നോക്കിയിരുന്നത് ഇരുട്ടിനെയായിരുന്നു. ഭർത്താവിന്റെ കാൽക്കൽ വീണ്, വാതിൽ കാണിച്ചുതരാനും അത് തുറന്നുതരാനും യാചിക്കണമെന്നു തോന്നി. അഭിമാനം ആപേക്ഷികമായ ഒന്നാണ്. ക്ഷീണം കാരണം ബലഹീനമായിത്തീർന്ന മനസ്സുകൊണ്ട് അല്ലെങ്കിലും ഞാനൊരു വാതിലും തുറക്കുകയില്ല. വരണ്ട, ഒഴിഞ്ഞ പറമ്പിലൂടെ പാഞ്ഞുപോകുന്ന കാറ്റിന്റെ മൂളക്കംപോലെ ശ്വാസത്തിന്റെ വേഗം എന്നെ അരിശം പിടിപ്പിച്ചു. മനസ്സിന്റെ പിന്നിൽ, ഒരു ഉണക്ക മരം പോലെനിന്ന ഭർത്താവിന്റെ കഴുത്തിൽ, സ്വപ്നത്തിൽകണ്ടപോലത്തെ ഒരിരുമ്പുകഷ്ണം വളരെ വേഗം താഴ്ന്നുപോകുമെന്ന് ഓർത്തു.

കൂട്ടിൽ അപ്പോൾ പിടിച്ചിട്ട ഒരു വന്യമൃഗത്തെപ്പോലെ നാലു പാടുമുള്ള ചുമരുകൾ മണപ്പിച്ചുകൊണ്ടും മുരണ്ടുകൊണ്ടും പല തവണ മുറിയിൽ വട്ടംചുറ്റി. ശ്വാസത്തിന്റെയും കാലടിയുടെയും ശബ്ദം കാതിൽ, എല്ലാം മൂടുന്ന ഒരു മുഴക്കമായി നിൽക്കെ എന്റെ ആ ചെറിയ മുറി ഒരു ഇടനാഴിയെപ്പോലെ നീളം വെയ്ക്കാൻ തുടങ്ങി. വളവും തിരിവുമുള്ള ഇടുങ്ങിയ ആ ഇടനാഴിയുടെ അറ്റം കാണാൻ ഓടിത്തുടങ്ങിയതപ്പോഴാണ്. ആ കൂരിരുട്ടിൽ, അതിവേഗം ഓടിക്കൊണ്ടിരിക്കെ, നിലത്ത് ഉറുമ്പുകൾ തുളയ്ക്കുന്ന അതിസൂക്ഷ്മമായ തുളപോലെ വെളിച്ചത്തിന്റെ ഒരു തരി കണ്ടു. ഓടുകയല്ലാതെ

മറ്റൊന്നും ചെയ്യാനില്ലാത്തതിനാലാവാം അതിന്റെ മുകളിൽനിന്ന് ചുരമാന്താൻ പുറപ്പെട്ടത്. പെട്ടെന്ന് വെളിച്ചത്തിന്റെ തരികൾ പൂഴി പോലെ എന്റെ മേൽ വന്നു വീണു. അങ്ങനെയാണ് ഞാൻ രാജ കുമാരനെ കണ്ടെത്തിയത്. മുകളിൽ ചിറകുകൾ വിടർത്തിനിന്ന കുതിരയ്ക്കുമേൽ സർവാലംകൃതനായി വാളേന്തി രാജകുമാരൻ ഇരുന്നു. അദ്ദേഹത്തിന്റെ ചിരിയിൽനിന്നാണ് വെളിച്ചത്തിന്റെ തരികൾ എന്റെ മേൽ വന്നു വീണിരുന്നത്.

തിളങ്ങുന്ന ജീനിപ്പുറത്ത് ഇരുന്ന് രാജകുമാരൻ ചുവട്ടിൽ നിൽ ക്കുന്ന എന്റെ നേരെ കൈനീട്ടി. ആ കൈകളിൽ പിടിച്ചുകേറി കുതിരപ്പുറത്തിരിക്കെ എന്റെ തലയിൽ തലോടി രാജകുമാരൻ ചോദിച്ചു. ''എന്താണ് നിനക്ക് വേണ്ടത്?''

''പറക്കണം.'' ഞാൻ പറഞ്ഞു.

''എവിടേക്ക്?'' രാജകുമാരൻ ആരാഞ്ഞു.

ഞാനൊരുപാടാലോചിച്ചു. എവിടേക്കാണ് പറക്കുക? അവ സാനം ഞാൻ പറഞ്ഞു. ''എനിക്കറിയില്ല. അത് അങ്ങുതന്നെ തീർച്ചയാക്കൂ.''

രാജകുമാരൻ വെളിച്ചത്തിന്റെ തരികൾ ഉതിർത്തുകൊണ്ട് ചിരിച്ചു. എന്നിട്ട് കഴുത്തിൽക്കിടന്ന വലിയ മാലയിലെ രത്നം പതിച്ച ലോക്ക റ്റിൽ നോക്കി പറഞ്ഞു. ''ഇവളെ രാജകുമാരിയാക്കുക.''

പൊടുന്നനെ അതിസുന്ദരിയും സർവാഭരണ വിഭൂഷിതയുമായ ഒരു രാജകുമാരിയായി ഞാൻ. ഞാനുടുത്ത വസ്ത്രത്തിന്റെ ഞൊറി കളായിരുന്നു സമുദ്രത്തിന്റെ തിരമാലകൾ. എന്റെ മുടിയിൽ ചൂടിയ രത്നങ്ങൾ നക്ഷത്രങ്ങളായി.

''ഇനി രാജകുമാരിക്കൊരു വാൾ തരാം.'' രാജകുമാരൻ പറഞ്ഞു. ''നീ ഓങ്ങിയ വാൾ പക്ഷേ, നിനക്കു ഫലപ്രാപ്തിയില്ലാതെ തിരി ച്ചെടുക്കാനാവില്ല.''

അതിശക്തമായ ആ വാളും കിരീടവും എന്തെന്നില്ലാത്ത ആത്മ വിശ്വാസവുമായി രാജകുമാരനൊത്ത് ആകാശത്തിലൂടെ ഒരുപാടുദൂരം പോയി. അങ്ങനെ പറക്കുമ്പോഴാണ് എന്റെ ഭർത്താവിനെ താഴെ, വളരെ താഴെ, തഴുതിട്ട വാതിൽക്കൽ കാവൽക്കാരനെപോലെ ഞാൻ കണ്ടത്.

''എന്നെ ഒന്നു താഴത്തേക്കാക്കൂ.'' ഞാൻ രാജകുമാരനോട് പറഞ്ഞു:

''ഞാനുടനെ മടങ്ങിയെത്താം.''

ഒരു പക്ഷിയുടെ തൂവൽ താഴത്തേക്ക് ഒഴുകി വീഴും പോലെ അതിവേഗം ഭൂമിയിലെത്തി. അവിടെ, വാളും കിരീടവും സർവാല ങ്കാരങ്ങളും ഏറെ അഹംഭാവവുമായി ഭർത്താവിനു മുന്നിലെത്തി. അതീവസുന്ദരിയും രാജകുമാരിയുമായിത്തീർന്നിരുന്ന എന്നെ അദ്ദേഹം നിമിഷങ്ങളോളം നോക്കിനിന്നു. അദ്ദേഹത്തിന്റെ മുഖ ത്തുകണ്ട അവിശ്വാസത്തിന്റെയും അതൃപ്തിയുടെയും നേരെ എന്റെ ചുണ്ടിൽ വിരിഞ്ഞ പുച്ഛം നിറഞ്ഞ ചിരി കാരണമാകാം പൊടുന്നനെ ഒരു വേട്ടനായയുടെ കഴിവോടും വേഗതയോടും കൂടി അദ്ദേഹം എന്റെ മേൽ ചാടിവീണത്. നിമിഷത്തിന്റെ ഒരു ചെറിയ അംശം കൊണ്ട് അദ്ദേഹം എന്റെ സ്വർണക്കിരീടം തട്ടിത്തെറിപ്പിച്ചു. അതു ഞാൻ തീരെ പ്രതീക്ഷിച്ചിരുന്നില്ലെന്ന് പറയാതെ വയ്യ. ഞങ്ങൾ രണ്ടുപേരും നിലത്തേക്ക് കടിപിടി കൂടുന്ന നായ്ക്കളെപ്പോലെ ഒരു മിച്ച് മറിഞ്ഞു. അതോടെ കെട്ടിയ എല്ലാ ചരടുകളും തകർന്ന ഒരു കമാനം പോലെയായി മനസ്സ്. വെള്ളപ്പൊക്കത്തിലായ നദിയെപ്പോലെ ഇരുട്ട് അതിൽ കുലംകുത്തി പതഞ്ഞു.

ആ ഇരുട്ടിൽ ചിതറിക്കിടന്ന ആയിരം സാധനങ്ങൾക്കിടയ്ക്ക് എന്റെ കൈയിൽ നിന്ന് തെറിച്ച സുവർണവാൾ അനാഥമായി കിട ക്കുന്നതുകണ്ട്, ശത്രുഭടന്റെ കൈയിൽ നിന്ന് പ്രഹരമേറ്റ രാജ്ഞി യെപ്പോലെ ഞാൻ അപമാനിതമായി. എന്റെ ഈ തോൽവിയും അപമാനവും മുകളിലിരുന്ന് രാജകുമാരൻ കാണുകയാവും. തൊട്ടു മുന്നിൽക്കണ്ട മെലിഞ്ഞ, പൗരുഷമില്ലാത്ത കഴുത്തിൽ കണ്ണ് ഒരു നിമിഷം തറഞ്ഞു. രാജകുമാരന്റെ അരികിലേക്ക് അതിവേഗം മട ങ്ങേണ്ടതുണ്ടെന്ന കാര്യം എനിക്കപ്പോഴാണ് ഓർമവന്നത്.

ഒരു രാജ്ഞിയെപ്പോലെ വാൾ വലിച്ചെടുത്തു. വിഷപ്പാമ്പിന്റെ മിന്നുന്ന പുറംപോലെയുള്ള ആ മിനുത്ത കഴുത്താണോ ഉറയൂരിയ എന്റെ വാളാണോ ഭർത്താവിനെ കൊല്ലാൻ എന്നെ പ്രേരിപ്പിച്ചതെ ന്നറിഞ്ഞുകൂടാ. അതൊക്കെ പക്ഷേ, അപ്രസക്തങ്ങളാണ്. സ്തംഭിച്ചു നിന്നിടത്തു നിന്നും കൈകൾ അയഞ്ഞ് ഒരു ഭാഗത്തേക്ക് മറിഞ്ഞു വീഴുമ്പോൾ എന്റെ ഭർത്താവിന്റെ മുഖം ഞാൻ പ്രതീക്ഷിച്ച പോലയേ അല്ലായിരുന്നു.

മരണം നമ്മളെയൊക്കെ വല്ലാതെ വിലകെട്ടവരും വിഡ്ഢികളും ആക്കുന്നു. എന്റെ കാൽക്കൽ വീണുകിടക്കുന്ന ഈ മനുഷ്യന്റെ മുഖം അവിശ്വസനീയമാം വിധം ഒരു തികഞ്ഞ വിദൂഷകന്റേതു പോലെയായിരുന്നു. അഴയിൽ ഉണങ്ങാനിട്ട ഒരു വെളുത്ത മുണ്ടെ ടുത്ത് ഞാൻ എന്റെ ഭർത്താവിന്റെ തല മൂടിപ്പുതപ്പിച്ചു. ഒട്ടും ക്ഷീണം

തോന്നാഞ്ഞതുകൊണ്ട് ചുളിഞ്ഞുകിടന്ന ഞങ്ങളുടെ കട്ടിലിലെ വിരി വൃത്തിയായി വിരിക്കുകയും അലങ്കോലപ്പെട്ടു കിടന്ന സാധനങ്ങൾ വെടിപ്പായിവെക്കുകയും ചെയ്തു. എന്തൊക്കെയായാലും നാം മരണത്തോട് കാട്ടേണ്ട ചില മര്യാദകളുണ്ട്. മരണം രാജകുമാരനും രാജകുമാരിക്കും വേണമല്ലോ. പക്ഷേ, എല്ലാം എത്ര ധൃതിയിൽ ചെയ്തിട്ടും ഞാൻ വൈകിയെന്ന് തോന്നുന്നു. പുറത്ത് ആകാശത്തിൽ പറക്കും കുതിരയും രാജകുമാരനും എന്നെ കാത്തുനിന്നില്ല. കുറ്റം എന്റേതുതന്നെയാണ്. വാളിന്റെ ഊക്കുമായി വെറുതെ ഭൂമിയിലേക്ക് വരേണ്ടിയിരുന്നില്ല. എനിക്ക് രാജകുമാരനോടു പറയണം. ഒറ്റയ്ക്കാവുക വലിയ പേടിയാണെന്നും വാൾ ഞാൻ വലിച്ചെറിയുകയാണെന്നും. പക്ഷേ, എനിക്ക് കാത്തിരിക്കേണ്ടിയിരിക്കുന്നു. ഈ ഉമ്മറപ്പടിയിൽ ഞാനിരിക്കാൻ തുടങ്ങിയത് അതുകൊണ്ടാണ്. കുറ്റം എന്റേതുതന്നെയാണല്ലോ.

■

ചതുരങ്ങൾ

സരസ്വതിക്ക് ഒരു കാമുകനുണ്ടായത് തികച്ചും അപ്രതീക്ഷിതമായിട്ടാണ്. തുടക്കവും അവസാനവും തിരിച്ചറിയാത്ത ഒരു വൃത്തം പോലെ അവൾക്കു ചുറ്റും ആ യാഥാർത്ഥ്യം നിലനിന്നു. ആദ്യമാദ്യം കുറച്ചേറെ ശ്വാസം മുട്ടൽ തോന്നി സരസ്വതിക്ക്. ഭർത്താവിനോട് എന്തു കറിയാണ് ഊണിനുണ്ടാക്കേണ്ടതെന്നു ചോദിക്കുമ്പോൾ, ചെറിയ കുട്ടിയെ മടിയിൽ കിടത്തി കളിപ്പിക്കുമ്പോൾ, കുളിമുറിയിൽ തുറന്നിട്ട ഷവറിന്നു ചുവട്ടിൽ ഭംഗിയാർന്ന വെള്ളത്തുള്ളികളുടെ ആർഭാടതയ്ക്കുള്ളിൽ ഒന്നിനുമല്ലാതെ കരയാൻ തോന്നുമ്പോൾ എല്ലാം കാമുകന്റെ മുഖം ഒരു മിന്നൽപോലെ മനസ്സിലേക്ക് കടന്നു വരും. മുൻപ് മനസ്സ് പഠിച്ചുറച്ച പല ധാരണകൾക്കും പൊടുന്നനെ യാതൊരർത്ഥങ്ങളുമില്ലാതാവുന്നത് സരസ്വതി അപ്പോഴറിയും. മനസ്സ് വിരൽത്തുമ്പത്തെന്നപോലെ വിറയ്ക്കും.

''അസംഗമായ അനുരാഗം.'' ഭർത്താവ് വാങ്ങിത്തന്ന ഭംഗിയുള്ള സ്വർണവളകളിൽ നോക്കിയിരിക്കെ സരസ്വതി സ്വയം പറയും. ''എന്താണ് മനസ്സുകൾ ഇങ്ങനെ?''

''പിന്നെ എങ്ങനെയിരിക്കണം മനസ്സുകൾ!'' സീത ചോദിക്കുകയുണ്ടായി. ''ഈച്ച വീഴാതിരിക്കാൻ അടച്ചുവെച്ച കാപ്പിപോലെ, മുകളിൽ നനുത്ത പാട വീണു ആറിത്തണുത്തിട്ടോ?''

അന്നുമുതൽ ഈ ചോദ്യം മനസ്സിലേറ്റി നടക്കുകയായിരുന്നു സരസ്വതി. ആ ചോദ്യം ചോദിക്കുമ്പോൾ ചുവന്നുപോയ സീതയുടെ മുഖം ചിലപ്പോഴൊക്കെ ഒരുത്തരത്തിന്നു പകരം നിൽക്കും. പ്രഭാതത്തിന്റെ ചുവപ്പു പോലെയായിരുന്നു സീതയുടെ മുഖം. അതിന്റെ സത്യവും ന്യായവും ഒക്കെ ആ ചുവപ്പുതന്നെയാണ്. സരസ്വതി പിന്നെയും സ്വയം പറയും.

പിന്നെപ്പിന്നെ താൻ വളരെ പ്രാവശ്യം കണ്ട ഒരു സ്വപ്നം പോലെ, വഴിയിലൂടെ നടക്കുമ്പോൾ പലപ്പോഴും കാണാറുള്ള ഒരു മുഖംപോലെ പരിചിതനായി കാമുകൻ.

സരസ്വതി, ഭർത്താവിന്റെ കുപ്പായത്തിന് കുടുക്കുകൾ തുന്നുകയും കുട്ടിയുടെ പാൽക്കുപ്പി ശ്രദ്ധാപൂർവം കഴുകിവെയ്ക്കുകയും ചെയ്തു. മനസ്സിന്റെ ഒരു മൂലയ്ക്ക് പൊട്ടിവിരിഞ്ഞ ചെമ്പകക്കാടിന്റെ വാസന അവളിലും അവളുടെ വീട്ടിലും നിറഞ്ഞുനിന്നു. ദേഹത്തും മനസ്സിലും നിറയെ ആ വാസനയുമായി അവൾ ഭർത്താവിനുള്ള ഭക്ഷണമുണ്ടാക്കി. വീടു വൃത്തിയാക്കി. കുട്ടിക്ക് ഭക്ഷണം കൊടുത്തു. ഭർത്താവിനെ ചിരിപ്പിച്ചു.

കാമുകസന്ദർശനത്തിനുശേഷം ഭർത്താവിന്റെ കൈകളിൽ തെളിഞ്ഞ പുഞ്ചിരിയുമായി കിടക്കുമ്പോൾ ഒരു തവണ സരസ്വതി ചോദിച്ചു: ''നോക്കൂ, എന്താണ് സദാചാരം?''

ഭർത്താവ് കൈകൾ മുറുക്കിച്ചേർത്തുപിടിക്കെ പറഞ്ഞു: ''ഇതാ, ഇതു തന്നെ.''

''എനിക്കൊരു കാമുകനുണ്ടെന്നുവെയ്ക്കൂ.'' സരസ്വതി പറഞ്ഞു.

''എന്നാൽ അവനെ ഞാനിന്നു കൊല്ലും.'' ഭർത്താവു ചിരിച്ചു.

''എന്നിട്ടോ?'' സരസ്വതി ചോദിച്ചു: ''ഞാനെന്തായാലും അയാളെ പ്രേമിക്കും. ഒരുപക്ഷേ കൂടുതൽ.''

''എന്നിട്ട്.'' ഭർത്താവു പറഞ്ഞു: ''ഞാൻ നിന്നേയും കൊല്ലും.''

''എന്നിട്ടോ?'' സരസ്വതി ചോദിച്ചു.

പിന്നെ നിശ്ശബ്ദത തളംകെട്ടാൻ തുടങ്ങിയപ്പോൾ സരസ്വതി പറഞ്ഞു: ''ഉറങ്ങിക്കോളൂ. ഞാൻ വെറുതെ പറഞ്ഞതാണ്.''

ചതുരങ്ങൾക്കുള്ളിൽ ഒതുക്കാൻ എന്തിനാണ് ധൃതി? സരസ്വതി ഓർത്തു. ചതുരങ്ങൾക്കുള്ളിൽ എല്ലാം ഒതുക്കി വൃത്തിയാക്കാൻ, ഭംഗിയാക്കാൻ ആർക്കും പറ്റാറില്ല. കാരണം ചതുരങ്ങൾ പലപ്പോഴും വേർപെട്ടല്ല കിടപ്പ്.

പുളയ്ക്കുന്ന കടലിന്റെ തീരത്തുവെച്ച്. അങ്ങനെയാണ് സരസ്വതി സന്തോഷത്തിന്റെ നിറമെന്താണെന്നു കാമുകനോട് ചോദിച്ചത്.

''നിന്റെ മുഖത്തിന്റെ നിറം'' രഘു പറഞ്ഞു.

''എങ്കിൽ അതൊരു പക്ഷേ, ഈ കടലിന്റെ നിറമായിരിക്കണം. ഒരുപക്ഷേ, ഈ ആകാശത്തിന്റെ, സ്വപ്നങ്ങളുടേയും പൂക്കളുടേയും എല്ലാ മനുഷ്യരുടേയും നിറമായിരിക്കണം.'' സരസ്വതി പറഞ്ഞു.

''നോക്കൂ രഘൂ, എനിക്കീലോകത്തെ ഉള്ളംകൈയിലെടുക്കാമെന്നു തോന്നുന്നു ഇപ്പോൾ.''

''അതെപ്പോഴാണ് ആകാത്തത്?'' രഘു ചോദിക്കും.

ഓരോരുത്തരും ചതുരങ്ങളിൽ ഒതുങ്ങാത്തവരാണ്. പക്ഷേ ഓരോരുത്തരും ചതുരങ്ങളിലാണ് നില്പ്. ധൈര്യപൂർവം ഒന്നു പുറത്തു വന്നു നോക്കൂ. പിന്നിലുള്ളവരെക്കുറിച്ചു നമുക്കു ചിരിക്കാൻ തോന്നും. കരയാൻ തോന്നും. അവരെയൊക്കെ ഒന്നോടെ മാറോടടക്കിപ്പിടിച്ചു സ്നേഹിക്കാൻ തോന്നും. പിന്നെ നമുക്ക് കടലുകളാവാം. ആകാശങ്ങളാവാം. നമുക്കെല്ലാവർക്കും എല്ലാവരുമാകാം.

ഈ ആകാശത്തിന്നു കീഴിൽനിന്നു ഒരു മുത്തുച്ചിപ്പിയിലേക്ക് പോരും പോലെയാണ് ഭർത്താവിലേക്കുള്ള മടക്കയാത്ര. കുളിച്ചു വിടർത്തിയിട്ട ഈറൻ മുടിയിലൂടെ വിരലോടിച്ചു ഭർത്താവിന്റെ അരികെ കിടക്കുമ്പോൾ മണൽത്തിട്ടകളിലൂടെ ഒഴുകുന്ന കൊച്ചോളങ്ങളെ ഓർമവരും. അവയുടെ ഈണത്തിൽ കുഞ്ഞി അലകളുടെ കുളിരും ഓമനത്തവും കവിളുകളിൽ നുണഞ്ഞുകൊണ്ട് ഉറങ്ങാൻ കൊതിക്കും. നേർത്ത കാറ്റിന്നു കീഴിൽ പുഞ്ചിരിച്ച് അനങ്ങാതെ കിടക്കുന്ന പുൽത്തകിടിയാണെന്നു തോന്നും പിന്നെ.

സ്വപ്നങ്ങൾ പോലും വേണ്ടാത്ത സമൃദ്ധി.

''എന്താണ് മനസ്സുകൾ ഇങ്ങനെ?'' പക്ഷേ, ഇതൊക്കെ ശരിയാകാൻ വയ്യ. അതിർവരമ്പുകൾ എവിടെയൊക്കെയോ ഒന്നിക്കുന്നുണ്ടാവണം. അല്ലെങ്കിൽ നല്ല മണമുള്ള ഒരു പൂ ചൂടി തണുത്ത കാറ്റിൽ ഇരിക്കുന്നപോലെ തനിക്ക് ഇപ്പോഴും തോന്നാൻ വയ്യ. ഈ സന്തോഷം ഒരിക്കലും ഒരു അഭംഗിയാവുക വയ്യ.

എന്നിട്ട് സരസ്വതി കാമുകനെ പതുക്കെ തട്ടിയുണർത്തും. ''എഴുന്നേൽക്കൂ.'' സരസ്വതി പറഞ്ഞു: ''എനിക്കു പോകണം. സന്ധ്യയ്ക്ക് എനിക്ക് ചൂടാനുള്ള മുല്ലപ്പൂക്കളുമായി വരുന്ന ഭർത്താവിനെ എനിക്കെതിരേൽക്കണം. പിന്നെ ചിരാതുകൾ കൊളുത്തിവെച്ച എന്റെ വീട്ടിൽ ആ വെളിച്ചത്തിന് നടുവിലിരുന്ന് അദ്ദേഹത്തിന്റെ കുപ്പായത്തിന് കുടുക്കുകൾ പിടിപ്പിക്കും ഞാൻ.

''ഒരുപക്ഷേ, ഏറ്റവും ഭംഗിയുള്ളുതൊക്കെ ഏറ്റവും ദുഃഖം കലർന്നതുമാണ്.'' അച്ഛൻ പറയാറുണ്ട്. ''ബന്ധങ്ങൾക്കൊന്നിനും കൃത്യമായ ചതുരങ്ങളില്ല. എവിടേയും വിരിയുന്ന ഏതൊരു പൂവും പോലെയാണത്. അവയുടെ സൗന്ദര്യം അവ തന്നെയാണ്. നമുക്കൊക്കെ ആകെ നേടാനാവുന്നതും ആ പൂക്കളാണ്.'' അച്ഛൻ വെറ്റില മുറുക്കിയിരുന്ന ആ തണുത്ത സന്ധ്യയും സരസ്വതി മനസ്സിന്റെ ചന്തമുള്ള മൂലയിൽ സൂക്ഷിച്ചുവെച്ചു.

അമ്മാവന്റെ നിലത്തിറക്കി കിടത്തിയ ശവശരീരത്തിനകലെ, ഒന്നും ചെയ്യാനില്ലാതെ, കരയാൻപോലുമില്ലാതെ നിന്ന കുഞ്ഞി

ലക്ഷ്മിയമ്മ, ചിതപോലെ ചൂട്ടുകിടന്ന പറമ്പിലൂടെ ഒറ്റയ്ക്കു നടന്ന കലുന്നതു സരസ്വതി മൂന്നാം നിലയിൽനിന്നു കണ്ടിട്ടുണ്ട്. അറ്റങ്ങൾ കാണാത്ത ശൂന്യമായ ആ പറമ്പിൽ ഒറ്റയ്ക്കു നിന്നിരുന്ന അവരുടെ കൈയിൽ തൊട്ട് ഒന്ന് പുഞ്ചിരിക്കാമായിരുന്നു. സരസ്വതി ഓർത്തു.

ഭർത്താവു മരിച്ച അമ്മിണിച്ചെറിയമ്മ അച്ഛന്റെ കാൽ മടിയിൽ വെച്ചു നിറഞ്ഞ കണ്ണുകളുമായി ഇരിക്കുന്നതുകണ്ട സന്ധ്യയ്ക്കാണ് ചതുരങ്ങളെപ്പറ്റി സരസ്വതി വ്യക്തമായി മനസ്സിലാക്കാൻ തുടങ്ങിയത്. സരസ്വതിയെ കണ്ടപ്പോൾ ചെറിയമ്മ തട്ടിപ്പിടഞ്ഞെഴുന്നേറ്റു. നിശ്ശബ്ദമായി തിരിഞ്ഞുനടന്നു. തൊടിയിലൂടെ വളരെ നേരം നടന്നു അന്ന് സരസ്വതി. അച്ചിങ്ങകളിലെ ഉണങ്ങിയ തൊണ്ടുകൾ അടർത്തിക്കളഞ്ഞു. മരത്തിലെ ചില്ലകൾ ശബ്ദത്തോടെ പൊട്ടിച്ചു. വീണു കിടന്ന മാങ്ങയണ്ടികളും തെങ്ങോലകളും അകലേക്കു തട്ടിത്തെറിപ്പിച്ചു. അമ്മിണിച്ചെറിയമ്മയുടെ കണ്ണീരിന്റെ തിളക്കം അവസാനം പിന്നെയും ബാക്കിയായി.

രാത്രി മച്ചകത്തെ ഇരുട്ടിൽ കണ്ണുകൾ മലർക്കെ തുറന്ന് ഒറ്റയ്ക്കു കിടക്കുമ്പോൾ അമ്മിണിച്ചെറിയമ്മയോട് സരസ്വതി പറഞ്ഞു:

''ഇതാ കൈതപ്പൂവാണ്. മേലേടത്തെ തൊടിയിൽ നിന്നും വൈകുന്നേരം വരുമ്പോൾ ഞാൻ പൊട്ടിച്ചതാണ്.''

''സരസ്വതീ'' ചെറിയമ്മ വിളിച്ചു: ''സരസ്വതീ.''

ഇരുട്ടിൽ പരസ്പരം മുഖം കാണാതെ കുറെ നേരം ഇരുന്നു ചെറിയമ്മയും സരസ്വതിയും.

ആ രാത്രിയുടെ ഭാരം മനസ്സിതേവരെ ഇറക്കിവെച്ചിട്ടില്ല.

തൂങ്ങിമരിച്ച സ്വന്തം മകന്റെ മുഖത്തുനോക്കി അന്തിച്ചുനിന്ന ഏട്ത്തിയുടെ നില്പിനും താൻ സ്നേഹപൂർവം നിർബന്ധിച്ചു തീറ്റുമ്പോൾ തന്റെ ഭർത്താവിന്റെ മുഖത്ത് വിടരുന്ന പുഞ്ചിരിക്കും എവിടെയോ സാമ്യമുണ്ട്. സരസ്വതി ഓർത്തു. ഒരു പൂവിന്റെ വലുപ്പച്ചെറുപ്പമുള്ള ഇതളുകൾപോലെ. എവിടെയൊക്കെയോ ചതുരങ്ങൾക്കു യാതൊരതിരുകളും ഇല്ലാതാവുന്നുണ്ട്.

ഉണർന്നു കരയുന്ന മകന്റെ കരച്ചിൽ മടിയിലെടുത്തുവെച്ച് താരാട്ടി മാറ്റവേ, തൊട്ടടുത്ത് ഉറങ്ങുന്ന ഭർത്താവിനെ സരസ്വതി തൊട്ടുണർത്തി.

പതയുന്ന നിലാവിനെപ്പോലെയുള്ള സരസ്വതിയുടെ മുഖം കണ്ട് ഭർത്താവ് പകച്ചിരിക്കെ, അയാളുടെ മുടിയിലൂടെ വിരലോടിച്ചുകൊണ്ട് സരസ്വതി പിന്നെ പറഞ്ഞു, ''ഉറങ്ങിക്കോളൂ.'' സരസ്വതി വീണ്ടും പറഞ്ഞു:

''വെറുതെ ഉണർത്തിയതാണ്. ഉറങ്ങിക്കോളൂ.'' ■

ചില നക്ഷത്രങ്ങൾ മാത്രം

ആറാതെ, ഒരു തീക്കനൽപോലെ നിൽക്കുന്ന സൂര്യൻ. മുറ്റമടിച്ചു തീർന്ന ചൂൽ കോലായുടെ മുക്കിൽ ചാരി വെയ്ക്കുമ്പോൾ സുമിത്ര വിചാരിച്ചു... ലക്ഷ്മി ചുറ്റുവിളക്കിനുപോയിക്കഴിഞ്ഞിരിക്കും. അതു കൊണ്ട് ഇന്ന് ദിനേട്ടനു കുളിക്കാനുള്ള വെള്ളവും കോരി വെയ്ക്കണം. കുളിമുറിയിൽ രാവിലെ നിറച്ച വെള്ളം ദിനേട്ടനിഷ്ടമല്ല. അല്ലെങ്കിൽ ലക്ഷ്മി രാവിലെ പുറമുറ്റമടിക്കാൻ വന്നപ്പോൾ അവ ളോട് പറയാമായിരുന്നു. പക്ഷേ, നാലണ ജാസ്തി കൊടുക്കേണ്ടി വരും.

ദിനേട്ടൻ വരാറായതുകൊണ്ട് ഇനി ഇപ്പോൾ മേൽ കഴുകാൻ പോയാൽ ശരിയാവില്ല. കാൽ കഴുകുന്നതിനു മുമ്പേ തന്നെ കാപ്പി അടുത്തെത്തിയില്ലെങ്കിൽ ദിനേട്ടനു ദേഷ്യം വരും. പിന്നെ എല്ലാം തകരാറിലാവും. ഭർത്താവിന് കുളിക്കാനുള്ള വെള്ളം കോരിക്കഴി ഞ്ഞില്ലെന്നത് സുമിത്രയ്ക്ക് പെട്ടെന്നാണോർമ്മ വന്നത്. ദിനേട്ടൻ കുറച്ചു വൈകിവന്നാൽ മതിയായിരുന്നു... കിണറിന്റെ വക്കത്തേക്ക് ധൃതിയിൽ ഓടുമ്പോൾ സുമിത്ര വിചാരിച്ചു.

മൺതൊട്ടിയുടെ വക്ക് കവിഞ്ഞൊഴുകുന്നതുവരെ വെള്ളം കോരി. മുതുക് വല്ലാതെ വേദനിക്കുന്നു. പറയുമ്പോഴൊക്കെ ദിനേ ട്ടൻ ചിരിക്കും. എന്നിട്ടു പറയും, ''വെറുതെ ഇരുന്നാൽ എല്ലാവർക്കും തോന്നും ഇങ്ങനെ ഓരോ വേദന.'' കറുത്ത വരകൾ നിറഞ്ഞ മൊരച്ച കൈപ്പടങ്ങൾ വിടർത്തി സ്വയം നോക്കി നിൽക്കെ അവൾ ഓർത്തു. ഈ കറുത്ത വരകൾ ദിനേട്ടൻ ഇതുവരെ കണ്ടിട്ടില്ല. ദിവസങ്ങളിൽ വീണുകൊണ്ടിരിക്കുന്ന കറുത്ത വരകൾ പോലെ തന്നെ.

നീരുവലിയാനിട്ട ഉപ്പേരി കരിഞ്ഞേക്കുമോ എന്ന പേടിയോടെ വേഗം സുമിത്ര അടുക്കളയിലേക്കു നടന്നു. പിന്നെ മുടി വേറെ ടുത്തുകെട്ടാൻ കോലായിലേക്കു തന്നെ വന്നു. ദിനേട്ടൻ വരുന്നില്ല. പറഞ്ഞ സമയം കഴിയാറാവുന്നു.

പുറത്തു വഴിയിലൂടെ കടുംനിറങ്ങളുള്ള വസ്ത്രങ്ങൾ ധരിച്ച് ആളുകൾ കൂട്ടംകൂട്ടമായി ചിറ്റുവിളക്കിന് പോകുകയാണ്. കുട്ടിക്കാലത്ത്, നുണ പറഞ്ഞാൽ സ്വപ്നത്തിലൂടെ വന്ന് ഭയപ്പെടുത്തുന്ന രൂപമായിരുന്നു ഭഗവതിക്ക്. ജനങ്ങൾ ഭയപ്പെടുന്ന, സന്ധ്യപോലെ മനോഹരിയായ ഈ ഭഗവതി തന്നെപ്പോലത്തെ ഒരു സ്ത്രീയാണെന്ന് പക്ഷേ ഇന്നുവരെ വിശ്വസിക്കാനായിട്ടില്ല. ചുകന്ന ബ്ലൗസും മഞ്ഞ സാരിയും ധരിച്ച്, സുമിത്ര ഓർത്തു. ഈ നടക്കുന്നവരിൽ ഒരാളെപ്പോലെ ഒന്നുറക്കെ കൈവീശി പാതയിലൂടെ ഇറങ്ങി നടക്കാൻ കൊതി തോന്നും. പക്ഷേ ദിനേട്ടനിഷ്ടമല്ല. ''ആ നേരം മാറാല തട്ടേം, അലമാറ തുടയ്ക്കേം ഒക്കെ ചെയ്താൽ അതുണ്ട്...'' ദിനേട്ടൻ പറയും. ''പെണ്ണുങ്ങൾക്ക് വീട്ടിനകത്താണ് സ്ഥലം. ചെണ്ടപ്പുറത്ത് കോലുവച്ചിടത്തൊക്കെ എത്തിക്കുഴഞ്ഞാടണംന്ന് വെച്ചാൽ നിന്റെ വീട്ടിൽ പോയിട്ട് മതി.'' കഴിഞ്ഞകൊല്ലം ഗ്രാമത്തിലെ അമ്പലത്തിലെ ചിറ്റുവിളക്കിനു പൊയ്ക്കോട്ടെ എന്നു ചോദിച്ചപ്പോൾ ദിനേട്ടൻ പറഞ്ഞു. കുഴഞ്ഞാടുക എന്ന വാക്ക് വളരെക്കാലം മനസ്സിൽനിന്നു, എത്ര കഴുകിയിട്ടും പോകാത്ത ഒരു കറപോലെ. പിന്നെ അതു മറന്നതായിരുന്നു, ഇപ്പോൾ എന്തേ അത് ഓർമവരാൻ... ആവോ.

ദിനേട്ടൻ ഇനിയും വന്നിട്ടില്ല. ഇനി വന്ന് കാപ്പി കുടിച്ച് പുറപ്പെടുമ്പോഴേക്കും നേരം ഇരുട്ടിത്തുടങ്ങും. പിന്നെ പോകേണ്ടെന്ന് പറഞ്ഞാൽ...? സുമിത്രയ്ക്ക് പെട്ടെന്ന് വല്ലാത്ത ക്ഷീണം തോന്നി. പറഞ്ഞാൽ...? ആവോ! പിന്നെ തനിക്കറിഞ്ഞുകൂടാ. കാലിലൂടെ അരിച്ചുകയറുന്ന തണുപ്പ് പക്ഷേ, ഈ അറിഞ്ഞുകൂടായ്മയാണ്. ചുമരിൽ പിടിച്ചുകൊണ്ട് ഉമ്മറക്കല്ലിലേക്ക് ഏന്തിനിന്ന ചെമ്പരത്തിയുടെ നിഴലിനോട് അവൾ പെട്ടെന്നു പറഞ്ഞു: ''നോക്കൂ, ദിനേട്ടൻ ഇനിയും വന്നില്ല.

കണ്ണാടിയുടെ മുന്നിൽ നിന്ന് മുടി ചീകുമ്പോഴും സാരിയുടെ ഞൊറികൾ ശരിപ്പെടുത്തുമ്പോഴും തലേദിവസം ചെട്ടിച്ചിയുടെ കൈയിൽ നിന്നു മേടിച്ച കുപ്പിവളകൾ പതുക്കെപ്പതുക്കെ കൈയിലിടുമ്പോഴും സുമിത്ര പറഞ്ഞു: ''നോക്കൂ, ദിനേട്ടൻ ഇനിയും വന്നില്ല'', വെയിൽ, വാടാൻ തുടങ്ങുന്ന ജമന്തിയുടെ മങ്ങിയ വാസനപോലെ പിൻമുറ്റത്തെ വെണ്ടച്ചെടികൾക്കുമീതെ നിൽക്കുന്നു. മുറ്റത്തെ റോസിലെ പൂചൂടി, ദിനേട്ടൻ കല്യാണം കഴിഞ്ഞ ഉടനെ തന്ന ഭംഗിയുള്ള ചെറിയ മോതിരം ഇട്ട് വീണ്ടും കണ്ണാടിക്കുമുന്നിൽ വന്നു, സുമിത്ര.

വയറ് വലുതാവാൻ തുടങ്ങിയിരിക്കുന്നു. ദിനേട്ടനോട് നുണ പറയരുതായിരുന്നു. ചിറ്റുവിളക്കിനു പോകാൻ പക്ഷേ മറ്റ് യാതൊരു

വഴിയും കണ്ടില്ല. സന്തതിക്കു വേണ്ടിയുള്ള പ്രാർത്ഥനയാണതെന്നു പറഞ്ഞപ്പോൾ ദിനേട്ടൻ ഒരു നിമിഷം തുറിച്ചുനോക്കി, പിന്നെ മൂളി. വാസ്തവത്തിൽ ഓടുകൊണ്ടുള്ള ചെറിയ നിലവിളക്ക് ഭഗവതിക്ക് അപ്പോഴാണ് പ്രാർത്ഥിച്ചത്. പെട്ടിക്കടിയിൽ നിന്നു ചെറിയ നിലവിളക്കെടുത്ത് സാരിയുടെ ഞൊറിയുടെ ഉള്ളിലേക്കു തിരുകുമ്പോൾ സുമിത്ര വീണ്ടും പറഞ്ഞു. ''നോക്കൂ, ദിനേട്ടൻ ഇനിയും വന്നില്ല.''

കോലായിൽ വീണ്ടും വന്നുനിന്നു. റോഡിലെ ബഹളം കൂടിയിട്ടുണ്ട്. കൈയിലെ ബലൂൺ പൊട്ടിപ്പോയതിന് ഉറക്കെക്കരയുന്ന കുട്ടിയെ തല്ലി ശാസിക്കുന്ന അമ്മ. നെറ്റിയിൽ ചന്ദനക്കുറിയും തലയിൽ നിറയെ ജമന്തിപ്പൂക്കളും മുഖം നിറയെ സന്തോഷവുമായി തിരക്കിട്ടു വരുന്ന പെൺകുട്ടികൾ. അവർക്കു പിന്നിൽ കുറെ ചെറുപ്പക്കാർ. അതിൽ ഒരാൾ കൈകാട്ടി അവളെ വിളിച്ചു. അവൾ വേഗം കോലായിൽ നിന്നു മാറി അകത്തേക്കുനിന്നു. ആൾക്കാർ കൂട്ടത്തോടെ പിന്നെയും വന്നുകൊണ്ടിരുന്നു. കഴുത്തിൽ കുടമണി കെട്ടിയ ചെറിയ ആനക്കുട്ടി, ബലൂൺകാരൻ, വളക്കാർ, പിന്നെയും ആൾക്കാർ, ചിരി. കുട്ടിയായിരിക്കുമ്പോൾ അമ്മയുടെ കൈപിടിച്ച് വേലയ്ക്കു പോകുമ്പോൾ അമ്മ ചോദിക്കും: ''സുമിക്ക് പീപ്പീം ബലൂണും പിന്നെ എന്തൊക്ക്യാ വേണ്ടത്?'' ഒരിക്കൽ നീലനിറത്തിലുള്ള ബലൂൺ കിട്ടാത്തതിന് ഒരു രാത്രി മുഴുവൻ കരഞ്ഞിട്ടുണ്ട്.

പിന്നെയും കുറച്ചു കഴിഞ്ഞാണ് സുമിത്രയ്ക്ക് മനസ്സിലായത്. മുന്നിൽ തിരക്കു കുറഞ്ഞ നീണ്ട പാതയാണുള്ളതെന്ന്. അതിനു മുകളിൽ നേർത്ത ചാരനിറത്തിലായി ഇരുട്ട്. കണ്ണുകൾ തന്നിലേക്കു തിരിച്ചു വരുന്ന വഴിക്കെല്ലാം ഇരുട്ടുണ്ടായിരുന്നു. കല്പടവിൽ, ഉമ്മറക്കോലായിൽ, നേരെ തന്റെ കാൽക്കീഴിൽ.

കുറച്ചുനേരം കൂടി അവിടെ നിന്ന് പിന്നെ ഉമ്മറവാതിൽ ചാരി ഇടനാഴിയിലേക്കു നടന്നു, സുമിത്ര. നിലവിളക്കു കൊളുത്തി ഉമ്മറത്തു വെയ്ക്കുമ്പോൾ തൊട്ടുമുന്നിലെ ഇരുട്ടിനോട് അവൾ ചോദിച്ചു: ദിനേട്ടൻ എന്താണ് വരാത്തത്?

നമശ്ശിവായ ചൊല്ലാൻ എത്ര ശ്രമിച്ചിട്ടും പറ്റിയില്ല. ദിനേട്ടൻ വൈകാനുള്ള കാരണങ്ങളെക്കുറിച്ചാണ് മനസ്സ് പിടഞ്ഞത്. കാവിലെ പറമ്പിൽനിന്നു വെടിമരുന്നുകൾ പൊട്ടുന്ന ശബ്ദം. ആനകൾ വിറളിയെടുത്തോടാം. എന്തൊക്കെ സംഭവിക്കാം! കല്യാണിയുടെ ഭർത്താവിന് ആർക്കും വരാവുന്ന ഒരു പനിയേ ഉണ്ടായിരുന്നുള്ളൂ. നാലാം ദിവസം, എന്നിട്ടും അയാൾ മരിച്ചു. ദിനേട്ടൻ മരിച്ചാൽ എന്താണുണ്ടാവുക? സുമിത്ര ഒരു തുടർച്ചയെന്നപോലെ ഓർത്തു. എല്ലാവരും വരും, എന്നിട്ടു പറയും: ''ഭാഗ്യദോഷി.'' പിന്നെ, ദിനേട്ടന്റെ ഈ

വീട്ടിൽനിന്നു പിടിച്ചു കൊണ്ടു പോയി പുറത്തുനിർത്തും. സൂര്യൻ ഒരു തീക്കട്ടപോലെ തലയ്ക്കു മുകളിലുണ്ടാവും. കുങ്കുമച്ചുകപ്പ് തീരെയില്ലാത്ത, വെള്ള വസ്ത്രം പോലത്തെ വെയിൽ ചുറ്റും. വെളുത്ത നാളങ്ങൾ ആളുന്ന ഒരു ചിത പിന്നെ അവകാശമായിട്ടുണ്ടാവും. കഴിഞ്ഞകൊല്ലം, വേലയ്ക്കു വിളിച്ചിട്ട് താൻ പോകാതിരുന്നപ്പോൾ കല്യാണി പറഞ്ഞു: ''കാവിലെ ഭഗവതിയേക്കാളും ചന്തം അപ്പൊ ദിനേട്ടനുതന്നെയാണല്ലേ, സുമിത്രക്കുട്ട്യേ...''

''അതിനെന്താ സംശയം?'' മറുപടി പറഞ്ഞു. എന്നിട്ട് കോലായുടെ തലയ്ക്കൽ ഇരുന്ന്, ലക്ഷ്മി ബാക്കിയിട്ട, ചൂലിനുള്ള ഈർക്കിൽ ചീന്താൻ തുടങ്ങി. അവിടെ നിന്ന് എഴുന്നേൽക്കുമ്പോൾ സ്വയം പറഞ്ഞുനോക്കി: അതിനെന്താ സംശയം?

കല്യാണദിവസം അമ്മ പറഞ്ഞിരുന്നു.

''അതാ, ആ ആളാണ് ഇനി നിന്റെ എല്ലാം. ഇന്നുമുതൽ ഇതല്ല നിന്റെ വീട്.''

കല്യാണം, വീട് നഷ്ടപ്പെടൽ കൂടിയാണ്.

താൻ കഴിഞ്ഞകൊല്ലം ചൂലുണ്ടാക്കാൻ ചീന്തിയിട്ട ഈർക്കിൽ പോലെ ചിതറി വീണ കുറെ കറുത്ത വരകൾ. കൈയിലും ദിവസങ്ങളിലും പടർന്ന കറുത്ത വരകൾ. അതും ദിനേട്ടന്റെ വീട്ടിലാണ്. പിന്നെയുള്ളത് ഇരുട്ടത്ത് തനിച്ചിരിക്കുന്ന ഈ സുമിത്രയാണ്. വേണമെങ്കിൽ ഇവിടെ നിന്ന് തനിച്ചെഴുന്നേറ്റുപോകാം. എവിടേക്ക്? മുന്നിൽ ഒരു വലിയ പാതയുണ്ട്. അവിടംവരെ തനിക്കു വഴിയറിയാം. പിന്നെ... ദേഷ്യം വന്നാൽ ദിനേട്ടൻ പറയാറുണ്ട്: ''പാതയ്ക്ക് ഒരുപാടുണ്ട് നീളം, അളന്നുനോക്കണോ?''

സുമിത്രയ്ക്ക് പെട്ടെന്ന് ഇടയ്ക്കിടയ്ക്ക് വരാറുള്ള ആ വല്ലാത്ത ക്ഷീണം വീണ്ടും അനുഭവപ്പെട്ടു. ബലൂണുകളിൽ നിന്നും കറുത്ത വരകളിലേക്കുള്ള വളർച്ച ഒരു തമാശയാണ്. ആ വരകൾ എവിടെയാണ് തുടങ്ങിയത്? അമ്മയിൽ, മുത്തശ്ശിയിൽ, അവരുടെയും മുത്തശ്ശിയിൽ നിന്നായിരിക്കണം. ഒരു പക്ഷേ അത് തന്നിൽനിന്നു തന്നെയും ആവാം. അവസാനം കെടാറായിരുന്ന നിലവിളക്ക് അകത്തു കൊണ്ടുപോയി വെച്ച് സാരിയുടെ ഞൊറിക്കുള്ളിൽ തിരുകിയിരുന്ന ഓട്ടുനിലവിളക്ക് പെട്ടിക്കടിയിൽ തന്നെ വയ്ക്കുമ്പോൾ ദിനേട്ടൻ വാതിലിൽമുട്ടി. വാതിൽ തുറന്ന് സുമിത്ര പറഞ്ഞു: ''കാപ്പി ഇതാ കൊണ്ടുവന്നു. കൈയും കാലും കഴുകിക്കോളൂ.''

അണിഞ്ഞൊരുങ്ങിയിരുന്ന സുമിത്രയെ ഭർത്താവ് ഒരുനിമിഷം നോക്കിനിന്നു. പിന്നെ പിന്നിൽ നിന്ന് കെട്ടിപ്പിടിച്ചു. തന്റെ ഉള്ളിൽ എന്തോ പൊട്ടിത്തെറിച്ചു എന്നു തോന്നി സുമിത്രയ്ക്ക്. പക്ഷേ,

ഒന്നുമില്ല. മരവിച്ചുകൊണ്ടിരുന്ന കാലുകളിലും തീപോലെ പുകയുന്ന തലയിലും ഉറക്കെയുറക്കെ വെറുതെ മിടിക്കുന്ന ഹൃദയത്തിലും ഒന്നുമില്ലാത്ത എന്തോ ആണ് പൊട്ടിത്തെറിച്ചത്. അവൾ പെട്ടെന്ന് ഭർത്താവിന്റെ മുഖത്തുനോക്കി.

''എന്തേ, നിന്റെ കണ്ണുകൾ തിളങ്ങുന്നു.''

സുമിത്ര കുറച്ചുനേരം കൂടി ഭർത്താവിന്റെ മുഖത്തു നോക്കി നിന്നു. ഒരു നീളം കൂടിയ പാത. അറ്റങ്ങളില്ലാത്ത ഒരു നീളംകൂടിയ പാത.

അവൾ ചോദിച്ചു: ''ചൂടുവെള്ളം വെയ്ക്കട്ടെ കുളിക്കാൻ, നേരം കുറെയായി. തണുപ്പുണ്ടാവും.''

ദിനേട്ടൻ പിടിവിട്ടപ്പോൾ തലമുടിയിൽ നിന്നു താഴെ വീണ പൂവ് അവൾ ജനലിലൂടെ വലിച്ചെറിഞ്ഞു. ഒരു നൂലിന്റെ തലപ്പിൽനിന്നിറ്റു വീഴുന്ന തുള്ളികളെപ്പോലെ തന്റെ ഹൃദയത്തിലേക്കിറ്റുന്നത് ഇരുട്ടാണെന്ന് പെട്ടെന്നാണ് സുമിത്രയ്ക്ക് മനസ്സിലായത്. അവൾ വേഗം തുടർന്നു: ''വേഗം കുളിച്ചു വന്നോളൂ. ചോറ് വല്ലാതെ തണുക്കണ്ടാ.''

അടുക്കളയുടെ ഉമ്മറപ്പടിയിൽ വെച്ച് ഭർത്താവ് വീണ്ടും സുമിത്രയെ പിടിച്ചുനിർത്തി.

കുതറിയത് ഓർക്കാതെയാണ്. ദിനേട്ടന്റെ തല കട്ടളയിൽത്തന്നെ ഇടിച്ചു. ദേഷ്യം കൊണ്ട് തിളങ്ങുന്ന ദിനേട്ടന്റെ കണ്ണുകളെ നേരിടാതെ സുമിത്ര പറഞ്ഞു: ''നടക്കൂ, ഞാൻ ഉമ്മറത്തെ വാതിലടച്ചിട്ടു വരാം.''

പുറത്ത്, ഇരുട്ടിനൊക്കെ അപ്പുറത്ത് അകലെ പഞ്ചവാദ്യം തകർക്കുന്നു.

മുറിക്കുള്ളിലെ ചിമ്മിനി താഴ്ത്തിയപ്പോൾ, കട്ടിലിലെ തണുത്ത വിരിയിൽ ശരീരം സ്പർശിച്ചപ്പോൾ, പിന്നെ, ദിനേട്ടന്റെ ശ്വാസം ഒരു വെള്ളച്ചാട്ടം പോലെ തന്നെ മൂടിയപ്പോൾ ഒക്കെ, സുമിത്ര അതുകേട്ടു. അവസാനം മുണ്ടിന്റെ അറ്റം മേലിലേക്ക് വലിച്ചിട്ടുകൊണ്ട് കട്ടിലിൽ ചേർന്നുകിടക്കുമ്പോൾ ദിനേട്ടൻ ചോദിച്ചു: ''സുമീ, ഇപ്പോൾ ഞാൻ നിന്നെ കൊന്നാൽത്തന്നെ ആരാണ് ചോദിക്കാൻ?'' ഒരു കുതറൽ!

തന്റെ മേൽ ഒരു ഘനംപോലെ വെച്ചിരുന്ന ദിനേട്ടന്റെ കൈയിൽ തലോടിക്കൊണ്ട് പെട്ടെന്ന് സുമിത്ര ചിരിച്ചു, ''ശര്യാ, പക്ഷേ, എന്തിനാണ് ദിനേട്ടൻ എന്നെ കൊല്ലുന്നത്?''

താനപ്പോൾ ചിരിച്ചതെന്തിനാണെന്ന് അവൾക്കു തന്നെ മനസ്സിലാകാതിരുന്നതുകൊണ്ട് സുമിത്ര ഓർക്കാൻ തുടങ്ങി. പഞ്ചവാദ്യം അവസാനിക്കാറാകുന്നു.

പിന്നെ നോക്കുമ്പോൾ ദിനേട്ടൻ നല്ല ഉറക്കമായിരുന്നു. സാവധാനം എഴുന്നേറ്റിരുന്ന് അവൾ ജനാലയിലൂടെ പുറത്തേക്കു നോക്കി. കാവിലെ പറമ്പിൽ നിന്ന് ഉയർന്നുപൊട്ടുന്ന അമിട്ടുകൾ. അഴിഞ്ഞുകിടന്ന സാരിയുടെ ഞൊറികൾ ശരിക്കു കുത്തി ജനാലയ്ക്കൽ കുറച്ചുനേരം നിന്നിട്ട് പിന്നെ സുമിത്ര തണുത്ത ചോറിൽ വെള്ളമൊഴിക്കാൻ അടുക്കളയിലേക്കു പോന്നു. അവിടെ തുറന്നിട്ട ജനാലയിലൂടെ കാണാവുന്ന ആകാശത്തിൽ ആകെ രണ്ടു നക്ഷത്രങ്ങളേ ഉണ്ടായിരുന്നുള്ളൂ. മറ്റൊന്നും പ്രത്യേകിച്ച് ചെയ്യാനില്ലാത്തതിനാൽ അവൾ എണ്ണി... ഒന്ന്, രണ്ട്, ഒന്ന്, രണ്ട്, ഒന്ന്, രണ്ട്...

■

കലങ്ങുന്ന പ്രതിബിംബങ്ങൾ

ചെങ്കുത്തായ മലഞ്ചെരിവിലെ പൂക്കളെപ്പോലെ എന്നെ കുട്ടികൾ ഉന്മേഷവതിയാക്കുന്നു. പത്മ പറഞ്ഞു. ജീവിതത്തിന്റെ ചുരുണ്ടു മടങ്ങിയ, നിവരാത്ത ചുളിവുകൾക്കിടയിലെ ചിതറിയ കുന്നിക്കുരുക്കളെപ്പോലെയാണവർ. ഉപയോഗിച്ചുപയോഗിച്ച് നിറം മങ്ങിയ സാരിപോലെയുള്ള ജീവിതത്തിന്റെ പൊലിമയാർന്ന നിറങ്ങൾ കണ്ണിനുമുന്നിൽവെച്ച് എവിടേക്കൊഴുകിപ്പോയെന്ന് അമ്പരന്നു നിൽക്കെ ചിലപ്പോഴെങ്കിലും ഞാൻ ആശ്വാസത്തോടെ ഓർക്കുക, ഞാനും ഒരിക്കൽ നിറപ്പകിട്ടാർന്ന ഒരു കുന്നിക്കുരു ആയിരുന്നു എന്നാണ്. ആശ്വാസം എന്നു തന്നെയല്ലേ അതിനു വാക്ക്? മുന്നിലേക്കു നോക്കാൻ എനിക്കറപ്പു തോന്നുന്നു.

അറപ്പ് എന്ന വാക്ക്, സത്യസന്ധമായി പറഞ്ഞാൽ പേടി എന്നു തിരുത്താനാണെനിക്കിഷ്ടം. ശാന്തമായ വൈകുന്നേരങ്ങളിൽ തൊട്ടുതൊട്ടിരുന്ന് പുസ്തകം വായിക്കുന്നിടത്തുനിന്ന് മകൾ തിടുക്കത്തോടെ എഴുന്നേറ്റ് ഒരുങ്ങി ധൃതിയിൽ, അമ്മയോടൊന്നു കൈവീശാൻപോലും മറന്ന് കൂട്ടുകാരോടൊപ്പം ഇറങ്ങിപ്പോകുമ്പോൾ പത്മയുടെ മുഖത്ത് അറപ്പല്ല കാണാറ്. ശുദ്ധമായ പേടിയാണ്. കറുക്കാൻ തുടങ്ങുന്ന സന്ധ്യയുടെ മുഴുവൻ ഇരുളിനുമെതിരെ തിരിഞ്ഞുനിന്ന്, വൈകി വീട്ടിലെത്തുന്ന മറ്റുമക്കളുടെ നേരെ പത്മ കലമ്പൽ കൂട്ടും.

''എവിടെയായിരുന്നു എല്ലാവരും?'' പത്മ ഉറക്കെച്ചോദിക്കും. ഞാൻ കഥ പറഞ്ഞു തരാമെന്നു പറഞ്ഞത്, പാർക്കിലേക്കു പോകാമെന്നു പറഞ്ഞത് മറന്നുപോയോ? ഇനി അതൊന്നും ഇന്നു ഞാൻ ചെയ്തു തരില്ല.''

കൂട്ടികളുടെ മുഖത്തെ നേർത്ത അവഹേളനച്ചുവയുള്ള എതിർപ്പുകൾ, സ്വന്തം മുഖം നോക്കുന്ന കണ്ണാടിയിലെ പഴക്കച്ചുവയാർന്ന പുകമറയെ എന്ന പോലെ പത്മ അവഗണിക്കും നിത്യമായി. ദിനം പ്രതി വലുതാവുന്ന ചോർച്ചയിൽ നിന്നെന്നപോലെ ഇറ്റുവീഴുന്ന

എന്തോ ഒന്നിനെ എനിക്കു കീഴടക്കണം, പത്മ വിശദീകരണമെന്ന പോലെ പറയാറുണ്ട്. ഈ തണുപ്പ് എന്നെ ആകെ പൊള്ളിക്കുന്നു.

''പെരുപ്പിച്ചു കാട്ടൽ അല്ലെങ്കിലും നിന്റെ പ്രകൃതമാണ്.'' രഘു പറഞ്ഞു. 'ജീവിതത്തിന് അതതു തലങ്ങളിൽ അതിന്റേതായ പൂർണ്ണത യുണ്ട്. നിനക്കത് മനസ്സിലാവില്ല.'' പത്മ ചീറി. അമ്പത്തിമൂന്നാമത്തെ വയസ്സിൽ ലിപ്സ്റ്റിക്കിട്ട് കുണുങ്ങി നടന്നിരുന്ന അമ്മയെ ഞാൻ അറപ്പോടെ നോക്കിനിന്നിട്ടുണ്ട്. ചുളുങ്ങിയ തൊലിയിൽ ഗ്ലിസറിൻ തേച്ച് അമ്മ മയപ്പെടുത്തും. അമ്മയുടെ പണക്കാരനായ കൂട്ടുകാരൻ എനിക്കു വാങ്ങിത്തന്ന ചുവന്ന പൂക്കൾ തലയിൽച്ചൂടി ഞാനന്ന് അലസമായി കസേരയിലിരിക്കും. ഒറ്റപ്പെടലിന്, തോൽവിക്കും ജയ ത്തിനുമെന്നപോലെ ഒരു പ്രത്യേക മണമുണ്ട്. ഓക്കാനം വരുത്തുന്ന മണം.

നിരന്തരമായ സമ്പർക്കവും സാമീപ്യവും തേച്ചുമായ്ക്കുന്ന ബന്ധങ്ങളുടെ പൂർണ്ണമായ ചിത്രങ്ങൾ പൊടിതട്ടി മിനുക്കി മുന്നിൽ കൊണ്ടു വന്നു വെച്ചു ചിരിക്കാൻ എപ്പോഴും നമുക്കാവില്ല.

പുതുമയുടെ കീറിനോവിപ്പിക്കുന്ന, ഒന്നാകെ തട്ടിയുണർത്തുന്ന മുള്ളുകളെപ്പറ്റി മോഹിച്ച്, ഒരു മോചനത്തിനെന്നപോലെ നഗ്ന യായി, പാട്ടീലിന്റെ താലോലിക്കുന്ന കൈകൾക്കു കീഴെ കിടന്നി രുന്ന തന്നെ പാട്ടീൽ ഒരപരിചിതയെ എന്നപോലെ ഉറ്റുനോക്കി. പാട്ടീലിന്റെ നഖങ്ങൾക്കുള്ളിൽ മുഴുവൻ കറുത്ത ചളി ആയിരുന്നു. പക്ഷേ അത് ആ നേരത്ത് പറയുക ക്രൂരതയാവും. ഞാനോർത്തു. അത്രയൊക്കെ കാരുണ്യം നമ്മൾ മറ്റുള്ളവരോടു കാണിക്കേണ്ട തുണ്ട്. തിളങ്ങുന്ന സ്യൂട്ടിനുകീഴിൽ പൊടിനിറഞ്ഞ ഒരു മനസ്സാവും ഒരു പക്ഷേ പാട്ടീലിനുമുണ്ടാവുക.

എന്റെ ശരീരത്തിലെ വികൃതമായ ചുളിവുകളെപ്പറ്റി അദ്ദേഹം പറയാത്തതും കരുണകൊണ്ടാവണം. ആവോ രഘൂ, വിധി പറച്ചി ലിന്റെ ഭാരമില്ലാതെ, നാളെയുടെയും പാട്ടീലിന്റെയും ഒന്നും മുഖം കാണാതെ അങ്ങനെ കിടക്കെ എനിക്ക് ജീവിതത്തോടു വല്ലാത്ത പരിഭവം തോന്നി. അതോ സ്നേഹം എന്നാണോ പറയേണ്ടത്? വാക്കുകൾ, നമ്മൾ സ്വയം ചിലത് വിശ്വസിപ്പിക്കുന്ന ബദ്ധപ്പാടിൽ മാറി മാറി പറഞ്ഞു നോക്കുന്നുണ്ടാവണം. പത്മ വെറും ശുദ്ധമായ പേടിക്ക് അറപ്പ് എന്നു പറയുന്നതുപോലെ, വാർധക്യത്തിന്റ ചുവ യാർന്ന അലസതയ്ക്കു ഞാൻ ബുദ്ധിപരമായ വളർച്ച എന്നു പറയുന്ന തുപോലെ. പക്ഷേ, മനസ്സിന്റെ താളുകൾക്കിടയിൽ അടുക്കിവെച്ച മയിൽപ്പീലികൾ ജീവിതം ഓരോ തട്ടിപ്പും പറഞ്ഞ് തട്ടിയെടുക്കു മ്പോൾ എല്ലാം പ്രസക്തമാണ്. പാട്ടീലിന്റെ മേലാപ്പാർന്ന കിടക്കയും

ആത്മഹത്യ ചെയ്യാൻ ഉറച്ച് കഴുത്തിലിറക്കിയ കുരുക്കും പിന്നെ ക്ലബ്ബിലെ വാച്ചുമാന്റെ കുട്ടിയെ രക്ഷിക്കാനുള്ള പണപ്പിരിവും ഒക്കെ അതെ. ഏതു ബന്ധത്തിന്റെയും അടിത്തറ സ്വന്തം സ്വാതന്ത്ര്യമാണെന്നു പ്രഖ്യാപിച്ച ചെറുപ്പക്കാരൻ ഞാൻ പാട്ടീലിന്റെ കൂടെ ഉറങ്ങിയതിന്, അമ്മയിൽനിന്ന് തല്ലുകൊണ്ട കുട്ടിയെപ്പോലെ മുഖം കറുപ്പിച്ചത് അതുകൊണ്ടാണ്. സ്വാതന്ത്ര്യത്തിന്റെ അതിർവരമ്പുകൾ അത്ര തിട്ടമാണോ എന്നു ചോദിച്ചാൽ ഒരുപക്ഷേ, എനിക്കുമുണ്ടാവില്ല മറുപടി. മുങ്ങാൻ പോകുന്നവന്റെ വൈക്കോൽത്തുരുമ്പുകളാണ് കാരണങ്ങൾ. ലോകത്തെ മുഴുവൻ കളിപ്പിച്ച് വീടിന്റെ പിൻപുറത്തെ ഗുദാമിൽ ഒളിച്ചിരിക്കെ രഘു എന്നോട് ചോദിക്കുകയുണ്ടായി. ഞാനെന്താണ് രഘുവിൽനിന്ന് പ്രതീക്ഷിക്കുന്നതെന്ന്. ഉത്തരം രഘു പ്രതീക്ഷിച്ചിരുന്നില്ലെന്നത് ശരിതന്നെ. പക്ഷേ തൊണ്ടയിലൂടെ ഇറങ്ങുന്ന ഒരു തീത്തുള്ളി പോലെ അതെന്നെ പരവശയാക്കി. ഉത്തരം അന്നും ഇന്നും എനിക്കറിയില്ല. ഇതുവരെ കണ്ടിട്ടുള്ള ഒന്നല്ലാത്തതിനാൽ ഇനി കണ്ടാൽ തിരിച്ചറിയുമോ എന്നുമറിയില്ല. അതു കണ്ടുപിടിക്കുക എന്ന ചുമതലയാണോ, അസംബന്ധമാം വിധം ഞാൻ പ്രതീക്ഷിച്ചതെന്നുമറിയില്ല,

സ്വാഭാവികതയ്ക്കെതിരേയുള്ള ബാലിശമായ എന്റെ ചെറുത്തുനില്പിന്, നിത്യതയ്ക്കെതിരെയുള്ള എന്റെ പിടച്ചിലിന്, എല്ലാറ്റിനുമുപരി ആഞ്ഞുവീശി ഒരു വെള്ളപ്പുതപ്പുപോലെ എന്നെ ആകെ മൂടുന്ന ഭീതിക്ക് എല്ലാം ഉദാത്തമായ കാരണങ്ങൾ കണ്ടുപിടിക്കുകയാവണം ഞാൻ. ഏകതാനതയ്ക്ക് കുത്തി മുറിവേൽപ്പിക്കുന്ന ഒരു മുനയുണ്ട്, കണ്ണിൽ വെള്ളം പൊടിപ്പിക്കുംവരെ അത് ആഴത്തിൽപ്പോകും. കഴുത്തുവരെ വെച്ച് വെട്ടിയ മുടിയും തിളങ്ങുന്ന ലിപ്സ്റ്റിക്കും കാഞ്ചീപുരം സാരിയുമുള്ള പത്മ, ഗ്രാമ്യയായ ഒരു പെൺകുട്ടിയെപ്പോലെ എന്റെ കാൽക്കലിരുന്ന് മൂക്കു ചീറ്റി കരഞ്ഞപ്പോൾ ഞാൻ അമ്പരന്നു പോയിട്ടുണ്ട്. ആനന്ദ് എന്റെ മാറിൽ തൊടുന്നതു കണ്ടുകൊണ്ടാണ് പത്മ അന്നു കടന്നുവന്നത്. വലിയ ഒരു പുസ്തകവുമായി ഞങ്ങളുടെ ഇടയിൽ കടന്നിരുന്ന്, പത്മ ആനന്ദുമായി വർത്തമാനം തുടങ്ങി. എന്നെ അവഗണിച്ചുകൊണ്ടുതന്നെ.

‘‘പത്മേ’’ അന്നു ഞാൻ പറഞ്ഞു: ‘‘ഇതാണു മോശം. മര്യാദകേട് ആനന്ദാണ് കാട്ടിയത്.’’

‘‘എടി തെണ്ടീ...’’ പത്മ പക്ഷേ, പെട്ടെന്നു നിറുത്തി. പിന്നെ കത്തിമുനപോലത്തെ കണ്ണുകൾകൊണ്ട് അവളെന്നെ നോക്കി. മിന്നിയിരുന്നത് ഒരു പക്ഷേ കണ്ണീരിന്റെ നനവാവണം എന്ന് ഇന്നെനിക്കു

തോന്നുന്നു. പത്മ തറവാടി ആയിരുന്നു. ഈ വാക്കുകൾ പറയുന്നതിന് ഒരല്പം മുൻപുപോലും ഇത്തരം വാക്കുകൾ പത്മക്കറിയില്ലന്നേ ഞാൻ വിശ്വസിക്കൂ.

പിന്നെ, അന്നുരാത്രി, ആനന്ദിന്റെ കാറിൽ തൊട്ടു തൊട്ടിരിക്കേ, എന്റെ തുടയിൽ കൈയമർത്തിവെച്ച് ആനന്ദ് നിറുത്താതെ വർത്തമാനം പറയവേ, ഞാൻ പറഞ്ഞു.

''മോഹനൻ ഇന്നുമുതൽ ഹോസ്റ്റലിലേക്കു താമസം മാറ്റി.''

''അവൻ വലുതായി നിർമലേ.'' ആനന്ദ് പറഞ്ഞു. ''നിനക്കവനെ ഇനിയും മടിയിൽവെച്ചു നടക്കാനാവില്ല.''

മുന്നിൽ, കല്ല് വന്നുവീണ കുളംപോലെ, ഏറെ പ്രതിബിംബങ്ങൾ ഒന്നാകെ കലങ്ങി. അതിന്റെ വക്കത്തുനിന്ന് ആനന്ദ് മനോഹരമായി ചിരിച്ചു. കൈയുയർത്തി എന്റെ ഉയർന്ന മാറിലമർത്തി.

''മരിച്ചിട്ട്...?'' പത്മ ചോദിക്കും. ''ജീവിക്കുകയാണ് എനിക്കാവശ്യം.''

ആനന്ദിന്റെ കൈ ഞാൻ പതുക്കെ മടിയിലെടുത്തുവെച്ചു. പൊടുന്നനെ, പണ്ടുപണ്ട് നട്ടുച്ചയ്ക്ക് നാഗത്താന്മാരുടെ എല്ലാ ശാപങ്ങളെയും മറന്ന്, പൊള്ളുന്ന ചരൽക്കല്ലുകൾക്കുമീതെ അയിത്തമാർന്ന ചാമിയുമായി ഇണചേർന്നതുപോലെ ഒന്നിണചേരാൻ, എല്ലാറ്റിനെയും ധിക്കരിച്ച് ആവേശത്തോടെ ഒന്നിണചേരാൻ, കൊല്ലാൻ തോന്നിക്കുന്ന അതേ ദൈവം അതിന്റെ പേരും പറഞ്ഞ് പിന്നെ ശിക്ഷിക്കുന്നതെന്തിനാണെന്ന് കലണ്ടറിലെ ഗണപതിയോട് രോഷത്തോടെ ചോദിച്ചപോലെ ആരോടെങ്കിലും ഒന്നു ചോദിക്കാൻ, ഒരു മയിൽപ്പീലിക്കുവേണ്ടി ദിവസം മുഴുവൻ കരഞ്ഞപോലെ ഒന്നു കരയാൻ എനിക്കതിയായ കൊതി തോന്നി.

''ഏറെ ഏറെ ദൂരം നമ്മൾ നടന്നിരിക്കുന്നു.'' കൈയിലെ മണൽത്തരികൾ താഴത്തേക്കുതിർത്തുകൊണ്ട് ആനന്ദ് ഒരിക്കൽ പറഞ്ഞു. ''തിരിഞ്ഞു നോക്കിയാൽ മയിൽപ്പീലികൾ ഇനി കണ്ടെന്നുവരില്ല...''

''പത്മേ, ഇന്നു മാപ്പാക്കുക.'' ടെലിഫോൺ ബൂത്തിലെ നിശ്ശബ്ദതയിൽ ആനന്ദിന്റെ ശബ്ദം പതുക്കെ മുഴങ്ങി. ''സദാശിവൻ ലക്കില്ലാതെ റോഡിൽ കിടപ്പാണ്. നിനക്കറിയാലോ പുള്ളിയെ? ഓ.കെ. നാളെ രാവിലെ.''

''മരിച്ചിട്ട്'' പാതി വലിച്ചു നിറുത്തിയ കർട്ടൻ അതേപടി നിർത്തി പത്മ എന്റെ നേരെ നോക്കി. ''എന്നിട്ട്? എനിക്കു ജീവിക്കുകയാണ് വേണ്ടത്...''

പത്മയുടെ കുട്ടികൾ ഞങ്ങളുടെ ചുറ്റും കലമ്പൽ കൂട്ടി. തിളക്കമാർന്ന ആ പുഞ്ചിരികൾക്കിടയിലൂടെ കൈ നീട്ടി ഞാൻ പത്മയുടെ കൈയിലമർത്തി.

കാറിൽ ഞാൻ ആനന്ദിനോടു വീണ്ടും ചേർന്നിരുന്നു. പുറത്തെ വെളിച്ചം ഒരു വടിവുപോലെ ആനന്ദിന്റെ മുഖത്തു വീണു കിടന്നു. തൊട്ടടുത്ത്, എന്റെ മാറിലും മനസ്സിലും ഉരസി ഇരിക്കുന്ന ഈ ആനന്ദിന്റെ മുഖം എന്തുകൊണ്ടാണ് എന്നെ അതിരില്ലാതെ പേടിപ്പെടുത്തുന്നതെന്ന് എനിക്ക് പൊടുന്നനെ മനസ്സിലായി. വാതിലിന്റെ താക്കോൽ ദ്വാരത്തിൽ തിരിയുന്ന താക്കോലിന്റെ ശബ്ദം ഒരു മുഴക്കമായി അവസാനിക്കുമ്പോൾ, വീട്ടിനകത്തെ അനാഥമായ ഇരുട്ട് നില തെറ്റിക്കുംവിധം ശക്തിയോടെ മനസ്സിലേക്കെത്തുമ്പോൾ, പിന്നിൽ ഒരാളുണ്ടാവുക ഒരാശ്വാസമാണ്. ഈയിടെ എന്റെ കൂടെ വാതിൽക്കൽ വരെ വരുന്നത് ആനന്ദ് മാത്രമാണ്. അതുകൊണ്ട് അയാളോട് വരരുതെന്നു ഞാൻ പറയില്ല.

കണ്ണാടിക്കു മുന്നിൽ നിൽക്കെ, വെളുക്കാൻ തുടങ്ങിയിരുന്ന രണ്ടിഴകൾ ചെന്നിയിൽ നിന്ന് ഞാൻ പൊട്ടിച്ചുകളഞ്ഞു. പിന്നെ കട്ടിലിൽ കിടന്ന് എനിക്കിഷ്ടമുള്ള വെളുത്ത വിരിമാറ്റി, ആനന്ദിനിഷ്ടമുള്ള നീലവിരിപ്പു വിരിച്ചു.

''ഉറങ്ങുകയല്ല'', പാട്ടീൽ പറഞ്ഞിട്ടുണ്ട്. ''തട്ടിൽനോക്കി അന്തം വിട്ട് കിടക്കുകയാവും. അല്ലെങ്കിൽ ജപമാല കൈയിലെടുത്ത് എനിക്കും എന്റെ സൗഭാഗ്യങ്ങൾക്കും വേണ്ടി പ്രാർത്ഥിക്കുകയാവും എന്റെ ഭാര്യ.''

''അതുകൊണ്ട്?'' ഞാൻ ചോദിച്ചു.

''നിർമലേ'' മലർന്നുകിടന്ന് പാട്ടീൽ അന്നും പറഞ്ഞു, ''ശരിക്കും തെറ്റിനും സങ്കടത്തിനും സന്തോഷത്തിനും എല്ലാറ്റിനുമുപരി എനിക്കും പകരം നിൽക്കാൻ എനിക്കീ ജീവിതമേയുള്ളൂ. അത് ഞാനായി ജീവിക്കാനേ എനിക്കാവൂ.''

■

ഇരുട്ടിന്റെ ജാലകം

ഈ രാത്രിയിൽ എന്റെ ജനാല വിരിയുടെ അപ്പുറത്ത് തുറിച്ചു നോക്കിനിൽക്കുന്ന ആകാശം പോലെയാകാറുണ്ട് ചിലപ്പോൾ മനസ്സ്. പുറം പൊറ്റൻ മൂടിയ ഒരു വലിയ കുരുവാണ് ഈ ലോകമെന്ന് എനിക്കപ്പോഴൊക്കെ തോന്നും. ചുറ്റും പൂക്കൾ വിരിയുന്നുണ്ടെന്നറിയാതെ, തലയ്ക്കു മുകളിൽ തണുത്ത കാറ്റ് വീശുന്നുണ്ടെന്നോർമിക്കാതെ ഞാൻ കാലടികളിൽത്തന്നെ നോക്കിയിരിക്കും. ചവിട്ടിത്തള്ളിയ വഴിയിൽ എന്റെ കാലടിപ്പാടുകളേയില്ല. പരിഭ്രാന്തിയോടെ, തേഞ്ഞുകൊണ്ടിരിക്കുന്ന കാലടികളിലും ഒന്നും അറിഞ്ഞിട്ടില്ലാത്തതുപോലെ ഉറങ്ങിക്കിടക്കുന്ന എന്റെ വഴിയിലും കണ്ണുകൾകൊണ്ടു പരതും. പലരും നടന്നുപോയ ആ വഴിയുടെ മനസ്സിൽ ഒരോളമുണ്ടാക്കാൻ എനിക്കായില്ലല്ലോ. പലരും പറഞ്ഞതുകേട്ട് കൈയും കാലും മനസ്സും കെട്ടി ഒതുങ്ങി നടന്നിട്ടും കാലടികൾ തേഞ്ഞു. വഴി ചിരിച്ചില്ല, ഒരിക്കലെങ്കിലും. ഞാനുമതേ. ഇതിനൊക്കെ പകരം ആദ്യം മുതലേ ധൈര്യത്തോടെ, കൈ വീശിവീശി കാലടികൾ അമർത്തിവെച്ച് നടക്കാമായിരുന്നു. എന്റെ കോലാഹലങ്ങൾ കേട്ട് വഴി കൺപോളകൾ ഒന്നടർത്തി നോക്കിയെങ്കിൽ എനിക്കിപ്പോൾ തേഞ്ഞ കാലടികളിൽ നോക്കി, തുറിച്ചു നോക്കിനിൽക്കുന്ന മനസ്സിനു മുന്നിൽ വെറുതെ ഇരിക്കേണ്ടിവരില്ല. എനിക്ക് ചിരിക്കാമായിരുന്നു. ഇപ്പോൾ എവിടെയാണതിനുള്ള ധൈര്യം? അല്ലെങ്കിൽ തന്നെ മനസ്സിൽനിന്നും എന്തെടുത്താണ് ഞാൻ ചിരിയുണ്ടാക്കുക?

വെളുത്ത വിരിയിൽ കിടന്നുറങ്ങുന്ന ഭർത്താവിന്റെയും കുട്ടികളുടെയും മുഖത്തായിരുന്നു. ഇതൊക്കെ ഓർക്കുമ്പോഴും എന്റെ കണ്ണുകൾ. എന്റെ തേഞ്ഞ കാലടികൾ അവർ തന്നെയാണ് എന്ന് എനിക്കു തോന്നിയിരിക്കണം. തലതിരിച്ചിലോളം എത്തുന്ന ഒരുതരം പേടി തോന്നി. പുറത്ത് കനത്ത് കറുപ്പിച്ചു നിൽക്കുന്ന ഇരുട്ട്. അകത്ത് വെളുത്ത വിരിയിൽ ശാന്തരായുറങ്ങുന്ന കുട്ടികൾ, ഭർത്താവ്. ഇവർക്കിടയിൽ ഇരിക്കുമ്പോൾ എനിക്കെപ്പോഴും പേടി തന്നെയാണ് തോന്നാറ്. ഇവരിലാരെയാണ് എനിക്ക് തിരഞ്ഞെടുക്കേണ്ടി

വരിക? ഞാനോർക്കും. ഉള്ളിന്റെ ഉള്ള് ശുദ്ധമാക്കിക്കൊണ്ടു വരുന്ന ഒരു തുള്ളി കണ്ണീരിനു വേണ്ടി ഞാൻ കാത്തിരിക്കാൻ തുടങ്ങും. ഈ കാത്തിരിപ്പ് തുടങ്ങിയിട്ടും ഒരുപാടു നാളായി. എന്നോടടുത്ത വരോടൊക്കെ ഞാനിതു ചോദിച്ചിട്ടുണ്ട്. എവിടെ എന്റെ ആ കണ്ണു നീർത്തുള്ളി എന്ന്. പക്ഷേ എല്ലാവരും അവരവരുടെ കണ്ണുനീർ ത്തുള്ളിയുടെ തിരച്ചിലിലാണ്. ഒരെത്തും പിടിയുമില്ലാതെ നിൽക്കു ന്നിടത്തുനിന്ന്, എന്റെ ജീവനെപ്പോലെ എന്നെ പിന്തുടർന്ന ആ പേടിയിൽനിന്ന് രക്ഷപ്പെടാൻ വേണ്ടി എന്റെ ഏറ്റവും ഇഷ്ടപ്പെട്ട കവിയുടെ കവിത വായിക്കാനിരിക്കും. ഒരിക്കലും അതൊന്നും നേരെയാവാറില്ല. ഞാൻ നോക്കി നോക്കിയിരിക്കെ. പിന്നിൽനിന്ന് ഇരുട്ട് കവിതയെ അപ്പാടെ മൂടും. തൊട്ടടുത്ത് ഇരുട്ട് വിടാതെ കുടിപാർക്കുമ്പോൾ നമുക്കാർക്കും കവിതയും കുട്ടികളും ഒന്നും ഒരു രക്ഷയല്ല.

പതിവുപോലെ കവിതാപുസ്തകം മടക്കിവച്ചു. ഒന്നിനുമില്ല ഒരു തുടക്കവും അന്ത്യവും. എവിടെയാണ് ഞാൻ? ഒരു ഇടുങ്ങിയ മുറിക്കകത്ത് നാലുപാടും ഇരുട്ട് കാവൽനിൽക്കുന്ന ഒരു തുണ്ട് മങ്ങിയ വെളിച്ചത്തിൽ ഈ വാചകം ഒരു മന്ത്രമെന്നപോലെ പല തവണ പറഞ്ഞുനോക്കി. വാക്കുകളോരോന്നിനും അക്ഷരമില്ലാതായി. ശബ്ദത്തിനുമാത്രം അർത്ഥമുണ്ടാവുന്ന നിമിഷംവരെ ഞാനതു പറഞ്ഞുകൊണ്ടേയിരുന്നു. കുട്ടികളുടെ താളക്രമത്തിലുള്ള ശ്വാസോ ച്ഛ്വാസം അതുതന്നെയാണ് പറയുന്നത്. ഞാൻ ചെവിടോർത്തു. നമു ക്കൊക്കെ കരയാൻ തോന്നുന്ന അത്തരം നിമിഷങ്ങളിൽ, ജനൽ ക്കമ്പികളിൽ മുറുക്കിപ്പിടിച്ചുകൊണ്ട് വെറുതെ നിൽക്കുകയാണ് പതിവ്. ആളുന്ന തീയുടെ ചൂടോടെ എനിക്കപ്പോൾ ഓർമവരും, ആർക്കുവേണ്ടിയാണ് ഞാൻ കരയുക?

മടക്കിവച്ചിരുന്ന കവിത വീണ്ടും കൈയിലെടുത്തു.

കാവടിയെടുത്ത നേർച്ചക്കാർ വീട്ടുമുറ്റങ്ങളിൽ തുള്ളുന്നതു പോലെ ഞാനുറക്കെ കവിത വായിച്ചു. ഇരുട്ടത്ത് വഴിനടക്കുമ്പോൾ കൈകൊട്ടി പാമ്പുകളെ അകറ്റാമെന്നു വ്യാമോഹിക്കുന്നതുപോലെ യായി അത്. എന്റെ പിന്നിൽനിന്നും ജനാലയ്ക്ക് പുറത്തുനിന്നും ഒക്കെ മനസ്സിലുണ്ടായിരുന്ന ഒരുപാട് തുളകളിലൂടെ ഇരുട്ട് എന്റെ അകത്തേക്കുതന്നെ വന്നു. കവിത വായിക്കുന്നതിന്റെ ശബ്ദം ഉറക്കെ യാക്കി നോക്കി ഞാൻ. പക്ഷേ, അകത്ത് ശാന്തമായ ഒരിരമ്പത്തോടെ നിറയുന്ന ഇരുട്ടിനെതിരെ എനിക്കൊന്നും ചെയ്യാനുമായില്ല. ഒരു നിയതമായ താളത്തോടെ, നിയതമായ ഈണത്തോടെ അത് നിറഞ്ഞു കൊണ്ടേയിരുന്നു. എന്റെ തറയും ചുമരുമൊക്കെ അതിൽ ഒരു മയക്ക ത്തോടെ അലിയുന്നത് ഞാനറിഞ്ഞു. കവിതാപാരായണത്തിന്റെ

ശബ്ദം വീണ്ടും ഉച്ചത്തിലുച്ചത്തിലാക്കി. അപ്പോഴാണ് ഭർത്താവ് ഉണർന്നത്.

''എന്നെ എന്നെ കൂട്ടിപ്പിടിക്കൂ,'' ഞാൻ പറഞ്ഞു. ''ഞാനിപ്പോൾ കുതിർന്ന് കുതിർന്ന് തീരും.''

പാതിയുറക്കത്തിൽ ഭർത്താവ് എന്നെ ചേർത്തുകിടത്തി. അദ്ദേഹത്തിന്റെ മാറിൽ മുഖം ചേർത്ത്, ചെറിയ ഒരു കുട്ടിയെപ്പോലെ കിടന്നു നോക്കി. പക്ഷേ, മനസ്സിലെ നിരന്ന തുളകളിലൂടെ നിറയുന്ന ഇരുട്ട്, എന്നിൽ നിറഞ്ഞുകൊണ്ടിരുന്നത് അദ്ദേഹത്തിന്റെ ഹൃദയമിടിപ്പിന്റെ അതേ താളത്തിലായിരുന്നു. വല്ലാത്ത അമ്പരപ്പോടെ പിടഞ്ഞെഴുന്നേറ്റു. മുൻപത്തെപ്പോലെതന്നെ, ആകാശം കണ്ണുകളെടുക്കാതെ എന്നെ തുറിച്ചുനോക്കി നിൽക്കുകയാണ്. എന്റെ മേൽച്ചുണ്ടിലും നെറ്റിയിലുമൊക്കെ വിയർപ്പു പൊടിഞ്ഞു. മേശപ്പുറത്തിട്ട കവിതാ പുസ്തകത്തിലും കുട്ടികളുടെ മുഖത്തും ഭർത്താവിന്റെ മുഖത്തും മാറി മാറി നോക്കി. അവർക്കിടയിലൂടെ ഒരു വഴി പുറത്തേക്കുണ്ടോ എന്നാണ് നോക്കിയിരുന്നത്. എല്ലാ വഴികളും എന്റെ കിടപ്പുമുറിയിൽനിന്നുള്ള ബാൽക്കണിയിലേക്കായിരുന്നു. അവിടെ അപ്പോഴും ഇരുട്ടാണ്. അതൊട്ടും എനിക്ക് വഴിമാറിത്തന്നില്ല. എനിക്ക് വാശിയും ദേഷ്യവും പേടിയും ഒക്കെ തോന്നി. ഇതെല്ലാം പേറി എങ്ങോട്ടാണ് നടക്കുക? എന്റെ തേഞ്ഞ കാലടികൾ കാണുമ്പോൾ, പിന്നിൽ അലകളും രോമാഞ്ചങ്ങളും ഇല്ലാതെ വിളർത്തുകിടക്കുന്ന എന്റെ വഴി കാണുമ്പോൾ അല്ലെങ്കിലേ ക്ഷീണം തോന്നുന്നുണ്ട്. മനസ്സിൽനിന്ന് ഒരു ചെടി പറിച്ചുനട്ട് ഒരു പൂവെങ്കിലും വിടർത്താൻ പറ്റിയില്ല. ഇനി ഉണങ്ങിയ വേരുകളും കൊമ്പുകളും പേറി എവിടേക്കാണ് നടക്കുക? ബാൽക്കണി മുഴുവനും അതിനു പുറത്തും അങ്ങേയറ്റംവരെയും ഇരുട്ടാണ്. ഇവർക്കിടയിൽ, പക്ഷേ, ഞാനിതും പേറി ഇരിക്കാൻ തുടങ്ങിയാൽ അവർക്കും അതിന്റെ ഭാരം തോന്നിത്തുടങ്ങും.

ഈ ചിന്ത എന്നെ എന്തെന്നില്ലാതെ അരിശം പിടിപ്പിച്ചു. പകയും വീറും ദേഷ്യവും ഒക്കെ എന്റെ ഉള്ളിൽ പതഞ്ഞുവന്നത് അങ്ങനെയാണ്. ''നോക്കൂ. എന്നെ മുഴുവനായും ഞാൻ നിനക്ക് ഹോമിക്കാം.'' ഞാൻ പറഞ്ഞു. ''പക്ഷേ, ഇവരുടെ അടുത്തുകൂടി പോകാൻ ഞാൻ നിന്നെ അനുവദിക്കുകയില്ല.''

പൊടുന്നനെ, ഈ മുറി ലോകത്തിലേക്ക് വച്ചേറ്റവും ചെറുതാണെന്ന് തോന്നി. ഞാൻ കൈയൊന്നനക്കിയാൽ മനസ്സിലെ ഇരുട്ടും കറുപ്പും മുഴുവൻ എന്റെ കുട്ടികളുടെമേൽ തട്ടിത്തൂവും. ശബ്ദമുണ്ടാക്കാതെ, ശ്രദ്ധയോടെ, വളരെ സാവധാനത്തിൽ പുറത്തേക്ക് കടന്നുനിൽക്കാൻ ആഗ്രഹിച്ചത് അതുകൊണ്ടാണ്. പുറത്ത് പക്ഷേ, എന്റെ ചെറിയ മകളുടെ പാവക്കുട്ടി ഇരുട്ടിലും തണുപ്പിലും ഒറ്റയ്ക്ക്,

ആരും തുണയ്ക്കില്ലാതെ കിടന്നിരുന്നു. മുറിയിൽനിന്ന് പുറത്തേക്ക് എന്റെയൊപ്പം വരാൻ ശ്രമിച്ച ഒരു കീറ് വെളിച്ചത്തിൽ ഞാനതിന്റെ അടഞ്ഞ കണ്ണുകൾ കണ്ടു. നേർത്ത കൺപീലികൾക്കു താഴെ, ചായം പൊളിഞ്ഞുപോയതുകാരണം ഒരു പ്രത്യേക മട്ടിലായിരുന്നു അതിന്റെ ചുണ്ടുകൾ. പൊട്ടിവന്ന കരച്ചിൽ എന്തിനെയോ കണ്ട് പേടിച്ച് അമർത്തി വെച്ചപോലെയായിരുന്നു അത്.

ഞാൻ വേഗം, ഏറ്റെടുക്കുന്ന മട്ടിൽ, പാവക്കുട്ടിയെ കൈയിലെടുത്തു. ചെറിയ കണ്ണുകൾ അത് പൊടുന്നനെ തുറന്നു. പതുക്കെ ചിരിച്ചുനോക്കി. പാവക്കുട്ടിയുടെ ചുണ്ടുകൾ പക്ഷേ, പഴയമട്ടിൽത്തന്നെ ഇരുന്നു. മുന്നിലെ ആകാശം പോലെത്തന്നെ, കണ്ണുകൾ അടയ്ക്കാതെ തുറന്നുവെച്ച് എന്റെ മുഖത്തേക്കുതന്നെ നോക്കുകയാണ് പാവക്കുട്ടിയും എന്ന് അപ്പോഴാണ് മനസ്സിലായത്. അതിന്റെ കണ്ണുകൾക്ക് ചൂടുണ്ടെന്നും എന്നെ അന്വേഷിച്ചെത്തിയ രണ്ട് തീക്കട്ടകളാണവയെന്നും ഒക്കെ തോന്നി. അവയ്ക്കു മുന്നിൽ അധികം നേരമിരിക്കാൻ എനിക്കാവില്ല.

പാവക്കുട്ടിയെ വേഗം മേശപ്പുറത്തുവെച്ച് വീണ്ടും കവിതാപുസ്തകം കൈയിലെടുത്തു. നേർത്ത ഇരുണ്ട നിറമുള്ള ആ കണ്ണുകളിൽനിന്നും രക്ഷപ്പെടാനെന്നപോലെ ജനാലയുടെ അറ്റംവരെ ചെന്നു. ജനാലയുടെ പുറത്ത് ആകാശം മുൻപിലത്തെ അതേപോലെ വിലങ്ങടിച്ച് നിൽപ്പാണ്. വേഗം ജനൽപ്പാളികൾ അമർത്തിയടച്ച് എന്റെ കാൽക്കൽ കിടന്നിരുന്ന ചെറിയ സ്റ്റൂളിലിരുന്നു. പിന്നിൽ ഇറക്കി വെയ്ക്കാനൊരിക്കലും എനിക്കാവാത്ത കണ്ണുകൾ. മുന്നിൽ വളരെ അടുത്ത് എനിക്കെപ്പോൾ വേണമെങ്കിലും തുറക്കാവുന്ന വാതിൽ. അല്പം മുൻപ് പുറത്തേക്കൊഴുകാൻ തുടങ്ങിയിരുന്ന ഇരുട്ട് ഒരു വല്ലാത്ത ശബ്ദത്തോടെ എന്റെയുള്ളിൽ ഉറഞ്ഞു. കട്ടപിടിച്ച ഇരുട്ടിനറ്റത്ത് വാതിലിന്റെ വൃത്തിയുള്ള വെളുപ്പിൽ നോക്കിയിരിക്കെ എനിക്കെഴുന്നേൽക്കാനാവാത്ത ക്ഷീണം തോന്നി. എന്തെന്നില്ലാത്ത പേടിയും. സർവശക്തിയുമെടുത്ത് കൈയിലെ പുസ്തകം പാവക്കുട്ടിയെ ലക്ഷ്യമാക്കി എറിഞ്ഞതങ്ങനെയാണ്. പാവക്കുട്ടി ഒരു ശബ്ദത്തോടെ നിലത്തുവീണു. പെട്ടെന്ന് അടഞ്ഞുപോയ ചെറിയ കണ്ണുകളിലും ഒടിഞ്ഞതുപോലെ മടങ്ങിക്കിടന്ന കാലിലും ഞാൻ ഒരുപാട് നേരം നോക്കിനിന്നിരിക്കണം. അണപൊട്ടിയപോലുള്ള എന്റെ ശ്വാസത്തിന്റെ ശബ്ദം, മഴച്ചാറലേറ്റ് അണയുന്ന ഒരു ചാരക്കൂമ്പാരം പോലെ പതുക്കെപ്പതുക്കെ താഴ്ന്നുവന്നു. നനഞ്ഞ ഒരുപിടി വെണ്ണീറുപോലെ ഞാൻ എന്റെ മുറിയിൽ പിന്നെയും ബാക്കിയായി. ■

ദേവീമാഹാത്മ്യം

ആർഷഭാരതത്തിലെ മാന്യനായ വലിയ ഒരു ഓഫീസറുടെ ഭാര്യയായിരുന്നു ഞാൻ. ഒരു വലിയ വീടും കാറും മറ്റെല്ലാ സുഖസൗകര്യങ്ങളും ഉണ്ടായിരുന്ന ഭാഗ്യവതിയായ ഞാൻ, ചിലപ്പോൾ എന്നെക്കുറിച്ചോർത്തിരുന്നുപോകാറുണ്ട്. വീട്ടികൊണ്ടുള്ള വലിയ ഊൺമേശപ്പുറത്ത് പ്രതിബിംബിക്കുന്ന എന്റെ പ്രതിച്ഛായ നോക്കി ഞാനേറെ നേരം ഇരുന്നുപോകും. ആ കസേരയിൽ അങ്ങനെ ഇരുന്നു പുറത്തേക്കു നോക്കുമ്പോൾ കുട്ടികളെ മുതുകത്തു ഭാണ്ഡം കെട്ടി, പൊരിവെയിലിൽ കുന്നിന്റെ മുകളിലൂടെ ഞളുങ്ങിയ അലുമിനിയപ്പാത്രങ്ങളിൽ വെള്ളം കൊണ്ടുവരുന്ന പാവപ്പെട്ട സ്ത്രീകളെ കാണാൻ പറ്റും. അവരുടെ മുഖത്തെ എത്ര കഴുകിയാലും മാറ്റമില്ലാത്ത ആ പ്രത്യേകഭാവം കറകെട്ടിയ വിലയില്ലാത്ത നാണയത്തുട്ടുകളെപ്പോലെയാണെന്നാണ് തോന്നാറ്. അവകൊണ്ട് എന്താണ് ചെയ്യേണ്ടതെന്ന് അറിയില്ല. പക്ഷേ, വലിച്ചെറിയുമ്പോൾ എന്തായാലും കാശല്ലേ എന്ന് ആലോചിക്കും. അങ്ങനെതന്നെ മടക്കി വീണ്ടും മനസ്സിലേക്കിടും.

ആർഷഭാരതത്തിൽ സ്ത്രീകൾ ബഹുമാന്യരാണ്. അമ്മ പറയും, സ്ത്രീ ലക്ഷ്മിയും സരസ്വതിയും ഒക്കെയാണ്. അതുകൊണ്ട് പുരുഷന്മാർ നമ്മെ ദേവീ എന്നുവിളിച്ച് ആരാധിക്കുന്നു. എന്നിട്ട് മനുഷ്യരെപ്പോലെ നമുക്ക് വിശപ്പും ദാഹവും ഉണ്ടെന്നത് മറക്കുന്നു. കഷ്ടം നമുക്കൊക്കെ ദേവികളാകാമായിരുന്നു. നമ്മളെ ദേവികളാക്കാൻ തയ്യാറുള്ളവരുടെ ഇടയിൽ മനുഷ്യന്മാരായിതന്നെ നാം തുടരുന്നതാണ് തെറ്റ്.

ഭർത്താവിന്റെ നേർത്ത ശ്വാസോച്ഛ്വാസം കേട്ടുകൊണ്ട് കിടക്കുമ്പോഴൊക്കെ അമ്മ പറയാറുള്ളത് ഞാനോർക്കും. എനിക്കത്ഭുതം തോന്നാറുണ്ട്. ധാരാളം പണവും ഒരു നല്ല ഭാവിയും കാൽക്കൽ കിടക്കുമ്പോൾ എന്തിനാണ് തന്നെ തന്റെ ഭർത്താവ് കല്യാണം

കഴിച്ചത്? അദ്ദേഹം പറയാറുള്ളതുപോലെ, പെണ്ണ് ഭാരമാണ് എന്ന് തനിക്കും അറിയാം. കല്യാണം ആലോചിച്ചുവന്ന ആൾക്കാർ ഓരോരുത്തനും തന്നെ വിളിച്ചുനിർത്തി മുഖത്തും മാറിലും അരയിലും നോക്കി വിലയിരുത്തുമ്പോൾ തൊട്ടടുത്ത് പാടുപെട്ട് വരുത്തുന്ന ചിരിയുമായി ഉൽക്കണ്ഠയോടെ നിന്നിരുന്ന അച്ഛന്റെ മുഖത്തുനിന്നും അത് മനസ്സിലായിട്ടുണ്ട്.

കുട്ടിയൊക്കെ നന്ന്, പക്ഷേ കറുത്തുപോയി എന്നു പറഞ്ഞു ഇറങ്ങിപ്പോയ ഒരു കൂട്ടരുടെ പിന്നിൽ മേശപ്പുറത്തുനിന്ന് തീറ്റസാധനങ്ങൾ മുറ്റത്തേക്ക് വലിച്ചെറിഞ്ഞ് മുകളിലേക്ക് കനത്ത അടികളോടെ നടന്നുപോയ അച്ഛന്റെ മുഖം ചിലപ്പോഴൊക്കെ എന്റെ എല്ലാ മോഹങ്ങളേയും കനലാക്കിക്കൊണ്ട് മനസ്സിൽ വളർന്നുവരും. അപ്പോൾ ഞാൻ ഭർത്താവിന്റെ മുഖത്തുനോക്കി കുറ്റബോധത്തോടെ ചിരിക്കാറുണ്ട്. ഒരൊറ്റ പൈസയും ഇന്നുവരെ സമ്പാദിക്കാത്ത എനിക്ക് പൈസയുടെ വില കുട്ടിക്കാലം മുതലേ അറിയാമായിരുന്നു. അവനവന്റെ ചിറകുകളും മനസ്സും ആണ് അത്. കത്രിച്ചെടുത്ത ചിറകുകളും നിറം മങ്ങി മുഷിഞ്ഞ മനസ്സുകളും പകരം വാങ്ങി ഞങ്ങളെ ഊട്ടുകയും ഉടുപ്പിക്കുകയും ചെയ്യുന്ന പുരുഷന്മാരോട് എനിക്കെപ്പോഴും നന്ദി തോന്നിയിട്ടുണ്ട്. ചന്തമുള്ള ആടയാഭരണങ്ങളിൽ പൊതിഞ്ഞ് രക്തംപോലെ ചുകന്ന കുങ്കുമം നെറ്റിയിലും തൊടുവിച്ച് ബഹുമാന്യകളാക്കി കൈയിൽ മുറുക്കിപ്പിടിച്ച് ഞങ്ങളെ കൊണ്ടുനടക്കുന്നവരാണവർ. അപ്പോഴൊക്കെ ചിരിക്കാൻ ബാദ്ധ്യത ഞങ്ങൾക്കുമുണ്ട്. കത്രിച്ചുകളഞ്ഞ ചിറകുകൾ ഞങ്ങളുടെ ആഡംബരമായിരുന്നു എന്ന് എനിക്കപ്പോൾ സമ്മതിക്കാം. നന്ദി സ്ത്രീകൾക്കായാലും വേണമല്ലോ.

വാസ്തവത്തിൽ, വിടർന്ന കണ്ണുകളും ഭംഗിയേറിയ മൂക്കും മാറ് നിറഞ്ഞ മുലകളും ഉള്ള ദേവിമാരായി വീട്ടിൽ വെച്ച് ഞങ്ങൾ ആരാധിക്കപ്പെടുമ്പോൾ എല്ലാ പരാതികളും അപേക്ഷകൾപോലും അധികപ്പറ്റാണ്. എന്തൊക്കെയാണ് പുരുഷന്മാരിൽ നിന്ന് പ്രതീക്ഷിക്കുക? ആൺകുട്ടിയെ പ്രസവിപ്പിക്കാൻ വേണ്ടി രണ്ടാമതും മൂന്നാമതും കല്യാണം കഴിച്ച സ്വർണ്ണക്കച്ചവടക്കാരനായ എന്റെ സുഹൃത്ത് ലാലാജിയുടെ ദുഃഖം എനിക്കും മനസ്സിലാവുന്നത് അതുകൊണ്ടാണ്. ലാലാജിയുടെ മൂന്നാമത്തെ കല്യാണത്തിന് ഞാനും പോയിരുന്നു. എന്റെ ഭർത്താവിന്റെ കൈ സന്തോഷത്തോടെ, അഭിമാനത്തോടെ പിടിച്ചുകുലുക്കി ലാലാജി. പിന്നെ വൈരക്കൽ മോതിരമിട്ട കൈ നരച്ച തലമുടിയിഴകളിലൂടെ തടവി അദ്ദേഹം ദുഃഖാകുലനായി: ''നോക്കൂ'' അദ്ദേഹം പറഞ്ഞു: ''ഞാനെന്റെ ഭാഗ്യം മൂന്നാമതും പരീക്ഷിക്കയാണ്. ഇത്തവണയെങ്കിലും ദൈവം എന്നോട് കനിയണേ

എന്നേയുള്ളൂ പ്രാർത്ഥന. എനിക്കു വയസ്സാവുകയാണ് മിസ്റ്റർ നായർ. കുടുംബത്തിൽ പെൺവാഴ്ച അശുഭമാണ്.''

ലാലാജിയുടെ പിന്നിൽനിന്ന്, അന്ന്, മുതിർന്ന മൂന്നു പെൺ കുട്ടികളുടെ അമ്മയായ ആദ്യഭാര്യ നവവധുവിനെ കൈപിടിച്ച് ആന യിച്ചു, മനോഹരമായി തുന്നൽപ്പണി ചെയ്ത ചുകന്ന വസ്ത്രങ്ങളുടെ നേർത്ത മറയിലൂടെ അവരുടെ കണ്ണുകൾ ഏറ്റുമുട്ടി. ഏട്ടത്തിയുടെ മുഖത്ത്, കരിപിടിച്ച റാന്തലിലെ താഴ്ത്തിയ തിരിയുടെ വെളിച്ചം പോലെ തെളിഞ്ഞ ചിരിയിൽ വധു തുറിച്ചുനോക്കിനിന്നു. തന്റെ മേൽ അർപ്പിക്കപ്പെട്ട ചുമതലയുടെയും ഭാരത്തിന്റെയും കനം അവൾക്ക് പെട്ടെന്ന് പിടികിട്ടി എന്നു തോന്നി. പിന്നെ അവൾ ചിരിച്ചതേയില്ല.

വലിയ പലഹാരപ്പാത്രങ്ങളുടെ നടുവിൽ വീട്ടിലെ എല്ലാറ്റിന്റേയും താക്കോൽക്കൂട്ടം അരയിൽ ബന്ധിച്ചുകൊണ്ട് രണ്ടാമത്തെ ഭാര്യ അനങ്ങാതെ നിന്നു. ലാലാജിയുടെ പിന്നിൽ, ആൺകുട്ടിയെ പ്രസ വിക്കാനായിക്കൊണ്ടു വന്ന അനിയത്തിയും വിരുന്നുകാരും മണി യറയിലേക്ക് നടന്നപ്പോൾ, അടുക്കളയിലെ ഒരിക്കലും തെളിയാത്ത ഇരുട്ടിൽ ഏട്ടത്തിമാരുടെ കണ്ണുകൾ കരിങ്കൽച്ചീളുകൾ പോലെ തിളങ്ങി. അവ എവിടെയെങ്കിലും ഒന്നുരസിയാൽ, വെറുതെ ഒന്ന് കൂട്ടിമുട്ടിയാൽ, തീ ആളും പടരും എന്ന് ഞാനോർത്തു.

പേപ്പർക്കിണ്ണങ്ങളും നാപ്കിൻസും അവരുടെ അടുത്തിരുന്ന് ഞാൻ അടുക്കിക്കൊണ്ടിരുന്നു. ദേഷ്യത്തോടെ പാത്രങ്ങൾ വലി ച്ചെറിയുകയും മേശവലിപ്പുകൾ ശബ്ദത്തിൽ വലിച്ചു തുറക്കുകയും ചെയ്തുകൊണ്ട് ചുവന്ന മുഖവുമായി നിന്ന ലുലു എന്ന രണ്ടാ മത്തെ ഭാര്യ മുഖം മുഴുവൻ ഈറനാക്കിക്കൊണ്ട് പൊടുന്നനെ കര യാൻ തുടങ്ങി. ഇളകുന്ന അവരുടെ ചുമലുകളിൽ തടവിത്തടവി ഞാനന്ന് മിണ്ടാതിരുന്നു.

''അമ്മ വന്നുകാണും.'' മൂത്ത ഭാര്യ ധൃതിയിൽ എഴുന്നേറ്റ് വാതിലുകൾ കൊട്ടിയടച്ചുകൊണ്ട് ദേഷ്യപ്പെട്ടു: ''ഭർത്താവിന്റെ കല്യാണദിവസം കണ്ണുനിറക്ക്യേ? എന്താ നിനക്ക്?'' അവർ പിന്നെയും എന്തോ പറയാനോങ്ങി. പക്ഷേ, അതവിടെത്തന്നെ നിർത്തി അവർ തിരിഞ്ഞുനിന്നു. പുകഞ്ഞുനീറുന്ന തീക്കൊള്ളികളിൽ നിന്ന് പെട്ടെന്നാളുന്ന ചെറിയ തീനാളം പോലെ അവരുടെ ചുണ്ടുകൾ വിറച്ചു. പിന്നെ, അതൊരു ചിരിയുടെ ഭാഗമാണെന്നപോലെ, തുട ങ്ങിയ ചിരി മുഴുമിപ്പിച്ചേക്കാമെന്നു കരുതിയിട്ടെന്നപോലെ, അവർ എന്റെ നേരെ നോക്കി. പക്ഷേ, ആ ചിരിയും അവർ അന്ന് മുഴുമി പ്പിക്കയുണ്ടായില്ല.

അന്ന് ലാലാജിയുടെ വീട്ടിൽനിന്ന് ഭർത്താവിന്റെ കൈപിടിച്ച് പുറത്തിറങ്ങിയതുമുതൽ പിൻതിരിഞ്ഞു നിൽക്കെ ആരോ പൊള്ളിച്ചു

വിട്ട, ഒരിക്കലും മായാത്ത വടുപോലെ, എന്നെ പിൻതുടർന്നിരുന്ന അവരുടെ എല്ലാം മുഖത്തിനു നേരെ തിരിഞ്ഞുനിന്ന് ഞാനോർത്തു. ലാലാജി പറഞ്ഞപോലെ തലമുറകൾതോറും എല്ലാ പ്രഭാവങ്ങ ളോടുംകൂടെ ആണുങ്ങൾ വളർന്നുവന്നില്ലെങ്കിൽ ശരിക്കും ഞങ്ങൾ ക്കാരാണ് തുണ? മുതുകത്ത് പതിനഞ്ചു ദിവസമുള്ള കുട്ടിയേയും കെട്ടിവെച്ച് എന്റെ വീട്ടിൽ ജോലിക്കു വന്നിരുന്ന വീണ എന്ന പെൺ കുട്ടിക്കും അത് എളുപ്പത്തിൽ മനസ്സിലാവും. ചൂടുവെച്ചുവരുന്ന വെയിലിൽ മുറ്റത്തേക്ക് കയറ്റുകട്ടിൽ വലിച്ചിട്ട് പകൽ മുഴുവൻ ഹുക്ക വലിച്ചിരിക്കുന്ന ഭർത്താവിന്റെ ആരോഗ്യവും സന്തോഷവും തനിക്ക് രക്ഷാബോധത്തോടെ അടച്ചു കിടക്കാവുന്ന കൂരയുടെയും തന്റെ ശരീരത്തിന്റേയും കാവലിന് താൻ കൊടുക്കേണ്ട വിലയാണ്. സദാ പേടിച്ചും കുറ്റബോധത്തോടും കഴിയേണ്ട ചുറ്റുപാടിൽ ഞങ്ങളുടെ കാവൽക്കാർ ഞങ്ങൾക്ക് പരമ പ്രധാനങ്ങളാവാതെ വയ്യല്ലോ.

ഒരു ദിവസം ജോലിക്ക് വരുമ്പോൾ വീണയുടെ പുറത്ത് കുട്ടി യുണ്ടായിരുന്നില്ല.

''എവിടെ മകൻ?'' ഞാൻ ചോദിച്ചു. വിടർന്നു വരണ്ട കണ്ണുകൾ തുറിച്ച് വീണ എന്നെ നോക്കിനിന്നു. അവളുടെ പാൽവന്നുകെട്ടിയ വലിയ മുലകൾ പെട്ടെന്നു ചുരന്നതും മുഷിഞ്ഞ ജാക്കറ്റിലൂടെ പാൽ കിനിഞ്ഞതും ഞാൻ കണ്ടു.

''ഭർത്താവെടുത്തുകൊണ്ടുപോയി.'' വീണ പറഞ്ഞു. ''അദ്ദേഹ ത്തിന്റെയാണല്ലോ അവൻ! നമുക്ക്, പെണ്ണുങ്ങൾക്ക് മക്കളുപോലു മില്ല, നമ്മുടേതായിട്ട്. പക്ഷേ, മേംസാബ്...'' അവൾ തുടർന്നു: ''പനിച്ചു പൊള്ളുകയാണവന്. കുട്ടിയുടെ കരച്ചിൽ കേട്ട് ഞാൻ രാത്രി മുഴു വൻ പുറത്തിരുന്നു. പിന്നെ, രാവിലെ അദ്ദേഹം എഴുന്നേറ്റു മുഖം കഴുകുമ്പോൾ തെറ്റു പറഞ്ഞ് അകത്തുകടക്കാം എന്നു കരുതി. അദ്ദേഹത്തിനുമില്ല്യേ മനസ്സ്? കുട്ടിക്കു ദാഹിക്കും എന്നറിയില്ലേ അദ്ദേഹത്തിന്. ഒന്നുമുണ്ടായില്ല. അവസാനം കുട്ടിയേയും കൊണ്ട് അദ്ദേഹം പുറത്തുകടന്നപ്പോൾ തലതല്ലിക്കരഞ്ഞുകൊണ്ട് ഞാൻ പിന്നാലെ ചെന്നു. കണ്ണടച്ച്, കരയാൻപോലുമാവാതെ, കിടക്കുക യാണ് അവൻ. അവനു തൊണ്ട വരളുന്നുണ്ടാവും. എനിക്കതറിയാം. എന്റെ നിർത്താത്ത കരച്ചിൽ കേട്ടായിരിക്കണം അദ്ദേഹത്തിന് വല്ലാതെ ദേഷ്യം വന്നു. ഞാനിനിയും പിന്നാലെ ചെന്നാൽ കുട്ടിയെ ചാലിലേക്കു വലിച്ചെറിയുമെന്ന് അവന്റച്ഛൻ പറഞ്ഞു. പിന്നെ ഞാനൊരടി മുന്നോട്ട് വച്ചില്ല. അദ്ദേഹം അതു ചെയ്തേക്കും. മൂക്ക ത്താണ് ശുണ്ഠി. ''എന്തെങ്കിലും വേഗം അവനു മേടിച്ചുകൊടുക്കൂ...''

ഞാൻ വിളിച്ചു പറഞ്ഞു. ''അവനു ദാഹിക്കുകയാണ്.'' എന്നിട്ട് ഞാൻ നിന്നിടത്തു നിന്നു. ചാളകളുടെയും വേലിയുടെയും ഒക്കെ അപ്പുറത്തേക്ക് അവർ മറയുന്നതുവരെ. പിന്നെയും ഇതാ ഇത്രനേരവും ഞാനവിടെതന്നെ നിന്നു. മേംസാബ്, ദൈവം എന്തിനേ പെണ്ണുങ്ങളെ ഉണ്ടാക്കിയത്? എല്ലാവരേയും അദ്ദേഹത്തിന് ആണുങ്ങളാക്കാമായിരുന്നു.''

കഥ പറയുന്നതുപോലെയായിരുന്നു വീണ പറഞ്ഞിരുന്നത്. വളരെ പെട്ടെന്ന്, ദൈവത്തിന്റെ മുഖം തൊട്ടുമുന്നിൽ കണ്ടിട്ടെന്നപോലെ അവൾ നിർത്തി. അല്പനേരത്തിനുശേഷം, എന്റെ വലിയ മുറിയുടെ മൂലയ്ക്കൽ കുന്തിച്ചിരുന്ന് അവൾ കരയാൻ തുടങ്ങി. ചുരന്നുപോയ മുലപ്പാൽ വടുക്കെട്ടിയ അവളുടെ ജാക്കറ്റും കണ്ണീരിൽ നനഞ്ഞ മുഖവും ഞാൻ എന്റെ കസേരയിൽ ചരിഞ്ഞിരുന്ന് കണ്ടു. ചെറിയ ഓളങ്ങൾപോലെ, പിന്നെ ശ്വാസം മുട്ടിക്കുന്ന തിരകളെപ്പോലെ അവയൊക്കെ എന്നെ വന്നുമൂടി.

''വീണ, ഞാൻ കുറച്ചു ചായതരട്ടെ?'' അവസാനം മറ്റൊന്നും പറയാനില്ലാതിരുന്നതിനാൽ ഞാൻ ചോദിച്ചു.

കടയുന്ന, കല്ലിച്ച മുലകളിൽ നിന്നും ഒരു ഗ്ലാസ്സിലേക്കു മുലപ്പാൽ പീച്ചിയെടുത്ത് അവൾ വേണ്ടെന്നു തലയാട്ടി.

അതുനോക്കി, ദൈവമേ എന്ന് ഏതു ദൈവത്തിനെയാണെന്ന് ഒരു പിടിയുമില്ലാതെ നിരാലംബയായി ഞാൻ വിളിച്ചു. ''ഞങ്ങളുടെയെല്ലാം എത്ര ചിറകുകൾ വേണമെങ്കിലും ഞങ്ങൾ നിനക്കു തരാം. വീണയ്ക്ക് അവളുടെ കുഞ്ഞിനെ കൊടുക്കുക.'' ദൈവം, ഇന്നെന്നപോലെ എന്നും അപരിചിതനായിരുന്നു എനിക്ക്. പക്ഷേ, എന്റെ മുന്നിൽകണ്ട ആരേയും വിളിച്ചു കരയാൻ വിശ്വാസമില്ലാതിരുന്നതിനാൽ ഞാൻ കാണാത്ത ദൈവത്തിനെ വെറുതെ വിളിച്ചുകൊണ്ടിരുന്നു. പിന്നെ, പതുക്കെപ്പതുക്കെ വീണയുടെ മുലപ്പാലും കണ്ണീരും ഇരുമ്പ് കുടിച്ച വെള്ളത്തെപ്പോലെ ഉള്ളിലേക്കു വലിഞ്ഞു. കെട്ടിനിന്നു വറ്റിയ മുലപ്പാലിന്റെയും ഉറഞ്ഞ കണ്ണീരിന്റെയും ഭാരം പേറി അവൾ ഭൂമിദേവിയെപ്പോലെ സർവംസഹയായി.

''ക്ഷമയാ ധരിത്രി എന്നാണ് വേദവാക്യം.'' ഒരുദിവസം ഞാനവളോട് പറഞ്ഞു.

''എന്തേ പറഞ്ഞത്, മേംസാബ്?'' വീണ ചിരിച്ചുകൊണ്ട് ചോദിച്ചു.

''സ്ത്രീ ഭൂമിദേവിയെപ്പോലെ ക്ഷമയുള്ളവളാവണം.'' ഞാൻ പറഞ്ഞു: ''മനുഷ്യരായ പുരുഷന്മാർക്കാണ് ശുണ്ഠിയും കാമവും മോഹവും ഒക്കെ. നാം ദേവികളാവേണ്ടവരാണ്. വീണ, പുരുഷന്മാർ

മനുഷ്യരായി ജനിച്ച് മനുഷ്യരായി മരിക്കുന്നു. നമ്മൾ മനുഷ്യരായി ജനിച്ച് ദേവികളാവേണ്ടവരാണ്.''

ചൂലിന്റെ ചെറിയ കമ്പുകൊണ്ട് കാലിന്റെ തള്ളവിരലിലെ നഖം വൃത്തിയാക്കുകയായിരുന്ന വീണ മൂളി.

''അവനെ ഒന്നു കണ്ടാൽ മതിയായിരുന്നു'' അവൾ പറഞ്ഞു: ''അവൻ നടക്കാൻ തുടങ്ങിയിട്ടുണ്ടാവും. ഇപ്പോൾ എന്നെ കണ്ടാൽ അവൻ തിരിച്ചറിയില്ല. ഞാനെടുക്കുമ്പോൾ അവൻ ഉറക്കെ കരയും.''

എന്റെ മിന്നുന്ന മേശയിൽ സ്വന്തം പ്രതിബിംബം നോക്കിയിരിക്കെ എനിക്കെല്ലാം സത്യമായിതോന്നി. മുത്തശ്ശി പറയാറുള്ളതുപോലെ നാമൊക്കെ ശീലാവതികളാവണം. ഭർത്താവിന്റെ ഇഷ്ടമാവണം നമ്മുടെ ഇഷ്ടവും. അല്ലെങ്കിൽ ഒരു രാവിലെ നമ്മളെ അദ്ദേഹം വാതിലിനു പുറത്തു നിർത്തിയാൽ എന്താണുണ്ടാവുക? ഉടുത്ത വസ്ത്രവും മായാൻ തുടങ്ങുന്ന ഒരു കുങ്കുമപ്പൊട്ടുമായി പാതയിലിറങ്ങി നിന്നാൽ എല്ലാവരും ആർത്തുചിരിക്കും. ചിതപോലെ കത്തുന്ന സൂര്യനു കീഴിൽ, ഈ തിരക്കിൽ ആരോടാണ് ഞാൻ ചോറിനിരക്കുക? എന്റെ പാതിവ്രത്യം കണ്ട് മനസ്സലിഞ്ഞ് ഏതെങ്കിലും ഒരു ദൈവം ഒരക്ഷയപാത്രമോ, എല്ലാം സാധിപ്പിക്കുന്ന ഒരു വരമോ തന്നില്ലെങ്കിൽ എന്റെ സ്ഥിതി ദയനീയമാവും. അതൊന്നുമല്ലെങ്കിലും ഇരക്കുവാൻ സ്ഥിരമായി ഒരു സ്ഥലമുണ്ടാവുന്നതാണ് നല്ലത്. എനിക്ക് വീണ്ടും എന്റെ ഭർത്താവിനോട് എന്തെന്നില്ലാത്ത ആദരവും ഭക്തിയും തോന്നി. തലയ്ക്കു മീതെ തണലും ഈ കണ്ട ആഡംബരങ്ങളും ഒക്കെ ഞാൻ കൈനീട്ടി വാങ്ങുമ്പോൾ എന്റെ കൈയിലൊന്നുമില്ല തിരിച്ചുകൊടുക്കാൻ. കണ്ണീരുപോലെ തെളിഞ്ഞ കുറച്ചു സ്നേഹമല്ലാതെ. പക്ഷേ, അത് ഞാനൊന്നിനും പകരം കൊടുക്കുന്നതല്ല. ആകെയുള്ള അതും എന്തിനെങ്കിലും വേണ്ടി കൈമാറിത്തുടങ്ങിയാൽ ഞാൻ ശരിക്കും തകർന്നുപോകും. ജനലിലൂടെ കാണുന്ന ഈ ലോകത്തെ എല്ലാം മറന്ന് ഞാൻ നോക്കിയിരിക്കുമ്പോൾ എനിക്ക് എന്റേതായി ഒന്നുമുണ്ടാവില്ല. അതുമല്ല എന്റെ ഭർത്താവ് ഒരിക്കൽ പറഞ്ഞതുപോലെ സ്നേഹിക്കുന്നതും സ്വാർത്ഥതകൊണ്ടാണ്. ഞാൻ സ്നേഹിക്കുന്നത് എന്റെ സന്തോഷത്തിനാണ്. പിന്നെ ഞാനെന്താണ് വിൽക്കുക? ആകെ മൂടിവരുന്ന ഒരു തിരമാലപോലെ എന്റെ കടബാദ്ധ്യത എന്നെ ശ്വാസംമുട്ടിച്ചു. ഈ കടങ്ങൾ ഇനി മൂന്നു ജന്മം ജനിച്ചാലും തീരാത്തതാണ്. എന്റെ ഭർത്താവിന് ഇത്ര പണമില്ലായിരുന്നെങ്കിൽ, എന്റെ സാരികൾക്കും വീടിനുമൊന്നും ഇത്ര വിലയില്ലാതിരുന്നെങ്കിൽ എന്റെ കടമെങ്കിലും കുറെ കുറയുമായിരുന്നു. ആലോചിച്ചിരിക്കെ എന്റെ കടത്തിന്റെ

വ്യാപ്തിക്ക് ഒരതിരുകളും ഇല്ലാതാവുന്നത് ഞാനറിഞ്ഞു. സ്ത്രീക്കു ക്ഷമയുണ്ടാവേണ്ടത് എന്തുകൊണ്ടാണെന്ന് എനിക്ക് ഒരു വെളിപാടുപോലെ പെട്ടെന്നു മനസ്സിലായി. ചുറ്റുപാടിനോടും മക്കളോടു പോലും അവൾക്കു നന്ദി തോന്നേണ്ടതുണ്ട്. ഇത്രയും ലളിതമായ സംഗതികൾ മനസ്സിലാക്കാൻ എന്റിക്കിത്രയും ജീവിക്കേണ്ടിവന്നു എന്നതിൽ എനിക്കുതന്നെ വല്ലാത്ത നാണം തോന്നി. വൈകിയ അവസരത്തിലാണെങ്കിലും അങ്ങനെയാണ് ഒരിക്കലും ഇമയാട്ടാനാവാത്ത കൺപീലികളും ഒരിക്കലും വിറയ്ക്കാത്ത ചുണ്ടുകളുമായി, ജനിക്കുമ്പോൾ മനുഷ്യചിഹ്നമായി എനിക്കുണ്ടായിരുന്ന മനസ്സും ചിറകുകളും കൊടുത്ത്, പകരം പ്രസാദം കൊടുക്കാനുള്ള മഞ്ഞളും കുങ്കുമവും വാങ്ങി ആർഷഭാരതത്തിലെ എല്ലാ മാന്യസ്ത്രീകളെയും പോലെ ഞാനും ദേവിയായത്.

■